पंख सकारात्मकतेचे

डॉ. हेमंत सुशीलाबाई पवनलाल ओस्तवाल

सकाळ प्रकाशन

सकाळ प्रकाशन

पंख सकारात्मकतेचे

PANKH SAKARATMAKTECHE

प्रथम आवृत्ती	:	सप्टेंबर, २०२३
प्रकाशक	:	सकाळ मीडिया प्रा. लि.
		५९५, बुधवार पेठ, पुणे-४११ ००२
मुखपृष्ठ	:	शिमर्झ डिझाईन
मुद्रितशोधन	:	अनुश्री भागवत
मांडणी	:	सकाळ
ISBN	:	978-81-19311-18-7
संपर्क	:	०२०-२४४० ५६७८ / ८८८८८४९०५०
		sakalprakashan@esakal.com

समर्पण

माझ्या जन्मभराच्या आनंदोत्सवाचे खरे शिल्पकार म्हणजे माझी बाई अर्थात आई श्रीमती सुशीलाबाई पवनलालजी ओस्तवाल आणि भाऊसा म्हणजे वडील स्वर्गवासी श्री. पवनलालजी चंदूलालजी ओस्तवाल यांना हे माझे शब्दधन समर्पित करतो....

प्रस्तावना

विचारांमधील, कृतीमधील सकारात्मकता हे खरं तर जीवनाचं सार आहे. केवळ आचार, विचार सकारात्मक असले म्हणजे आयुष्याची नैया पार झालीच म्हणून समजावे. जगभर सर्वच क्षेत्रांमध्ये नकारात्मकता सध्या ठासून भरलेली दिसून येते. युद्धजन्य परिस्थिती असो अथवा वृथा अहंकाराने भरलेली माणसं, पृथ्वीचे चित्र बदलू पाहतेय. पण अशा या कालखंडामध्ये सध्या सर्वाधिक गरज कसली असेल तर ती आहे सकारात्मकतेची. संवादाची गरज हीदेखील सर्वाधिक महत्त्वाची आहे. पण या संवादासाठीही गरजेची आहे ती सकारात्मकता. नकारात्मक संवाद घडू शकत नाही. सकारात्मकता खूप चांगली किंवा आकर्षक भासत असली तरीदेखील विचारांमध्ये आणि विशेषतः कृतीमध्ये सकारात्मकता उतरवणं ही भल्याभल्यांसाठी कर्मकठीण गोष्ट आहे. अनेकांची तर आयुष्य त्यासाठी खर्ची पडतात, पण त्यांना सकारात्मकता काही गेल्या गवसत नाही म्हणा किंवा उमगत नाही. थोडक्यात कळतं पण वळत नाही, ही स्थिती बहुतेकांची असते. वाचन, लिखाण, चिंतन, मननाचीही ही बाब नाही. सकारात्मकता ही तुमच्या दृष्टिकोनातच असायला हवी. असा दृष्टिकोन ज्यांच्यात नाही, त्यांना तो अंगी बाणण्यासाठी बऱ्यापैकी कष्ट घ्यावे लागू शकतात. ज्यांच्याकडे या संदर्भातील दैवी देणगी असेल, त्यांना ते सहज जमते. दृष्टिकोनामध्येच सकारात्मकता असेल तर कृती करताना सकारात्मकता लगेचच दिसू लागते. जीवनाला नवा आयाम देते.

डॉ. हेमंत ओस्तवाल हे स्वतः विचार आणि कृतीने प्रचंड सकारात्मक असलेले व्यक्तिमत्त्व आहेत. हा माणूस हरहुन्नरी आहे. डॉ. ओस्तवालांकडे अनुभवाची मोठी शिदोरी आहे. या सगळ्या अनुभवांमधून ते गेलेले आहेत. एरवी सकारात्मकतेवर

व्याख्यान देणं, लिहिणं ही वेगळी बाब असू शकते. पण जसं मी म्हटलं की ही बाब मुळी विचारातून कृतीत उतरवण्याची आहे, डॉ. ओस्तवाल यांच्या संदर्भात हे विधान लागू पडणारं आहे. त्यांनी सकारात्मकता विचारांतून कृतीत वेळोवेळी उतरवली आहे. किंबहुना त्यांच्या दैनंदिन आयुष्यातील प्रत्येक दिवस आणि दिवसातील प्रत्येक क्षण हा सकारात्मकतेने ओतप्रोत भरलेला आहे. त्यामुळे ते सतत उत्साही आणि काहीतरी नवीन करण्यासाठी सदैव तत्पर दिसतात. शिवाय त्यांच्याकडे किस्से सांगण्याची एक वेगळीच ओघवती अशी शैली आहे. डॉ. ओस्तवाल यांच्याशी मैत्री झाल्यानंतर हा माणूस वेगळ्या मुशीत तयार झालेला आहे, हे लगेच जाणवलं. ही बाब त्यांच्या संपर्कात येणाऱ्या अनेकांना जाणवत असेल. काही किस्से त्यांच्याकडून ऐकल्यानंतर मी त्यांना म्हटलं हे तुम्ही 'सकाळ'साठी शब्दबद्ध करा. 'सकाळ'मध्ये लिखाणाचं हे आमंत्रण देण्यामागे माझा एक संपादकीय दृष्टिकोन पक्का होता. तो म्हणजे लोकांना निव्वळ तत्त्वज्ञान वाचायला किंवा ऐकायलाही फारसं आवडत नाही. अगदी वर्तमानपत्रांमध्ये उपयुक्त मजकूर, उपयुक्त बातम्यांना वाचकांची नेहमीच पसंती मिळत असते, हा माझा अनुभव. त्यामुळे एक गोष्ट पक्की होती, की डॉ. ओस्तवाल यांचे स्वतःचे अनुभव हे वाचकांना वाचायला नक्कीच आवडेल. बरं हे अनुभव रोजच्या आयुष्यात येणाऱ्या अनुभवांसारखे नव्हते. सध्याच्या प्रचलित भाषेत सांगायचं झाल्यास त्यांना 'ऑफबीट' अनुभव म्हणावे लागेल. या अनुभवांमधला वेगळेपण हेरून त्यांना लिखाणासाठी प्रवृत्त केलं. त्यातून वर्षभर दर रविवारी डॉ. ओस्तवाल हे लिहिते झाले. हे लिखाण लोकांना आवडू लागलं, त्यांच्या प्रतिक्रिया जशा त्यांच्याकडे येत होत्या, तशा आमच्याकडेही येत होत्या. त्यातून आपला निर्णय योग्य होता, याची खात्री पटली.

आठवड्यातून एकदा येणाऱ्या लेखामुळे आणि लिखाणाची सवय जडल्याने डॉ. ओस्तवाल यांचे हे पहिले पुस्तक साकारत आहे. सर्व क्षेत्रामधल्या सर्वच मंडळींना हे पुस्तक सकारात्मकतेचे महत्त्व नक्कीच पटवून देईल. अर्थात एखादी गोष्ट आत्मसात करायची झाल्यास ती आधी पटायला हवी. त्यातून मग आपण पुढे मार्गक्रमण करू लागतो. सकारात्मक विचारसरणी विचारवळणी पडली म्हणजे मग नकारात्मक लोक नकोसे वाटू लागतात. पुढेपुढे मग नकारात्मक लोकांमधील आपण फक्त सकारात्मक पैलू घेतो, आणि बाकी सोडून देतो. म्हणजेच फिल्टर करायला शिकत जातो. ज्यांची विचारसरणी थोडी लवचीक आहे, त्यांच्यात हे बदल झटकन होतात, मात्र अनेकांचे आयुष्य खर्ची पडूनही उपयोग होत नाही. सकारात्मकतेच्या आनंदलहरींची बात काही और असते. नकारात्मक लोकांच्या घोळक्यातून सकारात्मक लोक पटकन दूर होतात. सतत कार्यरत राहण्याची प्रेरणाशक्ती सकारात्मकतेमधून मिळत राहते.

डॉ. हेमंत ओस्तवाल हे कार्यप्रवण सकारात्मकतेला प्राधान्य देणारे आहेत. म्हणजे त्यांच्या संपर्कात येणाऱ्या प्रत्येकाला सकारात्मकतेचा कोणता ना कोणता पैलू त्यांच्याकडून मिळतोच. 'निरामय आरोग्य' या व्याख्यानमालेतून ते सतत हाच विचार सर्वत्र पसरवत असतात. त्यांची या विषयावर ७०० पेक्षा अधिक व्याख्यानं राज्यासह अन्य राज्यांतही झालेली आहेत. राष्ट्रपती प्रणव मुखर्जी यांच्या उपस्थितीत राष्ट्रपती भवनात त्यांनी दिलेलं व्याख्यान हा या व्याख्यानमालेचा सर्वोच्च बिंदू होता. सलग पाच-सहा तास या विषयावर ते विविध उदाहरणं देऊन बोलत राहतात, प्रेक्षकांनाही बोलतं करतात. आता या व्याख्यानानं कार्यशाळेचं स्वरूप घेतलेलं आहे. स्वतःसाठी कसा आणि किती वेळ द्यायला हवा, हे या द्वारे ते उपस्थितांना पटवून देतात. जीवनशैलीतील चुकीच्या सवयी किती घातक ठरू शकतात, हे उपस्थितांना पटवून देण्यात डॉ. ओस्तवाल यांना निश्चितपणानं यश मिळतं. आजार झाल्यानंतर ते बरे करण्यापेक्षा आजार होऊच नये, यासाठी त्यांच्याकडून होणारे विश्लेषण हे फार उपयोगी ठरते.

योगाभ्यास हादेखील डॉ. ओस्तवाल यांचा अतिशय आवडता विषय. खरंतर आंतरराष्ट्रीय पातळीवर भारताने संपूर्ण जगाला योगाभ्यासाच्या प्रेमात पाडले आहे. गेल्या किमान २० वर्षांपासून डॉ. ओस्तवाल यांनी योगाभ्यासासाठी सुयश हॉस्पिटलचे द्वार खुले केलेले आहे. नियमितपणे योगाभ्यासामध्ये अत्यंत प्रवीण असलेल्या संगु गुरुजी यांचे वर्ग सुयशमध्ये सुरू असतात. या योगाभ्यासासाठीदेखील ते त्यांच्या संपर्कात येणाऱ्या सगळ्यांना प्रेरित करतात. सकारात्मकतेसाठी उपयुक्त आणि तुमच्यात मुळापासून सकारात्मकता जागृत करण्यासाठी योगाभ्यासाची चांगली मदत होते, हे ते स्वानुभवातून सांगतात. अनेक दिग्गज प्रशासकीय अधिकाऱ्यांशी डॉ. ओस्तवाल यांचे जिव्हाळ्याचे संबंध आहेत, त्या माध्यमातूनदेखील विविध शासकीय विभागांमध्ये निरामय आरोग्य पोहोचलेले आहे. त्याचा फायदा अनेक सरकारी अधिकारी आणि कर्मचाऱ्यांनादेखील मिळालेला आहे.

आता 'पंख सकारात्मकतेचे' या लेखमालेतून पुस्तकाची निर्मिती होत असताना सकारात्मकतेचा हा वारसा आता पुस्तकाच्या माध्यमातून घराघरांत जाणार आहे. डॉ. ओस्तवाल यांच्याकडून ही सकारात्मक ऊर्जा समाजाच्या सर्व घटकांपर्यंत जावी, या शुभेच्छांसह....

डॉ. राहुल रनाळकर
संपादक, सकाळ मीडिया प्रा. लि.
उत्तर महाराष्ट्र आवृत्ती

मनोगत

'पंख सकारात्मकतेचे' ही दैनिक सकाळमधील साप्ताहिक लेखमाला २०२२ या संपूर्ण वर्षात ५२ आठवडे वाचकांच्या भरघोस अशा वेगवेगळ्या माध्यमातून आलेल्या सकारात्मक प्रतिक्रियांमधून ऊर्जा घेऊन सकारात्मकतेने चाललेल्या साप्ताहिक लेखमालेचे 'पंख सकारात्मकतेचे' या शीर्षकाने पुस्तकरूपात चोखंदळ वाचकांसमोर प्रस्तुत करताना मनापासून आनंद होत आहे.

या लेखांमधून शेकडो-हजारो लोकांना त्यांच्या अडीअडचणींमध्ये, जीवनातील कठीण प्रसंगांमध्ये जगण्यासाठी सकारात्मक मार्ग सापडला. मग ती अडचण आजारपणाची, मुलांच्या शिक्षणाची, सामाजिक अथवा अन्य कुठलीही असो.

मी माझ्या वैद्यकीय व्यवसायाची सुरुवात नाशिक शहरामध्ये १९८६ साली केली. १९८६ ते २०२३ हा थोडाथोडका नव्हे तर तब्बल ३७ वर्षांचा प्रवास झाला आहे. हा प्रत्यक्ष व्यावसायिक अनुभव आणि त्याआधी शैक्षणिक आयुष्यातून सकारात्मकतेने पुढे जाण्याचा प्रयत्न केला आहे. रोजचे आयुष्य सकारात्मकतेने जगल्यामुळे मन, बुद्धी अधिकाधिक सकारात्मक होत गेली. त्यामुळे या आयुष्याच्या वाटेत जे-जे कोणी भेटले, त्या सगळ्यांना या सकारात्मकतेचे श्रेय जाते.

मला येथे जो मुद्दा अधोरेखित करावयाचा आहे तो म्हणजे अर्थातच आजारपणांबद्दल, आजारपण आणि सकारात्मकता यांच्यात असलेल्या संबंधाबद्दल. वैद्यकीय विज्ञान, संशोधन चांगलेच पुढे गेले आहे. दर दिवशी त्यात काहीना काही भर पडत असते. अनेक आजारांवर परिणामकारक चांगली औषधेदेखील उपलब्ध आहेत. तंत्रज्ञानाने प्रगत असे रेडिओलॉजी, पॅथॉलॉजीमधील अनेक तंत्रे विकसीत झाली आहेत.

अतिदक्षता विभागात जीव वाचविण्यामध्ये साहाय्यक ठरणारी अनेक प्रकारची उपकरणे उपलब्ध होत आहेत. ऑपरेशन थिएटरमध्ये शस्त्रक्रियांसाठी अत्यंत अद्ययावत यंत्रसामग्री आलेली आहे. मानवाने भौतिक प्रगती खूप उत्तम प्रकारे केली आहे. खास करून गेल्या दहा-वीस वर्षांत याचा वेग सर्वांना अचंबित करणारा आहे. पण यामुळे आजारपणं कमी झाली का? नाही झाली. उलट वेगवेगळ्या आजारांची खास करून ज्याचा संबंध आपल्या मनाशी येतो, अशा आजारांची जास्तच भर पडली आहे.

जागतिक आरोग्य संघटनेच्या संकेतस्थळावरील माहितीतून लक्षात येते, की जगात आजही सर्वात जास्त लोक मृत्युमुखी पडतात, ती आपल्या जीवन जगण्याच्या चुकीच्या पद्धतींमुळे. अर्थात चुकीच्या जीवनशैलीमुळे होणारे आजार. (ज्याला आपण लाइफस्टाइल डिसीज म्हणतो) म्हणजे हृदयविकार, रक्तदाब, मधुमेह असे घातक आजार. जन्माला आलेला प्रत्येक जण हा कधी ना कधी कुठल्या न कुठल्या आजाराने जाणार आहे. अमरत्वाचा पट्टा कुणाकडेही नाही, परंतु मुद्दा नुसताच सर्वात जास्त संख्येचा नसून लाईफस्टाईल डिसीजमुळे अकाली मृत्युमुखी पडण्याचे प्रमाणदेखील खूप जास्त वाढले आहे. हीच खरी चिंतेची बाब आहे.

जगाची लोकसंख्या जवळपास साडेसातशे अब्ज एवढी आहे. काही वर्षे अगोदरच्या आकडेवारीनुसार संपूर्ण जगात दरवर्षी सुमारे १.७५ कोटी लोक अशा आजारांनी मृत्युमुखी पडतात. या १.७५ कोटींपैकी १.४५ कोटी लोक दक्षिण पूर्व आशियातील आहेत. सर्वात भयावह आणि सर्वांची चिंता वाढविणारा आकडा म्हणजे १.४५ कोटींपैकी तब्बल १.१० कोटी लोक आपल्या देशातील आहेत. ज्यात मोठ्या संख्येने अकाली मृत्यूंचा समावेश आहे. अनेक घरांमधील कर्त्या पुरुषाचादेखील यात समावेश असतो. या कर्त्या पुरुषांवर अवलंबून असणारे म्हातारे आई, वडील, शाळेत जाणारी मुले-मुली आणि पत्नी अशा संपूर्ण कुटुंबावर अकाली मृत्यूमुळे संकट कोसळते. या कुटुंबांची कप्तानाविना जहाज अशी अवस्था होते. हे अत्यंत वेदनादायी, क्लेषकारक असते. जर आपण जीवनामध्ये सकारात्मकता ठेवली, सकारात्मक बदल स्वीकारत गेलो, तर फार मोठ्या संख्येने हे मृत्यू कमी होऊ शकतात.

सकारात्मकतेचा आणि या तीनच आजारांचा संबंध आहे का? तर त्याचे उत्तर “नाही” असेच आहे. हे केवळ तीन आजार नव्हे, तर अगदी कॅन्सरपर्यंतच्या प्रत्येक आजाराचा सकारात्मकतेशी जवळचा संबंध आहे. व्हायरल किंवा बॅक्टेरियल इन्फेक्शनमध्ये ज्यात अगदी कोविड-१९ सारखा घातक आजारदेखील येतो, अशा इन्फेक्शनने बाधित दहा रुग्णांना आम्ही अगदी सारखी ट्रीटमेंट दिली. या सगळ्यांना आहारदेखील अगदी एकसारखाच होता. तरीदेखील प्रत्येकाची रिकव्हरी ही सारखीच

असते का हो? नक्कीच नाही! काही लोक अगदी झटपट बरे होतात. कित्येकांना अँटिबायोटिक्सचीदेखील गरज पडत नाही. तर काहीजण उशिरा बरे होतात. काही जणांना बरं व्हायला खूप जास्त उशीर लागतो. क्वचित प्रसंगी गंभीर आजारांत एखादा दुसरा रुग्ण दगावतोदेखील. हा फरक नेमका कशाने होतो? याचे उत्तरच सकारात्मकतेमध्ये दडलेले आहे. मधुमेहाची, रक्तदाबाची किंवा हृदयविकाराची औषधे जेव्हा आपण घेतो, ती सर्व औषधे फक्त काही तासांपुरती, फार झालं तर एका दिवसापुरते काम करतात. दिवस संपला की पुन्हा औषधे घ्यावीच लागतात. हे चक्र आयुष्याच्या शेवटीच संपते. म्हणजेच एकदा करायचा औषधोपचार ज्याने सर्व आजार कायमस्वरूपी बरे होतील, असे औषध अजून भूतलावर यायचे आहे.

तथापि, एक वेगळ्याच प्रकारचे औषध जगातील सर्व आजारांवर मात करण्यासाठी महत्त्वपूर्ण वाटा उचलित असते, ते म्हणजे सकारात्मकता, हे निःसंकोचपणे आपण लक्षात घ्यायला हवे. सकारात्मकतेचा संबंध फक्त आजारांशीच असतो का? तर नाही! आयुष्याच्या प्रवासात सर्व दिवस सारखेच असतात का? काही दिवस अत्यंत आनंदाचे, उत्साहाचे, काही सर्वसाधारण तर काही अत्यंत वेदनादायी, नकोसे असलेले असतात. नकारात्मक असतात. आनंदाच्या दिवसांत फारशी काही अडचणच नसते. सर्व काही आनंदी आनंद असतो. पण जेव्हा अडचणी, दुःखद प्रसंग म्हणजेच नकारात्मक क्षण येतात, त्या क्षणांना जर आपण सकारात्मकतेने सामोरे गेलो तर बहुतांश वेळा ते नकारात्मक क्षणदेखील आनंदाच्या क्षणांत रूपांतरित होऊ शकतात. नाही आनंदाचे क्षण तर किमान ते क्षण सुसह्य तरी नक्कीच होऊ शकतात. मग आपण आलेल्या अडथळ्यांचेदेखील संधीत रूपांतर करू शकतो. आजारपण असो अथवा इतर कुठल्याही मोठ्या अडीअडचणी, यात अगदी जादूची कांडी फिरवल्याप्रमाणे कोणी बदल करू शकतो, तर ती शक्ती फक्त सकारात्मकतेमध्येच आहे.

आपण आजारपणांमध्ये कितीतरी महागडी औषधे घेत असतो. वेळप्रसंगी हॉस्पिटलमध्ये जाऊन मोठ्या रकमांची बिलेदेखील आपण भरत असतो. अन्य अडीअडचणींमध्येदेखील प्रचंड पैसे खर्च होतात. मात्र मी अत्यंत आत्मविश्वासाने सांगू शकतो, की आयुष्यातील कुठल्याही अडीअडचणींवर मात करू शकणारे सर्वात मोठे औषध हे संपूर्णतः फुकट मिळत असते. शिवाय हे घेण्याकरिता जवळच्या कुठल्याही भाजी मंडईमध्येदेखील जायला लागत नाही. हे औषध आपल्या स्वतःकडे, आपल्या सकारात्मकतेमध्ये दडलेले असते. यासाठी ना लागतो पैसा, ना कुठे जायला लागते. बरं, हे औषध जर आपण वाटायचे ठरवले तर ते संपत नाहीच, उलट जेवढे वाटू त्याच्या दुपटी, तिपटीने आपल्याकडे ती परत येते.

'पंख सकारात्मकतेचे' या पुस्तकात अत्यंत अवघड प्रसंगांमध्ये परिस्थितीवर फक्त आणि फक्त सकारात्मकतेने कशी यशस्वी मात करता येते, याचे वस्तुनिष्ठ अनुभव सर्व वाचकांना समजून घेता येतील. सर्वांना सहज प्रत्यक्षात आणता येऊ शकतील. यातून आपले जीवन निरामय, निरोगी, दीर्घायू, आनंदी बनून जीवन हा एक आनंदोत्सव बनेल, यात शंका नाही.

आपल्या सगळ्यांच्या सकारात्मकतेसाठी हा एक सकारात्मक प्रयत्न माझा मला स्वतःला सकारात्मक बनविणाऱ्या सर्वांची आठवण आज मला जेथे करायची आहे. सकारात्मकता ही एक अशी गोष्ट आहे, की जिचा झरा आयुष्यभर वाहता ठेवायला लागतो. आणि मग आपण त्या सकारात्मकतेच्या अखंड प्रवाहात आनंदाने न्हाऊन निघतो आणि आपले जीवन आनंदोत्सव होऊन जातो. माझ्या जन्मभराच्या आनंदोत्सवाची खरी शिल्पकार म्हणजे माझी बाई अर्थात आई सुशीलाबाई पवनलालजी ओस्तवाल आणि माझे भाऊसा म्हणजे वडील स्वर्गवासी पवनलालजी चंदूलालजी ओस्तवाल हे आहेत.

मला खऱ्या अर्थाने सकारात्मक घडविण्यामागे बाई-भाऊसांचा खूप मोठा वाटा आहे. त्यांच्यापासून सबकॉन्शस माइंड लर्निंगमध्ये ही सकारात्मकता शिकलो आहे. हे तंत्र मी त्यांच्यापासून नकळतपणे घेतले आहे. सौभाग्यवती सुरेखाच्या सहकार्यामुळेच इथपावेतो मजल मारणे शक्य झाले आहे. अर्थातच बंधू संजय (पुष्कराज), भगिनी कल्पना, ज्योती यांची सकारात्मक साथ नेहमीच राहिली आहे. बाई-भाऊसांनंतरचा सकारात्मकतेचा झरा म्हणजेच माझ्या लाडक्या दोन्ही कन्या पूजा, शलाका या आहेत. सोबत अर्थातच डॉक्टर सचिन आणि सी.ए. असलेले यश यांचा वाटा आहेच. सुयश हॉस्पिटलमधील माझे सर्व सहकारी डायरेक्टर्स तसेच सर्व डॉक्टर्स तज्ज्ञ मंडळी आणि अर्थातच माझा संपूर्ण सुयश परिवार या सर्वांचाही महत्त्वाचा वाटा आहेच. ही सकारात्मकता वाढविण्यासाठी प्रत्येक लेखानंतर अनेक सन्माननीय व्यक्तींनी वेगवेगळ्या माध्यमातून, प्रत्यक्ष भेटून, दूरध्वनी, भ्रमणध्वनीवरून व्हाट्सअप, इंस्टाग्राम, ट्विटर वरून, ई-मेलवरून, एसएमएस द्वारा प्रत्येक लेखाला भरभरून दाद दिली. प्रातिनिधिक स्वरूपामध्ये मी येथे दोन-तीन व्यक्तींचा उल्लेख करतो आहे. त्यात सर्वात अग्रस्थानी नाव येते ९३ वर्षांच्या तरुणाचे, ते म्हणजे जगाच्या नकाशावरती ज्यांच्या फर्मने आपले नाव निःसंशयपणे सकारात्मकतेने कोरले आहे ते म्हणजे जैन ब्रदर्स, जळगाव या जैन ब्रदरचे अध्वर्यू म्हणजे दलिचंदजी जैन यांचे. ह्या इतक्या वडीलधाऱ्या माणसाने जवळपास प्रत्येक लेख वाचून न चुकता फोन वरून मला शाबासकी दिली. माझ्यातील सकारात्मकतेला सलाम करत गेले. दुसरा असाच

नवजवान म्हणजे ज्या वेळी पिंपळनेर, तालुका साक्री, जिल्हा धुळे या भागामध्ये १९६०च्या दशकात कुणीही डॉक्टर नसताना गोरगरीब आदिवासींची सेवा साक्षात त्यांना ईश्वर म्हणून जवळपास ५० वर्षे केली, असे डॉक्टर ईश्वर भदादे. गेल्या काही वर्षांपासून डॉक्टरसाहेबदेखील जळगाव मध्येच स्थायिक झालेले आहेत. डॉक्टर सरांचादेखील प्रत्येक लेखानंतर आवर्जून माझी हिम्मत वाढविणारा सकारात्मकतेचा असा फोन येत होता. नुसताच फोन नव्हे तर दिनांक २० मे २०२२ रोजी मी जळगाव जिल्हा पोलीस दलाकरता घेतलेल्या अर्ध्या दिवसाच्या 'निरामय आरोग्य' या कार्यशाळेलादेखील आवर्जून सुरुवातीपासून तर शेवटपर्यंत हजेरी लावली. अजून एका ७६ वर्षांच्या नवजवानाचा उल्लेख करायला लागेल, ते म्हणजे माझे वैद्यकीय गुरू, डॉक्टर कन्हैयालाल चोरडिया, पिंपळनेर, तालुका साक्री, जिल्हा धुळे. डॉक्टर साहेबांनी आवर्जून अनेक लेख वाचून झाल्यावरती पाठीवर शाबासकीचा हात ठेवणारे फोन तर केले, परंतु वैद्यकीय प्रॅक्टिस करत असताना कोणीही सकारात्मक कसे राहावे याचे सखोल ज्ञान मला १९८१ ते १९८५ च्या दरम्यान दिले

ही यादी करावयाची म्हटल्यास मोठी होईल, जी जागेअभावी येथे देणे अगदीच अशक्य आहे आणि म्हणून यादी येथे थांबवतो. एक जानेवारी १९६४ ते आजतागायत हजारो लाखो लोकांनी मला सकारात्मक बनविण्यामागे मोठा वाटा उचललेला आहे. त्या सर्वांना मनःपूर्वक धन्यवाद.. ही यादी तर ज्यांनी मला प्रत्यक्ष सकारात्मक शिक्षण दिले त्यांची. परंतु ज्यांनी आयुष्याच्या विविध प्रसंगांमध्ये माझ्या आजूबाजूला नकारात्मकता पेरली, त्यांनाही धन्यवाद द्यायला हवेत. अशा मंडळींना मी माझ्यावर 'अधिक प्रेम करणारी मंडळी' समजतो. त्यातून मी अधिकाधिक सकारात्मक होत गेलो.

हे सर्व जरी खरे असले तरीही ही सगळी सकारात्मकता आपल्यासमोर मी मांडू शकलो, याचे खरे श्रेय कुणाचे आहे, हे नमूद करणे माझ्यासाठी महत्त्वाचे आहे. तसे बघितले तर मला स्वतःलाही आयुष्यात लिखाण करावयाचे होते. नाशिकजवळच एका निसर्गरम्य ठिकाणी माझे छोटे फार्म हाऊस आहे. मी असा विचार केला होता, की आपण सेवानिवृत्ती घेऊ त्या वेळी छानपैकी फार्म हाऊसवर राहायला जाऊ. सकाळी दोन ते तीन तास त्या पंचक्रोशीतील सर्व गोरगरीब रुग्णांची निःशुल्क सेवा करू. मग उरलेला वेळ छान लिखाणकाम करू. असा काहीसा विचार मी माझ्या मनाशी केला होता. परंतु माझ्या एका मनाने माझ्या दुसऱ्या मनाला विचारले, अरे, हे सर्व ठीक आहे हेमंत, पण तू स्वतः रिटायर कधी होणार आहेस? अर्थातच त्या प्रश्नाचे उत्तर माझ्याकडे नव्हते. कारण सतत सकारात्मकतेने काही ना काही काम करत राहणे, तेही न थांबता, हा माझा स्थायीभाव आहे. त्यामुळे सेवानिवृत्त होण्याचा विचार मनात अजिबात नाही.

या पार्श्वभूमीवर सगळ्यात पहिले मला लिहिते करण्यासाठी प्रयत्न केला तो पूर्वाश्रमीचे 'सकाळ' नाशिकचे तत्कालीन संपादक श्री. श्रीमंत माने यांनी. ते सध्या 'लोकमत' नागपूर विभागाचे संपादक आहेत. ते मला बऱ्याचदा म्हणाले, 'डॉक्टर, एक साप्ताहिक कॉलम देतो, वर्षभर लिहा.' परंतु कार्यबाहुल्यामुळे म्हणा किंवा योग जुळून आलेला नव्हता म्हणा, माझ्याकडून लिखाण होऊ शकले नाही. २०२१ मध्ये डॉ. राहुल रनाळकर यांनी सकाळ उत्तर महाराष्ट्र आवृत्तीची सूत्रे हाती घेतली. त्यांची-माझी तीन-चार महिन्यांत पाच ते सहा वेळा भेट झाली, गप्पा झाल्या. त्यातूनच त्यांना माझ्या आतमध्ये असलेल्या सकारात्मकतेची प्रकर्षाने जाणीव झाली. त्यानंतर रनाळकर यांनी मी लिहीते व्हावे, यासाठी पाठपुरावा करायला सुरुवात केली. ही सकारात्मकता सर्वांपर्यंत पोहोचली पाहिजे, ही डॉ. रनाळकर यांची मनापासूनची इच्छा होती. माझा पिच्छा पुरवत पुरवत त्यांनी मला लिहायला भाग पाडले. योगायोग असा आला, की १९ डिसेंबर २०२१ ला बॅडमिंटन खेळताना डोक्यावर मागे उलटा पडलो. जे व्हायला नको तेच घडले. डोक्याला मार बसला. डोक्यात रक्तस्राव झाला. पाच दिवस आमच्या सुयश हॉस्पिटलला भरती झालो. नंतर अर्थातच आली ती सक्तीची विश्रांती. या विश्रांतीच्या दिवसांचा फायदा घेऊन मी लिहिता झालो. पुन्हा कामाला सुरुवात करेपर्यंत ४ जानेवारी २०२२ ला कोविड-१९ ने मला गाठले. त्रास काहीच झाला नाही. परंतु पुन्हा एकदा सक्तीची विश्रांती नशिबी आली. या दरम्यान माझे पहिले पाच लेख तयार झाले, आणि लिखाणाची सुरुवात झाली. म्हणता म्हणता वाचकांच्या सकारात्मक उदंड अशा प्रतिक्रियांमधून अखंड सकारात्मक ऊर्जा मिळून 'पंख सकारात्मकतेचे' लेखमाला कधी संपली हेही कळले नाही. म्हणूनच 'पंख सकारात्मकतेचे' या लेखमालेच्या सकारात्मक प्रतिक्रिया देणाऱ्या सर्व वाचकांचे मनःपूर्वक सस्नेह आभार. या पुस्तकामध्ये सर्व लेख आलेले नाहीत. ते लेख आणि अधिक नवीन लेखन लवकरच नव्या पुस्तकाच्या रूपाने पुन्हा आपल्या भेटीस येईल.

मनःपूर्वक धन्यवाद!

डॉक्टर हेमंत सुशीलाबाई पवनलाल ओस्तवाल
नाशिक

निरोगी, निकोप आयुष्यासाठीची सकारात्मकता

'पंख सकारात्मकतेचे' हे पुस्तक नाशिकचे डॉक्टर हेमंत ओस्तवाल आणि संपादक असलेले डॉक्टर राहुल रनाळकर यांच्या आग्रहास्तव मी हातात घेतले. अतिशय व्यग्र, कार्यमग्न, गडबडीत असतानाही हे पुस्तक तीन दिवसांत मी वाचून संपविले. कामाचा व्याप नसता तर मी सलग एका बैठकीत हे पुस्तक वाचून संपविले असते. आजपावेतो मी विपुल वाचन केलेले आहे. सकारात्मकतेवरदेखील अनेक पुस्तके वाचलेली आहेत. परंतु एवढी पराकोटीची अविश्वसनीय अशी सकारात्मकता मी माझ्या आयुष्यात पहिल्यांदाच अनुभवली. पुस्तक वाचून संपल्यावर सर्वात प्रथम मी डॉ. रनाळकर यांना फोन लावला आणि स्पष्टपणे विचारणा केली की यामध्ये खरे किती? खोटे किती? रनाळकरांनी हसतच विचारले, आपणांस काय वाटते? माझा तर विश्वासच बसत नाही, म्हणूनच तर आपल्याला विचारतो आहे, मीही हसत हसत उत्तर दिले. त्यानंतर रनाळकरांनी मला सांगितले, की होय, या सर्व गोष्टी कपोलकल्पित नसून सर्व गोष्टी शंभर टक्के खऱ्या आहेत. प्रत्यक्षात घडलेल्या आहेत. आता आश्चर्याचे धक्के मला बसण्याची वेळ होती. कारण वाचलेली प्रत्येक गोष्ट अविश्वसनीय पद्धतीने परंतु अत्यंत सकारात्मकतेने सोडवून डोंगराएवढी असलेली अडचणदेखील चुटकीसरशी डॉ. ओस्तवाल यांनी सोडविली आहे. सर्व कथा वाचल्यानंतर कळते की लेखक जरी डॉक्टर असले तरी हे निव्वळ आरोग्यावरचे कथन नाही. तर फार क्वचित कोणाला आयुष्यामध्ये एवढ्या वेगवेगळ्या क्षेत्रातील अनुभव मिळाला असेल. 'सकाळ'मध्ये प्रकाशित झालेल्या या लेखमालेतील प्रत्येक गोष्ट जणू काही त्यांना पुढे जाण्याची मिळालेली संधी असे मानून डॉक्टर त्यातून पुढे निघालेले आहेत. म्हणूनच या सर्व गोष्टी

सर्व वाचकांसाठी अत्यंत बोधप्रद ठरून त्यातून त्यांना जीवनभरासाठी सकारात्मकतेची कुपी यातून मिळेल.

डॉक्टरांच्या लिखाणामध्ये आरोग्यावरील मुद्दे नक्कीच आले आहेत, परंतु डॉक्टरांचा सर्व भर मुळात आपण आजारीच पडू नये आणि पडलो तरी लवकरात लवकर बरे कसे व्हावे यावर आहे. हे फारच क्वचित वेळी अनुभवायला येते. सर्वसाधारणपणे डॉक्टर मंडळी आजाराचे निदान करतात आणि अगदी योग्य छान असे औषधोपचारदेखील रुग्णावर करतात. परंतु माझ्या आयुष्यात तरी मी प्रथमच असा डॉक्टर अनुभवतो आहे, की ज्याने सकारात्मकतेचा आणि आजारपणाचा संबंध व्यवस्थितपणे उलगडून आजारांवर कशी मात करावी, आजारांना कसे आटोक्यात ठेवावे, यावर सखोल विवेचन करून अनेक प्रत्यक्ष घडलेल्या उदाहरणांमधून नुसतेच लिहिले नसून सप्रमाण सिद्धदेखील केले आहे.

माझा स्वतःचा संपूर्ण आयुष्याचा (मग त्यामध्ये माझे व्यक्तिगत आयुष्य आणि व्यावसायिक आयुष्यदेखील आले) अनुभवदेखील हेच सांगत आहेत. मग त्यामध्ये कसाबसारख्यांची केस लढणं असो की अशा अनेक अतिरेक्यांच्या विरुद्धच्या केसेस लढणं असो की आजपर्यंत निरोगी, निकोप राहण्यासाठीदेखील मला सकारात्मकतेचाच फायदा झाला आहे, होतो आहे. किंबहुना आयुष्यामध्ये आज जे काही मी प्रगतीचे शिखर गाठू शकलो, त्याचा मूळ पाया म्हणजे सकारात्मकताच आहे. आज यामध्ये भर पडली ती 'पंख सकारात्मकतेचे' या पुस्तकाची.

डॉ. हेमंत ओस्तवाल सर्वांच्या निरामय आरोग्यासाठी पूर्ण भारतभर 'निरामय आरोग्य' ही अर्ध्या दिवसाची कार्यशाळा घेतात. आतापर्यंत जवळपास ७०० कार्यशाळा झाल्या आहेत. अगदी राष्ट्रपती भवनातही तत्कालीन राष्ट्रपती प्रणव मुखर्जी यांच्या उपस्थितीतदेखील त्यांनी व्याख्यान दिलेले आहे. या निमित्ताने मी डॉक्टरांना भरभरून मनापासून शुभेच्छा देतो. सोबतच नम्र आवाहनही करू इच्छितो, की त्यांनी घेतलेला हा आरोग्याशी निगडित असलेला सकारात्मकतेचा वसा अजून जोमाने, उत्साहाने पुढे न्यावा, याच मनःपूर्वक शुभेच्छा!!

ॲड. उज्ज्वल निकम
विशेष सरकारी वकील

अंगावर रोमांच उभी करणारी सकारात्मकता

प्रगत आणि सुंदर नाशिक शहराचा पोलीस आयुक्त म्हणून काम करण्याचा योग सुदैवाने मला आला. नाशिक खऱ्या अर्थाने यंत्र आणि मंत्रभूमी आहे. भारतामधील एक निसर्गरम्य संस्कृती, कला, क्रीडा, कृषी क्षेत्रातील वैविध्य जपणारे हे टुमदार शहर. नाशिकचे हवामान बाराही महिने आल्हाददायक असते. इथला पाऊसदेखील भलताच रोमँटिक! शहराच्या पश्चिमेला दहा पंधरा किलोमीटर गेलो की तोच प्रेमळ वाटणारा वारा घोंगावायला लागतो आणि पाऊस खट्याळ आणि वादळी होत जातो. उन्हाळ्याच्या दिवसांत उकाडा इकडे फिरकतही नाही. इथं सगळं कसं गारगार असतं. नाशिक हिल स्टेशनसारखं थंड हवेचं ठिकाण म्हणून नावारूपाला येऊ लागलं आहे. हिवाळ्यातील थंडी तर गुलाबीच, ना चावरी, बोचरी. इथं गोधडीत येणारी गाढ झोप सगळा ताणतणाव, थकवा पिटाळून लावते. निसर्गाने या शहराला मुक्त हस्ते सगळं काही भरभरून दिलं आहे.

द्राक्षापासून बनविली जाणारी वाईन, नानाविध प्रकारचा भाजीपाला, फळे नाशिकमधून संपूर्ण जगामध्ये जात असतात. कांद्यासाठी नाशिकचा लौकिक सर्वत्र आहे. आणि हो, या सर्वांहूनही महत्त्वाचे म्हणजे नाशिकची माणसे! खूपच प्रेमळ, लाघवी, मनापासून आपलंसं करणारी, न विसरणारी, अभ्यागतांना परकेपण जाणवू न देणारी, नातं जपणारी, पटकन घट्ट मैत्रीत पाडणारी आणि पडणारी!

इथल्या निरोगी वातावरणामुळे ऐन कोविड काळातही शहराचा पोलीस आयुक्त म्हणून काम करत असताना मला स्वतःला किंवा माझ्या कुटुंबीयांना क्वचितच आरोग्य सेवेची गरज पडली. परंतु आमच्या पोलीस विभागातील कर्मचारी आणि त्यांच्या

कुटुंबीयांसाठी जवळपास रोजच नाशिकमधील प्रख्यात असे टर्शरी केअर सेंटर असलेल्या 'सुयश हॉस्पिटल' शी संपर्क यायचा. सुयश हॉस्पिटल आमच्या पोलीस कर्मचाऱ्यांची नेहमीच सकारात्मक रीतीने काळजी घेते. निःस्पृहपणे, अखंडित पोलीस दलाची सेवा करते. हे आपलेच हॉस्पिटल आहे, अशी आमच्या कर्मचाऱ्यांची भावना आहे. ह्या दरम्यान सुयश हॉस्पिटलचे व्यवस्थापकीय संचालक डॉक्टर हेमंत ओस्तवाल यांच्याशीदेखील वारंवार संबंध येत गेला. स्नेह जडला. त्यांच्याशी झालेल्या संवादातून आरोग्य आणि सकारात्मकता यांचा संबंध चांगलाच उलगडत गेला. डॉक्टर हेमंत फक्त आमच्या पोलीस दलातील पेशंटच्या बाबतीतच सकारात्मक होते, असे नव्हे, तर सुयश हॉस्पिटल चालविताना डॉक्टर आणि त्यांचा चमू व्रतस्थपणे कार्यरत असतो. रात्रंदिन आम्हा युद्धाचा प्रसंग, या उक्तीप्रमाणे आपल्या पेशंटसाठी ते सर्व यमदेवाशी सामना करायला सुसज्ज असतात.

व्यक्तिशः डॉक्टर हेमंत ओस्तवाल आणि सुयश हॉस्पिटलची टीम Prevention is better than cure ह्या इंग्रजीमधील वाक्प्रचारानुसार काम करत असतात. प्रिव्हेन्शनसाठी वेगवेगळे प्रयोग राबवित असतात. याच विषयासाठी डॉक्टर हेमंत ओस्तवाल हे स्वतः निव्वळ नाशिक, नाशिक जिल्हा, महाराष्ट्रच नव्हे, तर संपूर्ण भारतभर 'निरामय आरोग्य' या विषयावर आपण आजारी पडूच नये आणि पडलो तर लवकरात लवकर बरे कसे व्हावे, यासाठी कार्यशाळा घेत असतात. संपूर्ण भारतभर त्यांच्या जवळपास ७०० कार्यशाळा झालेल्या आहेत. सुयश हॉस्पिटलमध्ये याचसाठी आनंदी राहण्याची कला अर्थातच योग, प्राणायाम, ध्यानधारणा इत्यादी शिकण्यासाठी संपूर्णपणे निःशुल्क अशी स्वतःला ओळखा (Know Thy Self) अशी दर महिन्याला एक बॅचदेखील घेतली जाते. ज्यामधून अनेक रुग्णांच्या शस्त्रक्रियादेखील टळतात. ब्लड प्रेशर, डायबिटीस, हृदयविकार, कंट्रोलमध्ये ठेवण्यासाठी अवघड जाणारे आजारदेखील कंट्रोलमध्ये येतात.

ही सकारात्मकता डॉक्टर हेमंत ओस्तवाल यांनी 'पंख सकारात्मकतेचे' या लेखमालेतून 'सकाळ' वृत्तपत्राच्या माध्यमातून मांडली. आता त्याचे पुस्तकरूप वाचकांसाठी अत्यंत उपयुक्त ठरणार आहे. या सर्व घटना त्यांच्या स्व-आयुष्यामध्ये खरोखर घडलेल्या आहेत. प्रत्येक कथा वाचताना आपल्या अंगावर रोमांच उभे राहतात. एवढी कमालीची सकारात्मकता कशी असू शकते, असा प्रश्न पडतो. आज डॉक्टरांचे वय साठीच्या घरात आहे आणि यातली पहिली कथा वयाच्या अकराव्या वर्षी घडलेली आहे. तेथपासून तर संपूर्ण शिक्षण, त्यात वैद्यकीय शिक्षणदेखील आले आणि मग तब्बल ३७ वर्षांची त्यांची प्रॅक्टिस. या दरम्यानची त्यांची अतिशय प्रतिकूल

परिस्थितीतील संघर्षाची आणि त्या संघर्षात फक्त आणि फक्त रचनात्मकता आणि सकारात्मकतेने त्यांनी केलेली यशस्वी मात. ही वाटचाल अत्यंत सोप्या, सरळ, काळजाला भिडेल, त्यातील सकारात्मक संदेश प्रत्येक वाचकाच्या मनाच्या गाभाऱ्यामध्ये पोहोचेल अशा पद्धतीने, ओघवत्या शैलीमध्ये लिहिली आहे. आज समाजामध्ये जिकडे पाहावे तिकडे ताणतणाव वाढताना दिसत आहेत. नकारात्मकता वाढते आहे. अर्थातच त्यामुळे आजारपणांच्या संख्येमध्येही नको असलेली भरघोस वाढही दिसून येते आहे. या सर्वांवर मात करण्यासाठी 'पंख सकारात्मकतेचे' हे पुस्तक आपणा सर्वांना नक्कीच खूप बळ देईल, आधार देईल, विश्वास देईल आणि आपल्यामधील सकारात्मकतादेखील जागृत करेल.

या निमित्ताने मी डॉक्टर हेमंत ओस्तवाल यांचे मनापासून अभिनंदन करतो. त्यांना मनापासून विनंती करतो की, त्यांनी घेतलेला सकारात्मकतेचा वसा हा असाच पुढे सुरू ठेवावा. समाजोपयोगी सकारात्मकता ही सर्वांमध्ये आणण्यासाठी नेहमीप्रमाणेच प्रयत्नशील राहावे. फक्त पहिल्या पुस्तकावर न थांबता आपले लेखनकार्यदेखील असेच चालू ठेवावे. 'निरामय आरोग्य' ही कार्यशाळा त्यांनी आता फक्त भारतापुरती मर्यादित न ठेवता जागतिक स्तरावर न्यावी ही त्यांना विनंती आणि त्याचसाठी शुभेच्छादेखील.

या निमित्ताने मी आपणा सर्व वाचकांना निरोगी निरामय आयुष्यासाठी शुभेच्छा देतो.

जयहिंद!!!

सदैव आपलाच

विश्वास नांगरे पाटील, आयपीएस
एडीजी, अँटी करप्शन ब्युरो
महाराष्ट्र

सकारात्मकतेची शिकवण

पंधरा दिवसांपूर्वी माझे मित्र डॉ. हेमंत ओस्तवाल यांनी त्यांच्या 'पंख सकारात्मकतेचे' या पुस्तकाचे प्रास्ताविक लिहिण्याची मला विनंती केली. गेल्या वर्षभरामध्ये दैनिक 'सकाळ'च्या रविवारच्या अंकामध्ये त्यांनी क्रमशः लिहिलेल्या लेखमालेची ही पुस्तकरूपातील आवृत्ती 'सकाळ प्रकाशन' प्रकाशित करणार आहे. ही लेखमाला चालू असताना त्यातील अनेक लेख माझ्या वाचनात आलेच होते. त्यातील 'सकारात्मकतेची' अनेक उदाहरणे कायम स्मरणात राहतील अशीच होती.

४५ वर्षं अस्थिरोगतज्ज्ञ म्हणून काम करताना पाहिलेल्या कामाचे बरेच अनुभव माझ्याजवळ होते. अपघातामध्ये अनेक अस्थिभंग (फ्रॅक्चर) झालेले अनेक रुग्ण केवळ सकारात्मकतेमुळे वैद्यकीयशास्त्राच्या अपेक्षेपेक्षाही अतिशय लवकर पूर्णपणे बरे झालेले मी पाहिलेले आहे. त्यामुळे डॉ. हेमंत ओस्तवाल यांच्या लेखांचा हा विषय मला अतिशय भावला. हे पुस्तक वाचताना डॉक्टरांना त्यांच्या आई-वडिलांकडून 'गुणसूत्रांद्वारेच' सकारात्मकता परमेश्वराने दिली आहे, हे लक्षात येते. त्याचा स्वतःपुरता उपयोग न करता आपल्या कुटुंबाशिवाय अनेक मित्रपरिवार आणि त्यांचे कुटुंबीय, अनेक सहकारी डॉक्टर्स आणि असंख्य रुग्ण यांच्या भल्याकरिता डॉक्टरांनी केला आहे. अनेकांना शारीरिक, मानसिक, आर्थिक आणि कौटुंबिक गंभीर समस्यांमधून बाहेर पडण्याचा सुयोग्य मार्ग या सकारात्मकतेमुळे डॉक्टरांनी शोधून दिला आहे. काहींना तर आत्महत्येसारख्या गंभीर परिस्थितीतून बाहेर काढून यशस्वी आणि आनंदी जीवनाची वाट दाखविली आहे. स्वतःवर आलेल्या हृदयविकाराच्या त्रासावरतीदेखील त्यांनी लीलया मात केली आहे. एक यशस्वी डॉक्टर आणि नाशिकमधील प्रथितयश

अशा सुयश हॉस्पिटलचे संचालक म्हणून डॉक्टर परिचित आहेतच. पण समाजाकरिता ही 'सकारात्मकतेची शिकवण' आजकालच्या ताणतणावाच्या जीवनामध्ये खूप महत्त्वाची आणि आवश्यक आहे. त्यांच्याकडे पाहिल्यानंतर आणि भेटीअंती एक वाक्य ते खरोखरच जगताहेत याची जाणीव होते.

'You make your living by what you earn and you make your life by what you give' म्हणजे, तुम्ही जे काम करून मिळवता त्यामधून तुमचा उदरनिर्वाह होतो; पण तुम्ही समाजाला जे परत देता त्यातच तुमच्या जीवनाची इतिकृत्यता होते. 'पंख सकारात्मकतेचे' हे या पुस्तकाचे नाव डॉक्टरांनी अतिशय सार्थ ठेवले आहे. माझी अशी खात्री आहे, की या पुस्तकाच्या वाचनाने अनेकांना 'सकारात्मकतेचे पंख' मिळून त्यांच्या आयुष्यामध्ये ते यशस्वी भरारी घेतील. या मनोगताच्या शेवटी, हे असे लेखन पुढे चालू ठेवण्यासाठी मी डॉक्टरांना विनंती करतो. तसेच त्यांच्या भावी लेखनासाठी आणि आरोग्यमय जीवनासाठी शुभेच्छा देतो.

डॉ. विजय रा. काकतकर,
अस्थिरोगतज्ज्ञ, नाशिक

अनुभूती शब्दातीत...

सकाळ पारखीने हेरला हेमंत हिरा!!
अंतरंगी दडला होता, ज्ञान अनुभवाचा झरा!!
विचारांचा झाला शब्दप्रवाह
दोन महिन्यांचा हेमंत ऋतु राहिला बारा महिने
लेख मालिकेने गुंफली २८ मोत्यांची माळ
जाहला समाज जागृतीचा निरंतर प्रवाह 'पंख सकारात्मकतेचे'.

फांदीवर बसलेल्या पक्ष्याला फांदी तुटण्याची भीती नसते. कारण त्याला त्या फांदीवर विश्वास नसून आपल्या पंखावर विश्वास असतो. सकारात्मक बळावर विश्वास असतो. हेमंत नावाची मानवी जीवननौका लहानपणापासूनच हेलकावत होती. प्रतिकूल परिस्थितीत तरीही संथपणे मार्गस्थ होत होती. सोबतच संस्काराचे पैलू पडत होते. अनुभव, विचारधारा शब्दांकित होत होते, ते लेखमालेच्या निमित्ताने...

हेमंत हे अपवादात्मक मिश्रण आहे, हवंतर कॉकटेल म्हणा. ज्यात वैद्यकीय व्यवसाय करत असताना आलेले अनुभव, सकारात्मकता, कुशल प्रशासन, समरसता, संवेदनशीलता, संयम, सहकार्य भावना, समुपदेशन, समय सूचकता, परिस्थितीप्रमाणे निर्णयक्षमता, आरोग्याविषयी जागरूकता, केवळ स्वत:विषयी नाही, तर इतरांविषयीही दिसते. या नौकेला अनेक सुकाणूंचा हातभार लागला. दोन विशेष महत्त्वाचे सुकाणू आहेत, पवन सर (भाईजी, वडील) व सुशीलाबाई (आई).

पवन सर राजा ते रंक (पण संस्कृतीसमृद्ध) असे अल्पवयीन आयुष्य लाभलेले एक

स्वतंत्र संस्कार विद्यापीठ. पिंपळगाव वाखारी ते चांदवड (महाराष्ट्र) असा त्यांचा प्रवास. जिद्द, शिस्त, शिक्षण, समाजसेवेची जाणीव, समृद्धीने नटलेले जीवन व परिस्थितीने लाभलेले दारिद्र्य. वयाच्या बाराव्या वर्षी हरवलेले पितृछत्र. अनुभवलेल्या वेदना. पण याही परिस्थितीत फिनिक्स पक्ष्याप्रमाणे घेतलेली भरारी. शिक्षणाची असलेली प्रचंड आस त्यामुळे एसएससीची परीक्षा फी भरण्यासाठी कमी असलेले एक रुपया तेरा पैसे मिळवण्यासाठी बस स्टँडवर हमाली केली. शिक्षणाचा प्रवास पुढे चालू ठेवून हिंदी या विषयात 'पारंगत' पदवी प्राप्त केली. आग्रा बीएड समकक्षचा अभ्यासक्रम पूर्ण केला. चांदवड येथे शिक्षक व प्रशासकाची भूमिका पार पाडली. आर्थिक तरतूद नसली तरी 'विचार संस्कारांची समृद्धी' यातून अनेकांचे आयुष्य घडविणारे पवन सर.

संस्कार विद्यापीठ. अर्थात त्यांना समर्थपणे सात्त्विकतेने साथ देणाऱ्या कर्तव्यदक्ष बाई सुशीलाबाई यांना मानाचा मुजरा. प्रतिकूल परिस्थितीत अनुकूलता निर्माण करणारा हा ओस्तवाल परिवार. सुयश हॉस्पिटल ज्याच्या नावातच यशाचे सुकाणू आहे. जे डॉक्टर हेमंत यांचे स्वप्न होते, स्थापनेपासून संचालक, सहकारी यांच्या सहकार्याने समाजाभिमुख व नावलौकिक मिळविण्यात डॉक्टर हेमंत यांचा महत्त्वाचा वाटा आहे. सकाळमधील लेखमालेतून प्रसिद्ध झालेले लेख व त्यातील घटना अंतर्मुख होण्यास भाग पाडतात. माथेरान ते नाशिक प्रवास. अमावस्येची पावसाळी रात्र, सोबतचा सहकारी मित्र विव्हळत असताना गाडीचा टायर पंक्चर होणे, अशाही परिस्थितीत संयम, समयसूचकता, निर्णयक्षमता यातून डॉ. हेमंत यांच्या सकारात्मक वृत्तीची कल्पना येते.

सकारात्मक समुपदेशनात त्यांचा हात कोणी धरू शकत नाही. लग्नाच्या वयात आलेल्या मुलीला कळाले की शारीरिक व्याधीमुळे ती आई होऊ शकणार नाही. किती बाका प्रसंग ओढावला होता मुलगी व पालकांसाठी. समयसूचकता, सकारात्मक समुपदेशन यामुळे मार्ग निघाला. दोन मुलांच्या बापाशी (विधूर) लग्न करून ती संसारी पत्नी व दोन मुलांची संस्कारी आई झाली. यापेक्षा सकारात्मकता ती आणखी काय असते? डॉ. हेमंत यांची आरोग्य विषयाची जागरूकताही तेवढी प्रेरणा देणारी. स्वतःच्या परिवारात अल्पायुष्य व हृदयविकाराची परंपरा. न डगमगता सकारात्मकतेने वेळोवेळी आरोग्य तपासणी करणे, सगळे रिपोर्ट्स नॉर्मल असणे, तरीसुद्धा खरे तर जिला आपण तक्रार म्हणूच शकत नाही, किरकोळ वाटणारी तक्रार, तज्ज्ञांचे मत नसताना स्वतः ॲन्जिओग्राफी व अँजिओप्लास्टी करून घेतली. अंतरीची ही जाणीव निश्चितपणाने अभिनंदनास पात्र आहे. डॉ. हेमंत सरांनी अचानक माझ्या पुढ्यात १९७ पानांचा दस्तऐवज ठेवला. अधिकार व आग्रहाने पण विनंतीपूर्वक गळ घातली ती मनोगतासाठी. माझी क्षमता जाणून मी नकार दिला खरा, पण विनंती स्वीकारावी लागली. शेवटी

हेमंतच ते. प्रथमदर्शनी सरळ सोपे वाटणारे काम किती कठीण व माझ्या आवाक्याबाहेर आहे, हे कळाले. 'पंख सकारात्मकतेचे'ला न्याय देण्याचा प्रयत्न मी केला. आदरपूर्वक ऋणात राहून लेखक डॉ. हेमंत यांना धन्यवाद देतो.

डॉ. विजय श्रीकांत घाडगे
एमडी (मेडिसिन) फिजिशियन, किडनीविकार
डिप्लोमा योगशिक्षक, योगसाधना - निरामय जीवनासाठी

अनुक्रमणिका

डॉक्टर, माझं अभिनंदन करा!

एक अत्यंत महत्त्वाचा सर्वांसाठी प्रेरणादायी ठरणारा प्रसंग. आयुष्यातील सर्वांत मोठ्या नकारात्मक क्षणांना सकारात्मकतेने सामोरे कसे जायचे आणि स्वतःचा जीव भल्या मोठ्या आजारातून कसा वाचविता येऊ शकतो तेही कुठल्याही स्वरूपाचे डॅमेज नुकसान न होता हे सांगणारा. जणू काही असा भला मोठा आजार आपल्या आयुष्यात आलाच नव्हता आणि पुढचे बोनस आयुष्य एकेक क्षण आनंदात, आपल्याच मस्तीत, सर्वांचे भले करीत, त्यात आनंद मानत आपल्याच धुंदीत कसे जगायचे हे आज माझ्या स्वतःच्या अनुभवातून समजावून देताना आपल्याही सर्वांच्या जीवनामध्ये असाच सकारात्मक बदल व्हावा हीच मनापासूनची सकारात्मक इच्छा.

३० मे १९८६, वेळ सकाळची, अंदाजे साडेपाचची. माझे वडील म्हणजेच आमचे भाऊसा चांदवड येथील प्रसिद्ध संस्था श्री नेमिनाथ जैन ब्रह्मचर्याश्रमाचे सर्वार्थाने व्यवस्थापक आणि श्री नेमिनाथ जैन हायस्कूल, चांदवड या संस्थेतील शिक्षक (स्व.) पवनलालजी ओस्तवाल अर्थातच तुमचे-आमचे सर्वांचे आवडते पवन सर. सकाळी साडेपाचला उठून त्यांच्या नित्यनेमानुसार त्यांनी प्रातःविधींना सुरुवात केली. शौचाला जाऊन आले. अंदाजे पाच पस्तीस-चाळीस झाले असतील. घरी आई, लहान भाऊ, माझा आतेभाऊ प्रकाश, लहान बहीण ज्योती असे होते. माझ्यापेक्षा लहान असलेल्या कल्पनाचे लग्न मागच्या वर्षीच म्हणजे २३ जून १९८५ ला झालेले होते. मी स्वतः पुण्याला माझे वैद्यकीय शिक्षण पूर्ण करून चिंचवड येथील प्रसिद्ध लोकमान्य हॉस्पिटलमध्ये सीनिअर मेडिकल ऑफिसर म्हणून २४×७×३६५ कार्यरत होतो. त्या

दिवशी सकाळी फक्त बाई आणि भाऊसा दोघेच उठलेले होते. भाऊसा लघवीला जाऊन परत आले आणि पलंगावर तक्क्याला पाठ लावून बसले होते. चांदवडला आमच्या घरामध्ये दोन गायीदेखील होत्या. बाई गायीकडे म्हणजे अगदी बाजूलाच असलेल्या मागच्या रूममध्ये गेली होती आणि ***तेथेच बाईला भाऊसांची एक उचकी ऐकायला आली. एवढ्या सकाळी कशी काय उचकी लागली म्हणून बाई त्वरित भाऊसांपाशी आली, मात्र तेवढ्या पाच-दहा सेकंदांतच भाऊसा गतप्राण झालेले होते.***

संजय, प्रकाश, ज्योती या सर्वांच्या मदतीने आणि शेजाऱ्यांच्या मदतीने बाईने खूप प्रयत्न केले. पाच मिनिटांच्या आत आमचे डॉक्टरदेखील घरी आले. भाऊसांना नाशिकला नेण्याकरिता गाडीदेखील ताबडतोब मिळाली; परंतु काहीही उपयोग नव्हता. डॉक्टरांनी आल्यानंतर भाऊसांना मृत घोषित केले. हृदयविकाराच्या धक्क्याने भाऊसांचा मृत्यू ओढवला होता, असे डॉक्टरांनी निदान केले. भाऊसांचा मृत्यू क्षणार्धात झाला होता. ज्याला इंग्रजीमध्ये आपण फ्रॅक्शन ऑफ सेकंद असे म्हणतो. वय वर्षे फक्त ४६ चालू. ही गोष्ट येथेच थांबत नाही, त्याच्या अगदी दोनच वर्षांनंतर जून महिन्यामध्येच १९८८ मध्ये पाच तारखेला माझे मोठे चुलते पूनमचंद ओस्तवाल यांचा अगदी तशाच पद्धतीने पहाटेच्याच वेळी हृदयविकाराने मृत्यू झाला. इथेही गोष्ट संपलेली नाही. याच्यानंतर अजून काही वर्षांनी माझे मोठे चुलते (स्व.) शंकरलाल ओस्तवाल यांचादेखील मृत्यू अगदी याच पद्धतीने पहाटेच्या वेळीच झाला. म्हणजेच तिघेही सख्खे भाऊ अल्पवयामध्ये हृदयविकाराच्या धक्क्याने मृत्यू पावले होते. त्यांनी कुठल्याही प्रकारच्या उपचारांची संधीच दिली नाही. काहीही कळायच्या आत तिघेही भाऊ मृत्युमुखी पडलेले होते आणि त्यामुळेच आमच्या पुढच्या पिढीलादेखील हृदयविकाराचा झटका येण्याची फार मोठी शक्यता होती, आहे आणि म्हणूनच मी आधीपासूनच सावध आहे, होतो. अर्थातच नुसताच म्हणायला सावध नव्हतो तर सर्वार्थाने मी स्वतःवर लक्ष ठेवून होतो. काळजी घेत होतो; परंतु त्या काळजी घेण्याच्या चिंतेने काळजीग्रस्त न होता, अत्यंत सकारात्मकतेने आजतागायतचे माझे आयुष्य मी अत्यंत आनंदाने, समाधानाने जगत आलो.

याचा अर्थ असा नव्हे की माझ्या आयुष्यात सर्व काही सुरळीत, व्यवस्थित आहे, ऑल वेल आहे. खरे म्हटले तर जशी आपण शाळा-कॉलेजमध्ये अडथळ्यांची शर्यत बघतो, शर्यतीमध्ये भाग घेतो, त्यापेक्षाही आयुष्यातील खऱ्याखुऱ्या अनेक जीवघेण्या अशा संकटांची मालिकाच माझ्या आयुष्यात सुरू आहे. जी अजूनही थांबलेली नाही. अडचण, अडथळा एखादाच

कुठलातरी येत असेल तर वेगळी गोष्ट. येथे मात्र सर्वच बाजूंनी नेहमीच संकटांची, अडथळ्यांची मालिका सुरू आहे, असते. पण याच अडथळ्यांच्या शर्यतीने सकारात्मकतेने जगायचे कसे, याचे मला प्रत्येक वेळेला फार मोठे प्रात्यक्षिक, धडे दिले आणि प्रत्येक अडथळ्याचे मी संधीत रूपांतर करायला शिकलो. त्यामुळेच आयुष्यात प्रगतीची दारे उघडली. नवनवीन संधी उपलब्ध होत गेल्या. माझे भाऊसा म्हणजे वडील वारल्यानंतर मी नाशिकमध्ये १९८६ मध्ये जेव्हा आलो तेव्हा अंगावर एक ड्रेस आणि डोक्यावर ६५ हजारांचे कर्ज घेऊन आलो होतो. आणि मी आज आयुष्यामधील प्रगतीचे शिखर गाठलेले आहे.

सांगण्यासारखे, लिहिण्यासारखे खूप काही आहे; परंतु आज मी सकारात्मकतेचा धडा आपल्या स्वतःच्या जिवासाठी, स्वतःचा जीव वाचविण्यासाठी किती महत्त्वाचा असू शकतो हे स्वतःबाबत घडलेल्या घटनेतून समजावून सांगण्याचा प्रयत्न करतो आहे. याचा स्पष्ट सकारात्मक उद्देश आहे, तो म्हणजे, ज्या वेदना मला व माझ्या परिवाराला भाऊसा गेल्यानंतर भोगायला लागल्या, ज्या परिस्थितीशी परिवाराला सामना करायला लागला, जिथे एक वेळच्या जेवणाची भ्रांत होती. सुदैवाने आमची बाई म्हणजे आई अत्यंत सकारात्मक असल्याने आमचा संपूर्ण परिवार नाशिकला स्थिरावला. प्रगतीच्या वाटेवर चालून यशाची फळे मोठ्या आनंदाने, समाधानाने चाखतो आहे. कोणाच्याही घरी अकाली मृत्यू होऊ नये म्हणून हे उदाहरण मी आज येथे देतो आहे आणि याचसाठी निव्वळ नाशिक, महाराष्ट्रात नव्हे तर संपूर्ण भारतभर मी आरोग्याबाबत जनजागृती करण्यासाठी सर्वसामान्यांमध्ये आरोग्यविषयक सकारात्मकता येण्यासाठी अर्ध्या दिवसाची कार्यशाळा 'निरामय आरोग्य' या नावाने घेत आहे. आजपर्यंत संपूर्ण भारतभरात मी अर्ध्या दिवसाच्या ६७५ आरोग्यशाळा घेतलेल्या आहेत. आणि तोच प्रयत्न मी गेले वर्षभर लेखनातून करतो आहे.

माझ्या घरात हृदयविकार जणू आनुवंशिकच आहे. पुढच्या पिढीमध्ये तोच आजार अंदाजे जवळपास दहा वर्षे अगोदर येत असतो. म्हणजे वडिलांना ४६ व्या वर्षी हृदयविकाराचा झटका आला, तर मला आणि माझ्या भावाला तो झटका दहा वर्षे अगोदर जाणवू शकतो, असे विज्ञान सांगते. अर्थातच डॉक्टर असल्याने मला या सर्व गोष्टींची कल्पना होतीच. तशी ही कल्पना वैद्यकीय विज्ञान जाणणाऱ्या सगळ्यांनाच असते; परंतु ही माहिती क्वचितच कोणी सकारात्मकतेने स्वीकारत असतो आणि म्हणूनच मी वयाच्या ३२ व्या वर्षापासूनच सर्वांगीण आरोग्य तपासणी करून घेणे चालू केले. चाळिसाव्या वर्षांपर्यंत मी एकदा मी संपूर्ण तपासणी करीत असे, चाळिशीनंतर

मात्र दर सहा महिन्यांनी मी सर्वांगीण आरोग्य तपासणी करून घेत आलो आहे आणि आजही करतो आहे. ***ही आरोग्य तपासणी काही आजार निघू नये म्हणून करीत नव्हतो तर सुदैवाने – होय मी सुदैवाने हाच शब्द जाणूनबुजून वापरला आहे – काही निघालेच तर त्यामुळे होणाऱ्या कुठल्याही व्याधी गुंतगुंतीमध्ये न सापडता मी वेळीच योग्य ते औषधोपचार, जीवनामध्ये योग्य तो बदल करून मी त्यापासून स्वतःला वाचवेन*** याच हेतूने मी ही आरोग्य तपासणी करीत होतो. माझ्या आरोग्यावरील कार्यशाळेमध्ये हा एक फार मोठा प्रश्न नेहमी येत असतो. 'अहो, कशाला त्या आरोग्य तपासण्या करावयाच्या आणि त्यात काही निघाले म्हणजे? 'मला खरेतर अशा वेळेला रडावे की हसावे' हेच कळत नाही. मी अशा वेळी स्वतःला भाग्यवान समजतो. त्यात काही निघाले तर, कारण ज्या वेळेला आपल्या रक्तातील कोलेस्टेरॉल वाढते, आपला रक्तदाब वाढतो, आपल्या रक्तातील शर्करा वाढते. अशा कित्येक वेळी आपल्याला काहीही त्रास नसतो. कुठलीही चिन्हे नसतात. ना तर आपल्याला कुठला एसएमएस, व्हॉट्सॲप, इन्स्टाग्राम, मेल, कुरिअर अशा कुठल्याही पद्धतीने निरोप मिळत नसतो. मग आपल्याला समजणार कसे आणि म्हणूनच कित्येक वेळा समजायला फार उशीर होत असतो. म्हणजे किती तरी हॉस्पिटलमध्ये आयसीयूमध्ये अत्यवस्थ स्थितीमध्ये ॲडमिट केल्यानंतर आणि काही वेळा मात्र ही संधीही मिळत नाही. माणूस वरती चिरविश्रांती घेण्यासाठी पोहोचलेला असतो. त्याऐवजी आपल्याला जर वेळीच सूचना मिळाली, माहिती मिळाली, तर आपण वेळीच सावध होऊन आपल्या स्वतःची काळजी नक्कीच घेऊ शकतो. याचे अगदी छोटेसे उदाहरण देतो. हल्ली आपले रस्ते खूपच सुधारले आहेत, सुधारत आहेत आणि आपली वाहनेही खूपच सुधारली आहेत, त्यामुळे वाहनांचा वेगही प्रचंड वाढला आहे. आता तर आपल्याला अधिकृतरीत्या ताशी १२० किलोमीटरच्या स्पीडने महाराष्ट्रामध्ये समृद्धी महामार्गावरती वाहने पळविता येणार आहेत. अशा गतीने आपण वाहन पळवत असताना कुठलीही सूचना न मिळता एखाद्या वळणानंतर अचानक पूल कामासाठी बंद केलेला आहे आणि रस्ता डायव्हर्ट केलेला आहे, जो की खराब आहे. पुलावरून जाणे शक्य नाही, कारण पूल तोडलेला आहे. तर तुमच्या ११०-१२० च्या स्पीडमुळे तुम्ही वळण रस्त्याला गाडी वळवू शकला नाहीत तर काय होईल? अर्थातच भयानक मोठा अपघात होईल आणि मृत्युमुखी पडण्याची शक्यता खूप जास्त बळावेल. ***अगदी तसाच काहीसा प्रकार वेळोवेळी आरोग्य तपासण्या नाही केल्या तर होऊ शकतो. त्याऐवजी आपण स्वतः सजग असलो, या तपासण्या करून घेत असलो, आपल्याला ज्याप्रमाणे महामार्गांवर सूचनाफलक जीव वाचविण्याचे अत्यंत महत्त्वाचे कार्य करीत***

असतात. त्याच प्रकारे आरोग्य तपासण्यांमधील निष्कर्ष नक्कीच आपले जीव वाचविण्यामध्ये मोलाचा वाटा उचलत असतात आणि याचसाठी म्हणून मी वयाच्या ३२ पासून तर आजतागायत आणि अर्थातच पुढेही आरोग्य तपासण्या करीत आलो आणि करीत राहणार आहे.

आरोग्य तपासण्या वेळोवेळी करत राहणे हा नक्कीच आजारी पडण्यापासून, स्वतःला वाचविण्यासाठीचा एक महत्त्वाचा भाग आहे; परंतु यापेक्षाही काही गोष्टी अत्यंत महत्त्वाच्या आहेत. त्याबद्दलचा ऊहापोहही आपण करणार आहोत.

ही घटना आहे २०२० मधील. २७ फेब्रुवारी २०२० ला माझ्या सर्वांगीण आरोग्य तपासणीचा भाग म्हणून स्ट्रेस थॅलियम नावाची टेस्ट मुंबईहून करून घ्यावयाची ठरविली आणि सोबतच माझ्यासारखीच रिस्क माझ्या लहान भावालाही असल्याने संजयचीही माझ्याबरोबरच टेस्ट करावयाची ठरविली. अर्थातच मुंबईची तपासणी करण्याअगोदर आमच्या सुयश हॉस्पिटलमध्ये स्वतःची संपूर्ण सखोल आरोग्य तपासणी करून घेतली होती आणि मग लहान बंधू संजयसह मुंबईला जाऊन स्ट्रेस थॅलियम टेस्टही करून घेतली. निष्कर्ष अगदी छान आला. माझ्या संपूर्ण तपासण्या नॉर्मल होत्या. अत्यंत चांगल्या होत्या. त्याचदरम्यान संपूर्ण जगामध्ये कोविड-१९ धुमाकूळ घालायला सुरुवात केली होती आणि २४ मार्च २०२० पासून संपूर्ण भारतात लॉकडाउन लागला. सर्व जनजीवन ठप्प झाले होते. सर्वत्र खूपच काम कमी होते. कदाचित स्वतंत्र भारतात या प्रकारची ती पहिलीच वेळ होती की एवढे जास्त दिवस संपूर्ण लॉकडाउन लागलेला होता. आमच्याकडे सुयश हॉस्पिटललाही काम कमीच होते. सकाळी व्यायामासाठी देखील सर्व काही बंद होते. त्या वेळी कधी रनिंग, कधी बॅडमिंटन, कधी वॉक, तर कधी एकत्र अशा व्यायामाच्या माझ्या वेगवेगळ्या कृती चालू होत्या. बॅडमिंटन मात्र बंद पडले होते. खरंतर सगळेच बंद होते. ***परंतु डॉक्टर असल्याचा असाही फायदा झाला, की वॉकला, रनिंगला मला कोणीही अडवत नव्हते. कित्येक वेळा सरकारी उच्चपदस्थ अधिकारीदेखील त्यांच्या पाहणीनिमित्ताने माझ्या सकाळच्या मॉर्निंग वॉकमध्ये सामील होत असत.*** त्या काळी सकाळचा मॉर्निंग अगदी सहज दहा-बारा किलोमीटरहून जास्तीचा होत असे आणि त्या वेळी हवेतील प्रदूषण कमी झाले होते.

जरीही मी स्वतः डॉक्टर असलो आणि आमचे स्वतःचे उत्तर महाराष्ट्रातील एक मोठे सुयश हॉस्पिटल नावाचे हॉस्पिटल असले तरीही १९९३ पासून माझ्या संपूर्ण परिवाराचा आरोग्यविमा मी काढीत आलो आहे आणि त्या विम्याच्या रकमेबाबत त्या वेळपर्यंत मी एक रुपयाचादेखील क्लेम केलेला नव्हता. त्या वेळी माझा फॅमिली फ्लोटर विमा

दहा लाखांचा होता, तो मी पंधरा लाखांपर्यंत वाढवायचा ठरविले होते. विमा अधिकाऱ्यांना सांगितल्यानंतर त्यांनी सांगितले, की तुम्हाला आम्ही सांगतो तेवढ्या सखोल आरोग्य तपासण्या करून रिपोर्ट सादर करायला लागतील. मी आधीही मनापासून या आरोग्य तपासण्या करून घ्यायचोच हे अजून एक निमित्त झाले होते आणि मी ३० जून २०२० ला सर्वांगीण सखोल आरोग्य तपासणी करून घेतली, अर्थातच सर्व तपासण्यांचे निष्कर्ष अगदीच छान होते. सकाळचे वेगवेगळे प्रकारचे व्यायाम सुरूच होते. लॉकडाउन हळूहळू शिथिल होत होता. २५ जुलै २०२० ला किरकोळ काही कारणाने बऱ्याचशा तपासण्या परत केल्या. त्यांचे निष्कर्षदेखील अत्यंत चांगले होते.

गोष्ट आहे, २७ जुलै २०२० रोजीची. नेहमीप्रमाणे सकाळी अंदाजे दहा-बारा किलोमीटरचा वॉक झाला. माझी एक नेहमीची सवय आहे. सकाळचा कुठल्याही प्रकारचा व्यायाम संपला की खेळाच्याच कपड्यांमध्ये सकाळी साधारणतः आठ-साडेआठच्या मध्ये आमच्या हॉस्पिटलला पोचायचे आणि कामाला लागायचे. सकाळचे कामकाज संपले की मग साधारणतः साडेअकरा-बाराच्या दरम्यान घरी जायचे. एक छानपैकी १२ ते १५ मिनिटांची पॉवर नॅप घ्यायची. जेवण करून परत कामाला लागायचे.

कारण संध्याकाळी घरी किती वाजता जायला मिळेल याची खात्री नसते. त्या दिवशी सकाळचा वॉक छानच झाला होता. काम जास्त असल्यामुळे सुयशमधून घरी जायला थेट संध्याकाळचे चार वाजले होते. घरी जाऊन जेमतेम दोन घास खाल्ले आणि परत हॉस्पिटलला आलो. अंदाजे साडेपाचच्या सुमाराला माझे एक जवळचे मित्र यशवंत सिंह सॅमसोनाईट इंडियाचे बॉस यांच्याबरोबर त्यांच्या कामानिमित्त वैतरणा डॅमजवळ गेलो. सोबत ड्रायव्हर न घेता मी स्वतःच गाडी चालवत होतो. लॉकडाउनमध्ये आमच्या गाडीला स्पेशल पास होता. त्यामुळे त्याबाबतीतही काही अडचण नव्हती. आम्ही दोघे वैतरणा डॅमजवळ पोहोचल्यानंतर तेथे एक छोटी टेकडी भुरभुर पावसात चढून गेलो. उतरलो, परत आलो, तोपावेतो स्पीडोमीटरमध्ये दीडशे किलोमीटर रनिंग झाल्याचे दिसतही होते. आठच्या सुमाराला घरी पोहोचलो. आज थकवा खूप वाटत होता. कारण आज मला पावर नॅप मिळालेला नव्हता आणि दमणूकदेखील खूप झाली होते. मी जेवण उरकले तोपर्यंत माझी गायनॅकॉलॉजिस्ट मोठी कन्या पूजा, माझा जावई प्लॅस्टिक सर्जन डॉक्टर सचिन ही जोडी आली. माझा चेहरा बघताक्षणी पूजा म्हणाली, ''पप्पा, आज तुम्ही खूप थकलेले दिसता. जेवण झालं आहे. आपण जाऊन झोपा. आज रात्रीच्या वॉकला जाऊ नका.''

माझा आधीपासूनच रात्री जेवण झाल्यानंतर किमान दोन ते तीन किलोमीटरचा राउंड

होत असे. आजही होतो. पूजाचा सल्ला शिरोधार्य मानला. दोघांना मी सांगितले, ''तुमचं जेवण झालं की मी झोपतो.'' दरम्यान त्यांच्याबरोबर बसलेलो असताना ***डाव्या खांद्याच्या स्नायूंमध्ये साधारण एखाद्या इंचाच्या परिघामध्ये सेकंदाहूनही अत्यंत कमी वेळात गोलाकार हालचाल झाली. क्षणार्धात माझ्या मनात आले, 'अरे, हा हृदयविकाराचा तर त्रास नसेल ना' आणि पुढच्याच क्षणाला माझ्या दुसऱ्या मनाने काय सांगितले असेल बरे? दुसरे मन म्हणालं, 'अरे हेमंत, काय कमाल करतोस? एकदशांश सेकंदात फिरलेल्या एका छोट्याशा गोलाला तू हृदयविकार समजायला लागला?*** मान्य आहे की तू संपूर्ण भारतभर आरोग्यावरची व्याख्यानं घेतोस, परंतु तू काही कार्डियालॉजिस्ट नाहीस. तू जनरल फिजिशियन आहेस. असं कुठे निदान करता असतात का?' आणि मी माझ्या दुसऱ्या मनाचे मला सोयीस्कर असलेले ऐकले आणि नऊ वाजता बेडरूममध्ये गेलो. रोज रात्री दहा वाजता मी कुठेही असलो तरीही हॉस्पिटलचा टेलिफोनिक राउंड घेत असतो, त्या दिवशी तो राउंड मी नऊ वाजताच घेतला आणि खूप मोठी इमर्जन्सी असल्याशिवाय मला आता फोन करू नका, अशा ऑर्डर्स पण दिल्या. साधारणतः सव्वानऊच्या सुमाराला मी झोपीदेखील गेलो. मला खूप छान गाढ झोप लागली. हृदयविकाराचा त्रास असता तर मला झोप लागूच शकली नसती हे अर्थातच मलाही माहीत असल्याने मी निश्चिंत झालो आणि झोपलो.

अंदाजे रात्री पावणेदहाच्या सुमारास पुन्हा एकदा मी गाढ झोपेत असताना तशीच गोलाकार हालचाल स्नायूंमध्ये झाली जी की मला अत्यंत गाढ झोपेतदेखील जाणवली. पुनश्च एकदा माझ्या पहिल्या मनाने मला धोक्याची सूचना दिली. 'हेमंत, ऊठ. बघ. हा त्रास हृदयविकाराचादेखील असू शकतो. तू ताबडतोब सर्व तपासण्या करून घे. हॉस्पिटलाही घरचेच आहेत. मग कसली चिंता?' आणि मी लगेचच उठलो. माझ्या कार्डिओलॉजिस्टला, फिजिशियनला फोन केला. माझा लहान भाऊ संजयचा बायपासचा इतिहास फक्त पाच-सहा महिनेच जुना असल्याने तेही सीरिअस झाले. ते ताबडतोब हॉस्पिटलला यायला निघाले. मीही निघालो. माझ्याबरोबर सचिन, पूजाहेदेखील निघाले. साडेदहाच्या आत हृदयविकार निदानाकरिता आवश्यक असलेल्या सर्व प्रकारच्या तपासण्या संपलेल्या होत्या. त्यामध्ये रक्ताच्या तपासण्या, टूडी इको, ईसीजी, जनरल चेकअप इत्यादी सर्व संपले होते आणि अर्थातच सर्व तपासण्यांचे निष्कर्ष अत्यंत चांगले, सर्व काही छान असे होते; परंतु माझे कार्डिओलॉजिस्ट, फिजिशियन सर्व काही अत्यंत गांभीर्याने घेत होते. अर्थातच त्याचे कारण मी सांगितले आहेच. सर्व काही व्यवस्थित असल्याने मी घरी

जाण्याची तयारी करू लागलो. दोघांनीही स्पष्ट नकार दिला. 'तुम्ही ॲडमिटच व्हा,' असा त्यांचा सल्ला होता. त्याचे कारणही तसेच होते. एक तर संजूभाऊंचा आजार आणि दुसरे मी कधीही अशा प्रकारची तक्रार याआधी केलेली नव्हती किंवा अशा कुठल्याही किरकोळ तक्रारी माझ्या कधीही नसतात. त्यामुळे ओस्तवाल सर कधीही अशा तक्रारी करत नाहीत. मी त्यांना विचारले, ''तुम्ही इथे मला ठेवून काय करणार आहात?'' ''रात्री दीड वाजता परत सर्व तपासण्या, सकाळी आठ वाजता परत सर्व तपासण्या,'' असे उत्तर दोघांकडूनही आले. म्हटले हरकत नाही. ॲडमिट व्हायच्या ऐवजी आपण सर्व येथेच गप्पा मारत बसू आणि एक-दीड वाजता सर्व तपासण्या परत करू मग बघू या. आमच्या सुयश हॉस्पिटलच्या तळमजल्यावरील प्रतीक्षा कक्षामध्ये आम्ही सर्व जण छान गप्पा मारत बसलो. मला कुठल्याही प्रकारचा त्रास नव्हता, ना तर परत खांद्याच्या स्नायूंमध्ये तसे गोल काही जाणवले होते. सर्वांनी छानपैकी कॉफीचा आस्वादही घेतला आणि दीड वाजता सर्व तपासण्या परत केल्या, अर्थातच सर्व तपासण्यांचे निष्कर्ष पुन्हा एकदा सर्व व्यवस्थित होते. तरी त्यांचे म्हणणे तेच 'ॲडमिट व्हा.' मी त्यांना जेमतेम पटवले, की मी अतिशय सावध आहे. काही वाटले तर मी ताबडतोब परत येईन, पण मला घरी जाऊ द्या आणि सकाळी वॉक घेऊ का, असा माझा पुढचा प्रश्न होता. अर्थातच त्याला उत्तर दोघांचे एका सुरात आले, ''नाही. सकाळी आठ वाजता सगळ्या तपासण्या परत करू या.''

रात्री छान झोप लागली. कुठलाही त्रास नव्हता. फक्त त्रास एवढा झाला, की सकाळी वॉकला जाता आले नाही. मी सकाळी आठ वाजता परत हॉस्पिटलला गेलो सर्व तपासण्या केल्या. साडेआठ वाजेपर्यंत सर्व तपासण्यांचे निष्कर्ष आले आणि अपेक्षेनुसार तेही सर्व व्यवस्थित होते आणि मग मी माझ्या दैनंदिन कामाला लागलो. माझ्या केबिनमध्ये जाऊन रोजचे कामकाज सुरू केले. थोड्याच वेळात म्हणजे पंधरा-वीस मिनिटांनंतर ***माझ्या आयसीयूमधील सीनिअर मेडिकल ऑफिसरचा मला फोन आला, की कार्डिओलॉजिस्ट आणि फिजिशियनमध्ये जवळपास दहा-बारा मिनिटे चर्चा सुरू होती, की ओस्तवाल सर कधीच अशी तक्रार करत नाहीत. त्यांच्या कुटुंबाचा इतिहास हृदयविकाराच्या बाबतीत अत्यंत वाईट आहे. त्यांचे वडील आणि वडिलांचे दोन्ही भाऊ अकाली हृदयविकाराच्या झटक्याने गेलेले आहेत आणि सर्वांत महत्त्वाचे, फक्त पाच-सहा महिने आधी त्यांनी स्वतःच्या बरोबरच बळजबरीने संजूभाऊंच्या तपासण्या करून त्यांची बायपास त्वरित करून घेऊन एक प्रकारे त्यांचा जीवच वाचविला आहे,*** तसाच धोका त्यांना स्वतःलाही आहे म्हणून त्यांची पण अँजिओग्राफी करून घ्यावी का, अशी

चर्चा माझे फिजिशियन आणि कार्डिओलॉजिस्ट यांची चालू होती आणि शेवटी चर्चेच्या अंती त्यांचे असे ठरले, की त्यांना हृदयविकाराच्या दृष्टीने काहीही दिसत नाही. एवढ्या साऱ्या तपासण्यांमध्येदेखील काहीही निघाले नाही. आपण क्लोज वॉच ठेवू या पण अँजिओग्राफीची गरज नाही या निष्कर्षाप्रत ते आले आणि ही सर्व चर्चा मला माझ्या सीनिअर मेडिकल ऑफिसरने कळविली.

मी त्वरित कार्डिओलॉजिस्टला फोन लावला आणि फक्त एवढेच विचारले, ***''किती वाजता?'' त्याला कळेच ना मी काय म्हणतोय ते. त्याने शेवटी विचारले, ''अहो पण काय?'' ''अँजिओग्राफी करायची ना!''*** मी त्याला सांगितले. कार्डिओलॉजिस्ट थोडे नव्हे तर चांगलेच कांढावले. जणू काही त्यांची चोरीच पकडली गेली होती. त्यांनी लगेचच सारवासारव करण्याचा प्रयत्न केला, ''नाही नाही, आम्ही तर अशीच चर्चा करत होतो. नाही नाही, तसं काही नाही. नाही तुम्हाला गरज नाही. उगाचच करायची काही कारण नाही. आपण तर एवढे फिट आहात, आपण एवढ्या वर्षांपासून वेगवेगळ्या प्रकारच्या एक्सरसाइज करता आहात, आपण खऱ्या अर्थाने प्रत्येक गोष्टीमध्ये सकारात्मक आहात. उगाचच रेडिएशन होईल वगैरे वगैरे.'' त्यांना एकाच वाक्यात उत्तर दिले, ''नाही, तुम्हाला तसं वाटतंय परंतु मला अँजिओग्राफी करूनच घ्यायची आहे. हा सर्वस्वी माझा निर्णय आहे. मला करायची आहे.'' असे माझे आणि त्यांचे बोलणे पाच ते सात मिनिटे चालले आणि शेवटी मी त्यांना पटवले, की अँजिओग्राफी करायचीच. लगेचच माझा पुढचा प्रश्न- किती वेळात येणार अँजिओग्राफीकरिता ? ते चमकलेच. ''अहो, मी आत्ता तर उठलोय.'' ये लगेच. आपण नाश्ता इकडेच करू आणि लगेच अँजिओग्राफी करून टाकू.'' ''नको नको, मी आलोच, सर आवरून साडेनऊपर्यंत.'' इति कार्डिओलॉजिस्ट. माझा नाश्ता मी हॉस्पिटललाच केला आणि साडेनऊ वाजता आम्ही अँजिओग्राफीला सुरुवात केली. माझे कार्डिओलॉजिस्ट मला सांगत होते, ''सर, काहीच निघणार नाही. काही टेन्शन घेऊ नका. नॉर्मलच येणार आहे. आपण सांगता आहात म्हणून करतो आहे.'' त्यांना मी परत एक दोन वाक्यांतच उत्तर दिले. ''काही निघाले नाही तर उत्तमच, परंतु काही निघाले, तर मात्र तुम्ही टेन्शन घेऊ नका. मला काही अडचण नाही, तुम्ही निर्धास्त मनाने करा.''

आणि कार्डिओलॉजिस्टने अँजिओग्राफीला सुरुवात केली. ***डाय इंजेक्ट केला आणि पडद्यावरती हृदयाच्या धमन्या दिसायला लागल्या आणि डाय कुठे कुठे जाऊन अडकत होता, थांबत होता हे शोधायचा मी प्रयत्न करू लागलो. मी स्वतः काही कार्डिओलॉजिस्ट नाही. हे काही माझे रोजचे काम नाही, मी त्यातला फार मोठा एक्स्पर्टही नाही; परंतु एक-दोन ब्लॉक, तीन ब्लॉक सहज***

कळून येतात; परंतु त्या क्षणाला मात्र मला माझ्या हृदयामधील ब्लॉकेजेस मोजताच येईनात. एवढे मात्र नक्की कळले होते, की भरपूर ब्लॉकेजेस आहेत. मी कार्डिओलॉजिस्टकडे बघितले तर त्यांचा चेहरा खूपच उतरला होता. मी विचारले, ''किती?'' ते बोलेचनात. मी परत विचारले, ''अरे, सांगा ना किती ब्लॉकेजेस आहेत. भरपूर आहेत.'' ''हे मला दिसतंय परंतु मला मोजता येत नाहीत. किती आहेत, कृपया सांगा.'' अत्यंत क्षीण आवाजात ते उद्‌गारले, ***''सहा!'' आणि कदाचित आपला विश्वास बसणार नाही परंतु प्रतिक्षिप्त क्रियेने मी लगेचच उद्‌गारलो, ''अभिनंदन करा माझं! अभिनंदन करा माझं!!'' माझ्या कार्डिओलॉजिस्टला काही सुचेच ना. कारण जिथे लोक एक जरी ब्लॉक निघाला तरी हादरून जातात, घाबरतात, रडायला लागतात, तेथे मी माझे अभिनंदन करायला सांगत होतो. मी परत त्यांना सांगितले, ''अरे, करा ना माझं अभिनंदन!''*** शेवटी ते अगदी उतरलेल्या आवाजात बोललेत, ''अहो सर, कसं काय बोलता आहात तुम्ही? सहा ब्लॉकेजेस तुमच्या हृदयामध्ये निघालेले आहेत.'' तत्क्षणी मी परत उद्‌गारलो, ''म्हणूनच सांगतोय, माझं अभिनंदन करा!'' ते विचारते झाले, ''कसं काय सर?'' मग मी त्यांना समजावून सांगितले, ''बघा, ब्लॉकेजेस मोठे आहेत ना? सीरियस आहेत ना?'' ते म्हटले, ''हो.'' ''हार्टअॅटॅक आला असता, जो की येथून पुढे लवकरच आला असता. बरोबर ना? तर काय झालं असतं - ऑन द स्पॉट डेथ, तत्क्षणी मृत्यू. हे बरोबर आहे ना?'' मी बोललो. ''आता मात्र आपण कुठल्याही प्रकारची हानी होण्याच्या आत निदान केलं आहे ना, त्यामुळे आता आपल्याला लवकरात लवकर निर्णय घेऊन अँजिओप्लास्टी अथवा बायपास शस्त्रक्रिया करता येईल आणि अर्थातच त्यानंतर आपण आयुष्य अगदी मजेत आनंदाने जगू या.''

एवढे बोलल्यानंतरही सहा ब्लॉकेजेसच्या धक्क्यामधून माझे कार्डिओलॉजिस्ट काही बाहेर येईनात. त्यांच्या आयुष्यामध्ये वेगवेगळ्या अर्थाने आलेली पहिली आणि दुसरी केस म्हणजे माझा लहान भाऊ संजय. त्याची बायपास सर्जरी, त्यानंतर माझे सहा ब्लॉकेजेस आणि दोन्ही वेळा त्यांचीच नव्हे तर त्यांच्याबरोबर अजून एक कार्डियालॉजिस्ट, दोन दोन फिजिशियन्स या सर्वांची खात्री होती, की काही निघणार नाही आणि मी दोन्ही वेळा अक्षरशः बळजबरीने अँजिओग्राफी करून घेतली होती. त्यांच्या आयुष्यामध्ये अशा प्रकारचे पेशंट जवळपास आधी भेटलेले नव्हते आणि ***जिथे असे निदान ऐकून लोक शॉकमध्ये जातात, डिप्रेशनमध्ये जातात, रडायला लागतात, आता माझं काही खरं नाही म्हणून नाराज होतात, त्याऐवजी मी अगदीच आनंदाने त्या नकारात्मक क्षणांना सामोरे जात, सकारात्मकतेने स्वीकारत होतो म्हणजेच पुढे***

काय करायचे याचा निर्णय घ्यायची तयारी करत होतो.

मी त्या वेळपर्यंतही आणि आजपर्यंतही त्यांचा एकमेव पेशंट आहे. माझ्या हॉस्पिटलचे डायरेक्टर्स, माझे मित्र परिवारातील सदस्य, सर्व जण बाहेर उभे होते आणि ज्या वेळी सहा ब्लॉकेजेस निघाले, अक्षरशः रडारड सुरू झाली होती. प्रत्येक जण तणावाखाली. तेथे एकदम स्मशानशांतता पसरली होती, जणू काही मला सिवियर हार्टअ‍ॅटॅकच आला होता. मी वाचतो की नाही जणू काही असेच वातावरण होते आणि मी प्रत्येकाला अत्यंत हसऱ्या चेहऱ्याने आवर्जून सांगत होतो की 'माझे अभिनंदन करा, खूपच आनंदाची गोष्ट आहे' आणि प्रत्येकाला याचाच शॉक बसत होता की, सहा सहा ब्लॉकेजेसचे निदान होते आणि या माणसाला कधीही जीवघेणा हार्टअ‍ॅटॅक येऊ शकतो, तरीही हा माणूस प्रत्येकाला अभिनंदन करायला लावतो आहे. कोणालाच काही कळत नव्हते, मी मात्र खूपच आनंदात होतो. कारण मला माहिती होते, की आज नाहीतर उद्या मला हा त्रास होणारच होता आणि अँजिओग्राफीच्या रिपोर्टचा अभ्यास केला तर ही गोष्ट निर्विवादपणे सत्य होती, की ***त्या ब्लॉकेजेसमुळे येणारा हार्टअ‍ॅटॅक नक्कीच माझे जीवन संपविणारा होता. त्यामध्ये १०० टक्के माझा मृत्यू होता; परंतु निव्वळ आणि निव्वळ सकारात्मक दृष्टीने नुसता हाच प्रसंग नव्हे तर संपूर्ण जीवन जगत आल्यामुळे हा क्षणही मोठ्या आनंदाने मी स्वीकारला होता आणि त्याच क्षणी माझी मनोमन तयारी झालेली होती. प्लॅन ऑफ अ‍ॅक्शन तयार झालेला होता.*** कोणी मला बोलू देत नव्हते, तर कोणी माझ्याकडून मोबाईल काढून घेत होता, तर कोणी 'आराम करा, आराम करा' सांगत होते. अर्थातच ते सर्व माझे हितचिंतकच होते. माझी त्यांना खूप जास्त काळजी असल्यामुळे ते सर्व असे वागत होते; परंतु मी त्यांना परत परत समजावून सांगत होतो, की मला हार्टअ‍ॅटॅक आलेला नाही. त्याआधीच आपण ब्लॉकेजेसचे निदान केले आहे. त्याच्यामुळे कुठलीही चिंता करायचे कारण नाही. मी स्वतः व्यवस्थित काळजी घेतो आहे, घेईन. तुम्ही सर्व निर्धास्त व्हा.

त्यानंतर दिवसभर आमच्या सुयश हॉस्पिटलची संचालक मंडळी, आमचे कन्सल्टंट्स, कार्डिओलॉजिस्ट, फिजिशियन अशा सर्व मंडळींची दिवसभर चर्चा चालू होती. आम्ही अँजिओग्राफीची सीडी डॉ. मॅथ्यूज यांच्यासहित भारतातील नामवंत एकूण सहा कार्डिओलॉजिस्टना पाठविली. सोबत भारतातील बायपास शस्त्रक्रिया करणाऱ्या नामवंत निष्णात सर्जनालादेखील पाठविली. सर्व कार्डिओलॉजिस्ट एकसुरात म्हणाले, 'अँजिओप्लास्टी करावयाची.' सर्जन म्हणाले, 'बायपास करावं.' २८ जुलै २०२० ला कोविडची पहिली लाट मुंबईमध्ये आणि सगळीकडेच खूप जोरात होती. कुठेही बेड मिळायला तयार नव्हता आणि म्हणून मी स्वतःदेखील

अँजिओप्लास्टीचाच विचार केला. अँजिओप्लास्टी करायची ठरविल्यावर कुठे करावयाची, हा निर्णय सर्वांत जास्त महत्त्वाचा होता. डॉ. मॅथ्यूज स्वतः कोविडमुळे केरळमध्ये होम क्वारंटाइन होते आणि माझी अँजिओप्लास्टीही थोडी वेगळ्या टेक्निकने करावयाची होती. डीके क्रश टेक्नॉलॉजीने ही प्लास्टी करावयाची होती. सर्वांच्या मतानुसार ही प्लास्टी मुंबईला करावयाची ठरविली. ७ ऑगस्ट २०२० चा दिवस ठरला. मी सहा तारखेला सायंकाळी साडेचारच्या सुमारास ॲडमिट झालो. प्लास्टी करण्याअगोदरच्या माझ्या सर्व तपासण्या केल्या गेल्या, ज्या अर्थातच अगदी व्यवस्थित होत्या. सकाळी मला अँजिओप्लास्टीकरिता शिफ्ट केले गेले. मला टेबलावर घेतल्यानंतर विचारले, ***''Doc i will take minimum 2 hours plus for DK crush technology method. So do you need any tranquilizers? बहुसंख्य लोक घेऊन टाकतात. फार क्वचित कोणी नाही म्हणते. पण येथेही माझे उत्तर जे की प्रतिक्षिप्त क्रियेने दिलेले होते ते असे होते, ''Sir, let me enjoy the procedure.''***

कार्डिओलॉजिस्ट माझ्याकडे बघतच राहिले आणि मी खरोखरच अँजिओप्लास्टीची प्रोसिजर जी की जवळपास सव्वादोन-अडीच तास चालली होती ती मस्त मजेत बघितली. त्यांनी उजव्या हातातून कॅथेटर टाकलेले होते. सुरुवातीला काही वाटले नव्हते; परंतु जसजसा वेळ व्हायला लागला, तशा तशा तेथील वेदना वाढायला लागल्या. अगदी छानच दुखत होते. सहा ब्लॉकिजेस. परत एकदा तपासणी करून चार ठिकाणी स्टेंट टाकले. त्या दिवशी म्हणजे ७ ऑगस्टला मला दिवसभर आयसीयूमध्ये ठेवले. ८ ऑगस्टला मला आयसीयूमधून बाहेर काढून रूममध्ये शिफ्ट केले. आठ तारखेला शनिवार होता. कार्डियालॉजिस्ट माझ्याकडे राउंडला आले. त्यांच्याशीदेखील भरपूर गप्पा झाल्या. त्यांनाही माझ्या सकारात्मकतेची चुणूक प्रोसिजरच्या वेळेला मिळालेलीच होती. त्याच्यात भर पडली, ती आमच्या अंदाजे जवळपास अर्ध्या तासाच्या गप्पांमध्ये. मग त्यांनीच मला स्वतःहून सांगितले, ***''डॉक, तुला हा धोका ३५ व्या, ३६ व्या वर्षीच होता; परंतु तू तुझ्या सकारात्मक जीवन जगण्याच्या पद्धतीने यशस्वीरीत्या मात केलीस आणि वयाच्या ५७ व्या वर्षी तुला हा त्रास झाला आहे. तुला तुझी सकारात्मकता, व्यायाम, सर्वांगीण जीवन जगण्याची पद्धत कामी आली आणि म्हणूनच तू वयाच्या ५७ व्या वर्षी तू स्वतःच स्वतःचे ब्लॉकेजेस डिटेक्ट करून घेतले. आणि आज तुझ्यावर अँजिओप्लास्टीची प्रोसिजरसुद्धा झाली.''***

मी सरांना सांगितले, ''LET ME SAY THANKS TO GOD.'' सरांना

आश्चर्य वाटले. ''एवढी मोठी प्रोसिजर तुझ्यावर केली. एक नव्हे, दोन नव्हे, तर तब्बल चार स्टेंट तुझ्या हृदयामध्ये टाकले आहेत आणि तरी तू देवाचे आभार मानतो आहेस.'' सरांना मी सांगितले, ''होय सर, नक्कीच देवाने मला सहा ब्लॉकेज दिले, चार स्टेंटदेखील टाकायला लागले, परंतु त्याच भगवंताने मला सावध करण्यासाठी अगदी छोटासा इशारा माझ्या डाव्या खांद्याच्या स्नायूंमध्ये अगदी एकदशांश सेकंद गोलाकार हालचाल करून दिला आणि सोबत या सर्व तपासण्या करून घेण्याची सुबुद्धीही दिली आणि आज जरी स्टेंट टाकलेले असले तरी निरोगी हृदयाइतकेच माझे हृदय सुंदर कार्यक्षम आहे. देवाने मला योग्य वेळी योग्य डॉक्टरकडे म्हणजे आपल्याकडे येण्याची सुबुद्धी दिली आणि मी त्यामुळेच आज या भूतलावर जिवंत आहे. पुढचं आयुष्य अगदी आनंदाने, मजेने जिंकण्यासाठी सज्ज आहे.''

माझ्या मुंबईच्या कार्डिओलॉजिस्टने मनापासून कबूल केले, की ***या पद्धतीने वागणारा तू माझ्या आयुष्यातील पहिला पेशंट आहेस.*** डॉक्टरांनी आठ तारखेला सायंकाळी मला डिस्चार्ज दिला. रात्री साडेनऊ वाजता घरी पोचलो आणि सकाळी साडेनऊ वाजता मी पुनश्च एकदा माझ्या सुयश हॉस्पिटलमधील दैनंदिन कामकाजाला सुरुवातदेखील केली आणि दुसऱ्या दिवसापासून म्हणजे १० ऑगस्ट २०२२ च्या सकाळपासून मी माझ्या सकाळच्या व्यायामालादेखील सुरुवात केली. त्या दिवशी मी चार किलोमीटरचा वॉक घेतला होता. १० ऑगस्टपासून सुरुवात केलेला व्यायाम हा आजही तेवढ्याच ताकदीने चालू आहे. नुसताच व्यायाम चालू आहे का? नाही. तर संपूर्ण आयुष्यच मी अगदी आनंदाने, मजेत जगतो आहे. याचा अर्थ असा- माझ्या जीवनामध्ये अडचणी नाहीत, अडथळे नाहीत, संकटे नाहीत का? नाही; ते सर्व चालूच आहे; परंतु त्या संकटांतूनही मी आनंद घेतो आहे.

माझ्या हृदयामध्ये टाकलेले स्टेंट्स केलेली प्लास्टी ही हृदयापुरतीच ठेवली आहे. तिला माझ्या मेंदूमध्ये कुठल्याही परिस्थितीत जाऊ दिलेले नाही. ही प्लास्टी, हे स्टेंट्स जर मेंदूमध्ये जाऊ दिले असते तर विश्वास ठेवा, माझी वैद्यकीयदृष्ट्या एकदा झालेली प्लास्टी उरलेल्या आयुष्यात प्रत्येक क्षणाक्षणाला मनःपटलावर होत राहिली असती.

◆◆◆

प्रसंग मोठा बाका, पण मार्ग तेवढाच सोपा...

आपले आयुष्य आपल्या गतीने सुरूच असते. ते क्षणभरदेखील कुणासाठीही थांबत नाही. या आयुष्याच्या प्रवासात आनंदाचे अनेक क्षण येतात, तर दुःखाचे, वेदनेचेही अनेक प्रसंग येतात. काही वेळा संमिश्र भावभावनादेखील मनात घोंगावत राहतात. आनंदाचे क्षण आपण आनंदाने नेहमीच स्वीकारत असतो. पण आयुष्यातील निराशाजनक प्रसंगांना आपण कसे सामोरे जातो, हे फार महत्त्वाचे ठरत असते.

नैराश्याच्या क्षणांना सामोरे कसे जायचे, त्यांना आनंदाच्या दृष्टिकोनातून कसे पाहायचे, कसे स्वीकारायचे, हे समजून घेता येईल. हा जीवनविषयक दृष्टिकोन जर आपल्याला आपल्या आयुष्यात उतरवता आला, तर आपले जीवन कोणत्याही परिस्थितीत आनंदी कसे ठेवायचे, याचे जणू सूत्र आपल्याला गवसेल. सर्वात महत्त्वाचे म्हणजे आपले आयुष्य केवळ आनंदीच नाही, तर निरोगीही बनेल.

ही घटना आहे १९९५ मधील. एकेदिवशी सकाळी रुपाली, माझी अत्यंत जवळची फॅमिली पेशंट दवाखान्यात आली. ही रुपाली आणि तिची फॅमिली म्हणजे माझी नुसती पेशंट नव्हती, तर तिच्या माहेरच्या मराठे परिवाराशी आणि सासरच्या पाटील परिवाराशी माझा अतिशय घरोबा होता. अगदी सकाळी-सकाळी तिच्या १८ वर्षीय नणदेला-रेणूला घेऊन आली. बरोबर रूपालीचे सासरे, सासू आणि तिचे दीर होते. सगळ्यांकडे पाहिल्यानंतर मला हेच कळेना, की यातील नेमकं पेशंट कोण? कारण कोणीही आजारी दिसत नव्हतं. मी सहज हसतच प्रश्न केला, अरे काय रामनगरचा मोर्चा-बिर्चा आणला की काय? मग रूपाली बोलली, ‘नाही हो दादा, आम्ही सर्वजण फार चिंतेत आहोत.

गावाकडे दोन-चार डॉक्टर्सना दाखवून झाले; पण आमचा प्रॉब्लेम काही सुटत नाही म्हणून तुमच्याकडे आलोय. तुमच्याशिवाय आम्हाला आहे कोण?' मला जाणवले, की काहीतरी मोठी गडबड दिसते आणि मग रुपालीने बोलायला सुरुवात केली. रेणूच्या मासिक पाळीची अजून सुरुवातच झाली नाही. ही आता १८ वर्षांची आहे.

माझी पहिली रिॲक्शन आली, 'अरे? मग इतके दिवस काय केलं? लवकर आणायचं ना!' रेणूच्या वडिलांनी उत्तर दिले, गावाकडे दोन-तीन डॉक्टरांना दाखवून झालंय. पैशापायी पैसा गेला, पण काहीही गुण नाही.

मग मी रेणूची संपूर्ण हिस्टरी जाणून घेतली. एक अत्यंत सुदृढ, निरोगी मुलगी जिच्या नखातही रोग नाही, असं आपण म्हणू शकतो, दिसायलाही अत्यंत देखणी ही तरुणी. मलाही प्रश्न पडला, नेमकं काय झालं असावं? आम्ही आधी हार्मोन्सच्या तपासण्या करून घेण्याचं ठरवलं. तिच्यासह तिच्या कुटुंबातील सदस्यांना कल्पना दिली, की प्रथमदर्शनी कोणताही प्रॉब्लेम दिसत नाही. बेसिक हार्मोन्स तपासण्याचे ठरले. दुसऱ्या दिवशी रिपोर्ट्स आल्यावर मी आश्चर्यचकित झालो. कारण हार्मोन्सच्या तपासण्यांचे रिपोर्ट अत्यंत विचित्र होते. शरीरात पाळी येण्याकरता आवश्यक असणारे हार्मोन्सच नसल्याचे समोर आले. रेणूच्या कुटुंबीयांना समजावून सांगितले, की रिपोर्ट चांगले नाहीत. स्त्रीरोगतज्ज्ञांची मदत घ्यावी लागेल. त्यासही ते तयार झाले. अत्यंत निष्णात अशा स्त्रीरोगतज्ज्ञांकडे तिला पुढील तपासणीसाठी पाठविले. स्त्रीरोगतज्ज्ञांशी फोनवर सगळी चर्चा केली. काही तपासणी करून डी ॲन्ड सी (Dilatation & Curettage) करायचे ठरविले. ***डी ॲन्ड सी झाल्या झाल्या त्यांनी उलट टपाली फोन केला. त्यांचे कथन ऐकून मलाही आश्चर्याचा धक्का बसला, अत्यंत वाईटही वाटले. अजून एक मोठा बंपर स्त्रीरोगतज्ज्ञांनी माझ्यावर टाकला. त्यांनी माझ्यावरच रेणूच्या नातेवाइकांना सत्य परिस्थिती समजून सांगण्याची जबाबदारी टाकली. रेणूस आयुष्यात कधीही पाळी येणार नव्हती. तिच्या लहानपणीच कधीतरी गर्भाशयास क्षयरोगासारखा आजार होऊन गेला होता. त्यामुळे संपूर्ण गर्भाशयच निकामी झाले होते. आपल्या भारतीय मानसिकतेचा विचार केला, तर ही किती मोठी समस्या...***

सगळे कुटुंबीय माझ्या ओपीडीत हजर झाले. मी सुरुवातीलाच सर्वांना हसऱ्या चेहऱ्याने मनःपूर्वक अभिनंदन केले. होय, मी अभिनंदनच केले. रेणूला आयुष्यात कधीही मासिक पाळी येणार नाही, हे स्पष्टपणे लगेचच मांडले. तिचे गर्भाशय कायमचे निकामी झालेले आहे, हे सांगताच सर्वांचे चेहरे चिंताग्रस्त झाले आणि अवघ्या काही सेकंदात सगळेच माझ्यावर प्रचंड संतापले. तुम्हाला कळतंय ना, तुम्ही काय बोलताय

ते? अहो, आमच्या मुलीचं उभ्या आयुष्याचं नुकसान झालंय. सगळी मंडळी धाय मोकलून रडायला लागली. वातावरण गंभीर.. मी सर्वांना आधी शांत केले आणि माझा दृष्टिकोन सांगायला सुरुवात केली. मी पण तुमच्या जागी असतो, तर असाच संतापलो असतो. दुःखी-कष्टी झालो असतो, रेणूचं हे उभ्या आयुष्याचं नुकसान आहे. तरीही मी आपल्या सर्वांचे जाणीवपूर्वक अभिनंदन केले आहे. आता आपण सगळ्यांनी मला दहा मिनिटे द्या. मी काय म्हणतोय ते सगळ्यांनी ऐकून-समजून घ्या. मी बोलण्यास सुरुवात केली. रेणूचे वय आता १८ वर्षे आहे. त्यामुळे तुम्ही आता तिच्यासाठी स्थळं बघायला सुरुवात करा. आपली आर्थिक परिस्थिती बेताचीच आहे, हे मला पूर्ण ठाऊक आहे. रेणूच्या वडिलांना ते कुटुंबातले कर्ते असल्याने ही स्थिती अर्थातच माहीत होती. त्यामुळे स्थळ बघण्याच्या मुद्द्यावर त्यांनी लगेचच होकार दिला. अहो, पण अशा स्थितीत मुलगा कसा बघणार, हा प्रश्नच आहे? मी म्हणालो, एखाद्या कारखान्यातील दहा-बारा हजार पगार असलेलं स्थळ मिळालं तरी आपल्याला चालेल, बरोबर ना... तिचे वडील लगेचच हो म्हणाले. मात्र या परिस्थितीचा विचार करता हेदेखील दिवास्वप्नच ठरेल. पण, यातूनही अत्यंत सुंदर मार्ग निघू शकतो, मी म्हणालो. आपण असं करू या, की ***रेणूसाठी असा मुलगा शोधू जो अत्यंत मोठ्या घरचा किंवा मोठा बागायतदार, कारखानदार, व्यावसायिक, उच्चभ्रू शिक्षण घेतलेला असेल. जिथे लक्ष्मी-सरस्वतीची बरसात असेल. मात्र, त्याला एक पूर्वअट आहे, मुलाचे आधी लग्न झालेले असावे. त्याला मूलबाळ असावे आणि त्याची पत्नी कुठल्यातरी कारणाने (अपघाताने किंवा आजाराने) मृत्युमुखी पडलेली असेल किंवा त्याचा काही कारणाने घटस्फोट झालेला असावा.*** हे बोलल्यावर मी सगळ्यांचे चेहरे निरखत होतो. हळूहळू सगळ्यांच्या चेहऱ्यावरचा राग, ताणतणाव निवळत असलेला मला जाणवला. काही सेकंदांनंतर मी पुन्हा बोलू लागलो. नॉर्मल परिस्थितीत असं एखादं स्थळ मिळालं, तर मुलाबाळांना कसं सांभाळायचं, हा मोठा प्रश्न बनतो. किंबहुना आधी मूलबाळ असल्याने कुमारी मुलगी जवळपास नाही. अशा मंडळींना जर अशी एखादी कुमारीका मुलगी मिळाली, जिला आयुष्यात कधीही मूलबाळ होणार नाही, तर ही बाब त्यांच्यासाठीही नक्कीच चांगली ठरेल. त्यात मुलगी जर सुंदर-सुशील असेल, तर किती आनंद होईल, विचार करा... 'मी म्हणालो. आपल्याही मुलीच्या संदर्भात सर्वसामान्य परिस्थितीत ज्या गोष्टी अशक्य वाटतात, अशी संपन्नता मिळणं म्हणजे भाग्य मानायला हवे. असा योग जुळून आला, तर आयुष्याची कहाणी सुफळ-संपूर्णच होईल. बघा विचार करा. माझे काही चुकत असेल तर मला माफ करा' एवढं बोलून मी शांत बसलो.

हळूहळू सगळ्यांचे चेहरे आनंदी, समाधानीही दिसू लागले. अत्यंत दुःखाच्या निराश क्षणातून त्यांना काही सकारात्मक दिसू लागली. एखाद्या मिनिटानंतर रेणूची आई बोलू लागली. होय, डॉ. साहेब, मी आता सर्वांना कामाला लावते आणि लवकरच आनंदाची बातमी तुम्हाला देते.

म्हणता म्हणता चार महिने गेले. ***एक दिवस रेणूचा संपूर्ण परिवार मिठाई घेऊन माझ्याकडे आला. डॉ. साहेब, रेणूचं लग्न ठरलं आणि आपण सांगितलं, तसंच रेणूला चांगलं ५० एकर द्राक्षबागायती असलेलं खानदानी स्थळ मिळालं. त्यांना मुलगा व मुलगी आहे. आमच्या मुलीचे उभ्या आयुष्याचे कल्याण झाले. उपस्थितांच्या डोळ्यांत आनंदाश्रू तरळले, माझ्याही डोळ्यांत नकळत कधी आनंदाश्रू आले, माझेही मला कळले नाही...***

आज या घटनेला २५ वर्षांहून जास्त कालावधी लोटला आहे. रेणूच्या मुलाच्या लग्नालाही मी जाऊन आलो. दरवर्षी न चुकता रेणूकडून उत्तम प्रतीच्या द्राक्षांच्या दोन-चार पेट्या नित्यनेमाने न चुकता माझ्यासाठी येतात. खरं म्हटलं तर या परिवारावर त्या वेळी आलेलं हे मोठं संकटचं होतं. परंतु या परिवाराने धीराने, सकारात्मक रीतीने ती परिस्थिती स्वीकारली. त्यामुळेच संकटाचं संधीत रूपांतर करता आलं. ही आयुष्यातील सकारात्मकता आपण आपल्या आयुष्यात प्रत्यक्षात उतरवू शकलो तर...?

◆◆◆

प्रेमाचा विजय अन् दोनदा लागलं लग्न

आयुष्यात मागे वळून बघताना अनेक सकारात्मक, खऱ्याखुऱ्या घडलेल्या गोष्टी आठवतात. यातली प्रत्येक गोष्ट मला खूप काही शिकवून, समाधान देऊन गेली, समृद्ध करून गेली. अशीच आठवणारी ***एक गोष्ट अर्थात दोन लग्नांची गोष्ट. दोन लग्नं पण ती वेगवेगळी नव्हेत, तर एकाच जोडप्याची दोनदा झालेली लग्नं. ही गोष्ट आहे साधारण २०१० च्या दरम्यानची. आमच्या हॉस्पिटलमधील अभिनव हा २४ वर्षीय तरुण मला ताणतणावाखाली दिसायला लागला. अत्यंत साधारण परिस्थितीतील मात्र हुशार आणि कष्टाळू असलेला हा मुलगा कामात अचानक चुका करू लागला होता. याचा त्याच्या तब्येतीवर होणारा परिणाम जाणवत होता. त्याचे वजन झपाट्याने कमी होताना दिसत होते.*** एके दिवशी अभिनवला विश्वासात घेऊन बोलते केले, हळूहळू तो बोलू लागला. साधारण पंचविशीत होणारा प्रेमाचा रोग त्याला जडला होता. पण हे प्रकरण जरा वेगळेच होते, कुठलीही जोडी आधी प्रेमात पडते, मग पुढे सुरू होतो जबरदस्त ड्रामा. "खानदान की इज्जत मिट्टी में" पासून ते "पळून जाऊन लग्न" वगैरेच्या गप्पा होतात. पण अभिनवचा किस्सा जरा धमाल होता. झालं असं की, अभिनवच्या घरची मंडळी त्याचं लग्न जमविण्याच्या खटपटीत होती. स्थळं सांगून येत होती, कुठे मुलगी पसंत पडत नव्हती, तर काहींच्या पसंतीस मुलगा उतरत नव्हता. अखेर नाशिकमधील एक स्थळ अभिनवला पसंत पडले, मुलीलाही पहिल्या भेटीतच आमचा अभिनव आवडला. दोघांकडून होकारही आला. मोबाईल नंबरची देवाण-घेवाण झाली, आणि या दो दिल की कहाणी सुरू झाली.

आणा-भाका घेत चक्क "जियेंगे साथ, मरेंगे साथ'' इथपर्यंत हा सिलसिला

पोहोचला, आणि नेमका इथेच मिठाचा खडा पडला. मुलीकडच्यांना जवळच्या नातेवाइकांकडून माहिती मिळाली की, मुलगा व्यसनी आहे, लफडेबाज आहे. अर्थातच ही माहिती सपशेल खोटी होती, यात तीळमात्र शंका नव्हती. पण हे आम्हाला माहीत असून उपयोग नव्हता. ज्यांना ही बाब कळली, ते मुलीच्या कुटुंबीयांच्या अत्यंत जवळचे व कुटुंबावर प्रभाव असणारे नातेवाईक होते. स्वभावानेही ते जमदग्नीचा अवतार मानले जात होते. अभिनवच्या घरातील आणि समाजातील काही प्रतिष्ठितांनी सगळे प्रयत्न करून पाहिले, पण उपयोग शून्य. दुसरीकडे अभिनव आणि ऐश्वर्या जणू प्रेमदिवाने बनले होते. त्यात या नव्या माहितीमुळे ऐश्वर्या-अभिनवच्या भेटी-गाठींवर बंधने लादण्यात आली.

ऐश्वर्याचा मोबाईल काढून घेण्यात आला. तिचं घराबाहेर जाणं बंद करण्यात आलं, जणू तिला नजरकैदेत ठेवलं. ***पण अशा बंधनानं जर दोन जीव दूर ठेवता आले असते, तर जगात दोन व्यक्तींमध्ये प्रेम झालंच नसतं. किंबहुना जाचक बंधनं टाकल्यानं ती मनानं आणखी जवळ आली.*** असंच अभिनव-ऐश्वर्याचंदेखील झालं. या काळात आमचा अभिनव चक्क देवदास बनून गेला होता. आम्ही "देवदास"कडून खात्री करून घेतली की त्याचा निर्धार किती ठाम होता. तो शंभर टक्के ठाम असण्याची खात्री पटली. मग आम्ही विचार केला, की चला एकदा प्रयत्न करूया, दोन प्रेमी जिवांना विवाह बंधनात आणण्याचा. अभिनवला विचारले, ऐश्वर्याची तुला कुठल्याही परिस्थितीत साथ देण्याची तयारी आहे का, हेदेखील पाहावे लागेल. अभिनवला सांगून ऐश्वर्याला बोलविणे पाठविले. एका आठवड्यात तो तिला घेऊन आला. ऐश्वर्याशी बोलल्यानंतर जाणवले की ती तर त्याच्यापेक्षाही ठाम आहे. त्यामुळे या दोघांना मदत करायला हवी, हे जाणून आम्ही नियोजनाला सुरुवात केली.

ऐश्वर्याला समजावून, आत्मविश्वासाचे बळ देत तिला परत घरी पाठवले. खरंतर तिला तिच्या घरातून बाहेर काढून लग्न लावायचे आणि पुन्हा सहीसलामत घरी सोडायचे, ही प्रथमदर्शनी वाटते तेवढी सोपी बाब नक्कीच नव्हती. दोघांचं लग्न लावायचं होतं. शिर्डी, पुणे, मुंबई, वणी गड, औरंगाबाद, त्र्यंबकेश्वर असे एकेक पर्याय समोर येऊ लागले. मुख्य अडचण वेळेची असल्याने आम्ही त्र्यंबकेश्वरचा पर्याय नक्की केला. जवळचे स्नेही असलेले एक पोलीस अधिकारी तेव्हा तिथे कार्यरत होते. त्यांचाही आम्हाला मोठा आधार मिळणार होता. त्र्यंबकेश्वरजवळच एका मित्राचे रिसॉर्टही होते. एका डॉक्टर मित्राच्या मदतीने भटजींचीही व्यवस्था पार पडली. तरीदेखील ही सगळी व्यवस्था करताना तब्बल चार महिन्यांचा कालखंड लोटला. काम फत्ते करण्यासाठी योग्य संधी मिळत नव्हती. ऐश्वर्याने घरच्यांचा विश्वास संपादन

केल्याने तिची बंधनं सैल झाली होती. एक दिवस मैत्रिणीच्या लग्नाच्या निमित्ताची संधी मिळताच ती दोन समवयीन मैत्रिणींसह घराबाहेर पडली. आमचे नियोजन पक्के होते. जवळपास वीस जणांची टीम तयार झाली होती.

लग्नाचा दिवस उजाडला. सगळी टीम धडधडत्या अंतःकरणानं निघाली. आम्ही दोघे ऐश्वर्या आणि तिच्या दोन मैत्रिणींना घेऊन गाडीनं सुसाट वेगानं त्र्यंबकेश्वर गाठले. एक टीम आणि भटजी तिथे आधीच पोहोचून तयार होते. स्नेही असलेले पोलीस अधिकारी दोन सहकाऱ्यांसह उपस्थित होते. रिसॉर्टवाल्या मित्रानं जेवणावळीसह सर्व चोख व्यवस्था केली होती. दोन मित्र रिसॉर्टच्या गेटवर तैनात होते. कोणी काही गडबड तर करायला येत नाहीत ना, यावर ते लक्ष ठेवून होते. म्हणता म्हणता गुरुजींनी लग्न लावले आणि प्रमाणपत्रही आमच्या हाती पडले. सगळ्यांचा जीव भांड्यात पडला. वधूचे सर्व साजशृंगार, आभूषणे उतरवून बरोबर साडेतीन तासांच्या आत नाशिकला आम्ही पोहोचलोही. ऐश्वर्या सुखरूप घरी पोहोचली, हा एपिसोड इथेच संपला.

अभिनवदेखील कामावर रुजू झाला. आता आमची लगबग सुरू झाली ती विवाह नोंदविण्यासाठी. कारण एकदा विवाह नोंदणी झाली, तर त्यानंतर त्यात कुणालाही काहीही अडथळे आणणे शक्य होणार नाही, याची आम्हाला पूर्ण जाणीव होती. साधारण एक आठवडा गेला. मात्र या काळात आम्हाला एक अत्यंत सुखद अनुभव आला. देवदेखील सच्च्या प्रेमामागे उभा राहतो, असं म्हणतात याचीच जणू प्रचिती आम्हाला आली. जे जमदग्नी नातेवाईक या लग्नाविरुद्ध होते, त्यांचं हृदयपरिवर्तन होऊन त्यांनी लग्नाला चक्क होकार दर्शविला. आता आम्हालाच प्रश्न पडला की, आता नेमकं काय करायचं? आता आधी झालेलं लग्न जाहीर करायचं? की झालेलं सगळं तसंच झाकून ठेवून, रीतसर नव्यानं लग्न लावायचं?

अभिनव आणि ऐश्वर्याच्या घरच्यांचं कोणाचंही मन दुखावू नये, म्हणून आम्ही लावलेलं लग्न झाकून ठेवून नव्यानं रीतसर लग्न लावण्याचा निर्णय घेतला. अवघ्या पंधरा दिवसांच्या आत हे अधिकृत लग्नही लागलं. त्यात खऱ्या प्रेमाचा हिमतीच्या कसोटीवर विजय झाला, या जोडीचा जणू विवाह पूर्ण झाला आणि असे हे दुसऱ्यांदा लग्न लागलं.

विशेष म्हणजे अभिनव आणि ऐश्वर्यानेदेखील आपलं खरं प्रेम गेल्या ११ वर्षांत सिद्ध केलं आहे. दोघांच्या संसारवेलीवर छान दोन गोंडस फुलंदेखील फुलली आहेत. त्यांनी स्वतःचं घर घेतलं आहे. अगदी क्वचित होत असतील, अशा दोन लग्नांचा वाढदिवस साजरा करत ही जोडी सुखानं जीवन व्यतीत करतेय.

◆◆◆

स्वभावाला औषध 'नक्कीच' आहे....

असं म्हटलं जातं की स्वभावाला औषध नसतं. पण खरं पाहिलं तर हे विधान खोटं आहे. स्वभाव बदलणं कठीण असलं तरी अशक्य नक्कीच नाही. त्यामुळे स्वभावाला औषध असतं, हे आपण समजून घ्यायला हवं...

स्वभावाचे दूरगामी परिणाम आपल्यावर आणि आपल्या कुटुंबावर कसे होऊ शकतात, हे विशद करणारा हा एक उत्तम अनुभव मुद्दामहून इथे सांगावासा वाटतोय. आज आपल्या अवतीभवती अशी अनेक व्यक्तिमत्त्वे आहेत, ज्यांना आपल्या स्वभावात आमूलाग्र बदल करण्याची आवश्यकता आहे आणि हे या व्यक्तींनी समजून घ्यायला हवं.

ही गोष्ट आहे साधारणतः १९८९च्या उन्हाळ्यातील. माझी प्रॅक्टिस सुरू होऊन जेमतेम अडीच वर्षं झालेली होती. मी त्या वेळीही आणि अगदी आजही मी कोणतीही सुटी घेत नाही. हा प्रसंग माझ्या अजूनही लख्ख स्मरणात आहे. ती रविवारची संध्याकाळ होती. साधारण पाचच्या सुमारास एका अनोळखी सिंधी परिवारातील मदनलाल आणि त्यांच्या पत्नी त्यांच्या बेशुद्धावस्थेतील मुलीला घेऊन आले होते. तिला झटकेदेखील येत होते. तोंडातून फेस निघत होता. वडील आणि आई दोघंही खूप रडत होते. एकंदरीत परिस्थिती गंभीर होती. बाकी सर्व पेशंट्सना बाजूला ठेवून आधी या मुलीला ओपीडीत घेतले. उपस्थित अन्य पेशंट्स आणि त्यांचे नातेवाईकदेखील या रुग्णाची अवस्था पाहून घाबरले होते. या सगळ्याच मंडळींनी रुग्णाला सहकार्य केले.

सिंधी दाम्पत्याची ही मुलगी तरुण आणि शरीरयष्टीने निरोगी दिसत होती. हिस्टरी घेतली असता अशा प्रकारचा त्रास होण्याची ही तिसरी वेळ होती. त्यांचे नेहमीचे डॉक्टर

वेगळे होते. माझ्याकडे ते प्रथमतःच आले होते. या तरुण मुलीला पूर्वीपासून कोणताही आजार नव्हता, प्रथमदर्शनीहीदेखील काही आजार दिसत नव्हता.

मुलगी मात्र बेशुद्धावस्थेत होती. या मुलीचे नाव होते अंजली. वय वर्षे १५. मुलीचे वडील सरकारी नोकरीत होते. आधी दोनदा त्रास झाल्यानंतर एका हॉस्पिटलमध्ये अंजलीला दाखल करण्यात आले होते. त्या काळात या दाम्पत्याने सुमारे ६० ते ७० हजारांचा खर्च केलेला होता. माझ्या अनुभवाने आणि तीक्ष्ण नजरेने या मुलीला काहीही आजार नाही हे हेरले होते. परंतु आता समोर असलेली परिस्थिती मात्र गंभीर होती. शिवाय अशा वेळी आम्हा डॉक्टरांना कोणत्याही रुग्णास काहीही आजार नाही, असे स्पष्टपणे सांगणे अत्यंत अवघड असते. त्यासाठी आम्हाला अगोदर सर्व तपासण्या करून रुग्णास खरोखर काहीही आजार नाही, याची खात्री करून घ्यावी लागते. त्या दृष्टीने आम्ही तयारी सुरू केली. प्रथम आव्हान होते, ते अंजलीला शुद्धीत आणण्याचे. अशा प्रसंगांमध्ये जर आम्ही रुग्णास काहीही आजार नाही, असे सांगितले, तर पेशंट तर सोडाच; पण पेशंटचे नातेवाईकदेखील आमच्यावर विश्वास ठेवायला तयार नसतात.

मग मी माझा प्लॅन ऑफ ॲक्शन तयार केला. अंजली तपासणी टेबलावर बेशुद्धावस्थेत झोपलेली होती. माझ्या समोर तिचे आई-वडील रडत बसले होते. त्यांना समजावून सांगितलं, की शक्यतो मोठं काही नसावं. तुम्ही बऱ्याच तपासण्या अगोदरच केलेल्या आहेत. आज रविवार असल्याने काही उरलेल्या आपण उद्या करूया. आता तिला शुद्धीत आणण्याचा प्रयत्न करू. त्यासाठी अंजलीला शिरेवाटे सलाईन देऊ, काही इंजेक्शन्स् देऊ, असं मी म्हणालो. खरंतर रविवार संध्याकाळ असल्याने त्यांचे नेहमीचे डॉक्टर उपलब्ध नव्हते. त्यामुळे आणीबाणीची परिस्थिती उद्‌भवली आणि ते माझ्याकडे पोहोचले होते. माझा प्लॅन ऑफ ॲक्शन त्यांना सांगितला, पण तो त्यांच्या डोक्यावरून जात होता. परंतु अन्य काहीही पर्याय नसल्याने, त्यांनी संमती दिली. मी अंजलीला सलाईन सुरू केले. अजूनही ती बेशुद्धच होती.

सलाईन लावताना तिच्या आई-वडिलांशी तिच्या तब्येतीबाबत माझा संवाद सुरू होता. त्यात अंजलीची अधिक काळजी घ्यायला पाहिजे, असं मी त्यांना सांगत होतो. माझ्या अपेक्षेनुसार पहिले सलाईन संपताना अंजलीनं डोळे किलकिले करायला सुरुवात केली. दुसरे सलाईन संपण्याच्या आतच अंजली उठून बसली होती. तिचे झटके पूर्णपणे थांबले होते. तोंडातून येणारा फेसदेखील थांबला होता. तिला शुद्ध आल्यानं तिच्या आई-वडिलांच्या जीवात जीव आला होता. यामुळे माझ्यावर त्यांचा विश्वास हळूहळू बसू लागला. त्यांच्यासाठी सगळ्यात आनंदाची बाब म्हणजे अंजलीला कुठल्याही रुग्णालयात दाखल न करता ओपीडीतच ती बरी झाली होती. आधी केलेल्या खर्चाचा

विचार करता अगदीच किरकोळ पैशात मुलगी ठणठणीत झाल्याचे त्यांना दिसले. अंजलीच्या आई-वडिलांनी सुटकेचा निःश्वास टाकला. आनंदातच हे कुटुंब घरी गेले. जातानादेखील अंजलीसमोरच तिच्या आई-वडिलांना तिची काळजी घ्या, हे बजावून सांगितले.

अंजलीला नेमका काय आजार झाला आहे, याचे निदान मला १०० टक्के झाले होते. फक्त प्रश्न होता तो, म्हणजे अंजलीसह आणि तिच्या आई-वडिलांना सांगायचे कसे याचा. पुढे कसं करायचं हे ठरवू, असं स्वतःशी म्हटलं. दुसऱ्या दिवशी अंजलीच्या उरलेल्या काही तपासण्या करायला सांगितल्या होत्या. भल्या सकाळी या कुटुंबाने जाऊन अंजलीच्या या तपासण्या करून घेतल्या. सकाळी ११.३० वाजेपर्यंत तपासणीचे रिपोर्ट्‌स ताब्यात घेतले आणि ते माझ्या भेटीसाठी आले. अपेक्षेनुसार सर्व काही १०० टक्के नॉर्मल होते. रिपोर्ट्‌स पाहून १२ वाजेदरम्यान या कुटुंबाला आनंदाने घरी रवाना केले. मात्र, मला जे काही बोलायचे होते ते राहूनच गेले होते. विचार केला, जाऊ दे, अंजली ठीक झाली ना! आपला मुख्य उद्देशच तो होता, असं म्हणत मी माझ्या कामाला लागलो.

ओपीडीचे सकाळचे सेशन आटोपून मी जेवायला निघालो. त्या काळी ओपीडीच्या वरच माझे घर होते. साधारण दोन वाजले असावेत. भूकदेखील कडकडून लागली होती. सकाळपासूनच पेशंटची गर्दी खूप असल्याने, माझा नाश्ताही झालेला नव्हता. पहिला घास घेतो न घेतो, तोच अंजलीची आई धापा टाकत वर घरात आली. धाप लागल्याने तिला नीट बोलताही येत नव्हते. ती जेमतेम बोलली, अंजलीला कालसारखाच पुन्हा त्रास होत होता. ती खूपच घाबरली होती. अंजलीचे वडील कामावर गेलेले असल्याने अंजलीला ओपीडीतही आणता आलेले नव्हते. मला मात्र अंजलीच्या आजाराची पूर्ण कल्पना असल्याने मी शांत होतो. अंजलीच्या आईला मी खूप समजावून सांगण्याचा प्रयत्न केला. पण तिचे मातृहृदय काहीकेल्या ऐकायला तयार नव्हते. ती प्रचंड भीतीच्या सावटाखाली होती, आपली अंजली आजारातून बाहेर येणं कठीण असल्याचं तिला वाटत होतं. या सगळ्यात तिचा मृत्यू ओढवतो की काय? ह्या भीतीने ही आई व्याकूळ झाली होती. शेवटी मी हातातला घास तसाच ठेवला आणि अंजलीच्या आईबरोबर त्यांच्या घरी गेलो. वेगळं काहीच नाही. कालचाच प्रसंग पुन्हा जसाच्या तसा उभा राहिला होता. पुन्हा तिला सलाईन लावले आणि थोड्या वेळातच तिला पुन्हा बरं वाटू लागलं. संध्याकाळी ड्युटीहून घरी आल्यावर अंजलीचे वडील आणि आई पुन्हा माझ्या ओपीडीत आले. गर्दीमुळे मी त्यांना फार वेळ देऊ शकलो नाही. पण त्यांना आश्वस्त केले की, जर त्यांनी माझ्यावर विश्वास टाकला तर अंजली कायमची बरी

होईल. अर्थातच परत कधी त्रास झाला तरची गोष्ट होती ती. आणि नेमकं दुसऱ्या दिवशी अंजलीला पुन्हा तोच त्रास झाला.

मीदेखील मनाशी निश्चय करून जेव्हा तिच्या घरी गेलो, तेव्हा अंजलीची पहिल्यासारखीच परिस्थितीत झाली होती. अंजलीची आई आणि लहान बहीण धाय मोकलून रडत होत्या. दोघींना आधी शांत केले. विश्वासात घेत त्यांना मला नेमकं काय करायचं आहे, हे समजावून सांगितले. मुलीच्या तब्येतीने हतबल असलेल्या मातेने लगेचच संमती दिली. मग मोर्चा वळविला तो अंजलीकडे. ठरल्यानुसार अंजलीच्या आई आणि बहिणीला खोलीबाहेर शांत बसण्यास सांगितले, दरवाजा आतून लावून घेतला. शांतपणे अंजलीशी बोलायला सुरुवात केली, की अंजली, तुला कुठलाही आजार नाही, हे मला माहीत आहे. तुला नेमका काय प्रॉब्लेम आहे ते सांग. काहीही अडचण असेल तर ती आपण १०० टक्के सोडवू.

अंजलीचं वय विचारात घेऊन तिला काही प्रश्न विचारायला सुरुवात केली. तुला कुणी मुलगा त्रास देतो का? तुझे कोणाशी प्रेमप्रकरण आहे का? तू नापास झाली आहेस का? शाळेत काही अडचण आहे का? तुझ्याकडून काही हरवलं आहे का? असे नानाविध प्रश्न तिला विचारले. पुन्हा पुन्हा तिच्यावर या प्रश्नांचा मारा केला. तिला मी आश्वस्त करत राहिलो की, काहीही प्रॉब्लेम असला तरी तो नक्की सुटेल, पण तू बोल. अंजली मात्र बेशुद्धावस्थेतच होती. खरंतर ती बेशुद्ध होण्याचे नाटक करत होती, हे निदान मी आधीच केलेले होते. मी दोन पावलं पुढे जाण्याचं ठरविलं. अंजलीला शांतपणे दम देण्यास सुरुवात केली. आता जर तू खरं नाही बोललीस तर मी तुला फटके देईन, असं म्हणत मी तिच्या गालावर जोरदार चापट मारली. तिच्या गालावर माझी बोटे जोरदार उमटली होती, पण काहीही उपयोग झाला नाही. अंजलीला पुन्हा दम दिला, पुन्हा एक चापट लगावली, आता दुसऱ्या गालावर पाच बोटे उमटली होती, तरीही उपयोग शून्य. आता तिसऱ्यांदा दम भरला. तिसरी थप्पड लगावणार तेवढ्यात अंजलीने डोळे उघडले आणि 'थांबा सगळं सांगते', असं ती म्हणाली आणि माझाही जीव भांड्यात पडला. कारण एखाद्या रुग्णाच्या संदर्भात अशी पातळी गाठण्याची वेळ माझ्यावरही पहिल्यांदाच आली होती. त्यात ही अल्पवयीन मुलगी. ती रडत रडत बोलू लागली, आणि मला हसावे की रडावे हेच समजेनासे झाले. त्याला कारणही तसंच होतं. अंजलीकडून कानातली एक ४-५ ग्रॅम सोन्याची रिंग हरविली होती. मला वाटलं, अजून काही असेल. 'नाही डॉक्टर काका एवढंच फक्त हरवलंय.' मला कळेच ना की ४ ते ५ ग्रॅम सोन्यासाठी

एवढा मोठा प्रकार ही का करतेय?

अंजलीच्या उत्तरातून मात्र सगळा उलगडा होत गेला. अंजलीचे आई-वडील विशेषतः वडील हे अत्यंत कंजूस स्वभावाचे होते. एकेक रुपया म्हणजे त्यांचा जीव की प्राण. त्यात भरीस भर म्हणजे स्वभावानेही ते अत्यंत चिडखोर, जमदग्नीचा अवतार. एरवीदेखील त्यांच्यासमोर अंजलीच्या आईसह कोणाचीही बोलण्याची हिंमत होत नसे. त्यात सोन्याची रिंग, तीदेखील ४-५ ग्रॅम सोन्याची हरवली होती. मी मनाशी हिशेब केला तर लक्षात आले, चार आण्याची कोंबडी आणि बारा आण्याचा मसाला. तेव्हा ४-५ ग्रॅम सोने १० हजारांच्या आसपास मिळायचे. या दहा हजारांपायी हॉस्पिटलमध्ये आत्तापर्यंत या कुटुंबाने ७० ते ७५ हजार रुपये खर्च केला होता.

मी हसून अंजलीला म्हटलं, आता तू अजिबात चिंता करू नकोस. केवळ आजच नाही, तर यानंतर कधीही तुझे वडील तुला कशावरूनही बोलणार नाहीत. तिला निश्चिंत करून समाधानी मनाने मी तेथून निघालो. अंजलीच्या आईला वडिलांसह संध्याकाळी ओपीडीत येण्याचा निरोप दिला. अंजलीला आणू नका, हेदेखील आठवणीने सांगितले. निघताना अंजलीच्या आईला विश्वास दिला आज तर नाहीच पण भविष्यातदेखील अंजलीला या आजारासाठी कुठल्याही डॉक्टरची गरज पडणार नाही. अंजलीच्या आईच्या चेहऱ्यावर मात्र पूर्णपणे अविश्वास मला दिसून आला. मी मात्र स्मितहास्य करून त्यांच्या घरून निघालो.

हे प्रकरण नेमकं काय होतं?... त्यासाठी आपल्याला मानवी स्वभावाचे कंगोरे समजून घ्यावे लागतील. यातीलच एक भाग म्हणजे घटनेत असे काहीतरी विचित्र घडते की त्या व्यक्तीला सहनही होत नाही आणि सांगताही येत नाही. संबंधित व्यक्तीला कळलं तर फार मोठा प्रॉब्लेम होईल, असंही एकीकडे वाटत राहतं. त्या वेळी शरीराच्या नैसर्गिक प्रतिक्रिया निर्माण होत राहतात. शक्यतो अशा घटना या सासू-सून, सीनिअर-ज्युनिअर, कधी-कधी पति-पत्नी यांच्यासंदर्भात असतात. या वडील आणि मुलगी यांच्या नात्यावरील घटनेत अंजली नाटक करत होती असं आहे का? तर नाही, वडलांच्या भीतीपोटी नैसर्गिक प्रतिक्रिया म्हणून अंजलीला हा त्रास होत होता. ही प्रतिक्रिया खरीदेखील होती. पण बेशुद्ध होणं म्हणजे एखाद्या अपघातात किंवा वैद्यकीय आकस्मिक परिस्थितीत बेशुद्ध होतात, तसं हे नव्हतं.

अंजलीच्या वडिलांचे तिच्या हरवलेल्या रिंगकडे लक्ष जाऊ नये म्हणून तिच्या शरीरानं दिलेली ती नैसर्गिक प्रतिक्रिया होती. असल्या प्रकारची प्रतिक्रिया (रिॲक्शन) व्यक्तीनिहाय बदलत राहते. कुणाचं पोट दुखेल, कुणाला जुलाब होतील, कुणाचं डोकं दुखेल. या प्रकाराला 'हिस्टेरिया'देखील म्हटलं जातं. या निदानापर्यंत पोहोचण्याआधी

डॉक्टरांना आधी संपूर्णपणे खात्री करावी लागते, की रुग्णास खरंच कुठलाही अन्य आजार तर नाही ना...?

मदनलाल दांपत्य संध्याकाळी ओपीडीमध्ये आले. त्यांना मी शांतपणे एकच प्रश्न विचारला, की तुम्हाला अंजलीला या आजारातून कायमचं बरं करायचं की आयुष्यभर वैद्यकीय उपचारांसाठी खर्च करत राहायचं आहे? अपेक्षेनुसार बर करायचं आहे. असंच उत्तर आलं. त्यानंतर त्यांना या आजाराबद्दल सविस्तर समजावून सांगितलं. आई-वडिलांनाच घरातील त्यांची वर्तणूक सुधारण्याचा सल्ला त्यांना दिला. पुढे या दाम्पत्याने तसा बदल स्वतःमध्ये घडवून आणला. अगदी चमत्कारासारखा बदल झाला. हे कुटुंब पुन्हा आनंदी झालं. लग्नाचं वय होताच अंजलीचं लग्नही पार पडलं. लग्नानंतर ६-८ महिन्यांत चांगली ओळख झालेला जावई अर्थात अंजलीचा पती मुकेशला तिच्या संबंधातील हा किस्सा सांगितला तेव्हा त्याचीदेखील हसून हसून पुरेवाट झाली. विशेष म्हणजे त्यानंही या घटनेतून बोध घेतला. माहेरी आल्यानंतर अंजली आजही अधूनमधून आवर्जून येऊन भेटते. स्वभावाला औषध असतं, ते तिला पक्क कळलंय...

या घटनेतून मलाही खूप शिकायला मिळालं. कुटुंबात, समाजात वावरताना, ऑफिसमध्ये कार्यरत असताना आपली वर्तणूक कशी असायला हवी. अनेकदा गरज नसताना आपण फार कडक स्वभावाचे असल्याचे दाखवतो. आपली वागणूक विचित्र प्रकारात मोडणारी असते. मग लोक आपल्याशी बोलण्याचे टाळतात. हे का घडतं, याचा विचार खरंतर प्रत्येकानं करायला हवा. आपलं वागणं अनावश्यक ताठर आणि आणि अनावश्यक सैलदेखील नसावं. या सगळ्या प्रक्रियेत संवादाचं माध्यमदेखील आपण मोकळं ठेवायला हवं. वेळप्रसंगी स्वभावाला मुरड घालण्याची सवय आपण लावून घ्यायला हवी, त्यातूनच सुंदर आयुष्याची निर्मिती होऊ शकेल. अन्यथा रूक्ष आयुष्यात नात्यांचा ओलावा जपण्याच्या सुवर्णसंधी आपण गमावून बसू...

❖❖❖

चक दे इंजिनिअर!!

आयुष्यात मागे वळून बघताना, सकारात्मतेचे अनेक पंख उंच अवकाशात भरारी घेताना आज जेव्हा दिसतात, तेव्हा मनस्वी खूप समाधान वाटते. मला खास करून आठवतंय २००५-२००६ सालची घटना, माझ्या अत्यंत जवळच्या मित्राचा मुलगा, जो लहानपणापासून अभ्यासापासून सर्व बाबतीत अत्यंत हुशार. दहावीला ८६ टक्क्यांहून जास्त मार्क्स. वडील डॉक्टर आणि वडिलांचे पहिल्या दिवसापासूनचे स्वप्न, की माझ्या प्रवीणने डॉक्टरच बनावे. त्यासाठी वाटेल ते करण्याची माझ्या डॉक्टर मित्राची तयारी. त्यामुळे जसा प्रवीण दहावी पास झाला, त्या वेळेपासूनच प्रवीणच्या पप्पांची प्रवीणला डॉक्टर बनविण्याची तयारी सुरू झाली.

प्रचंड फी भरून नाशिकमधील नामवंत क्लासेसला प्रवीणला पाठवण्यात आले. या बरोबरीने मुंबईतील करस्पॉन्डस कोर्सेसदेखील लावण्यात आले. येता-जाता प्रत्येक क्षणी प्रवीणवर बिंबवण्यात येत होते, की त्याला कसं डॉक्टर व्हायचं आहे. शिवाय नुसता साधासुधा डॉक्टर नाही, स्पेशालिस्टदेखील नाही तर थेट विदेशात जाऊन सुपर स्पेशालिस्ट करण्याची तयारी प्रवीण वगळता अन्य सगळ्यांनी केली होती. हे स्वप्न साकारण्यासाठी प्रवीणच्या पप्पांची शारीरिक, आर्थिक, मानसिक कितीही मेहनत करण्याची तयारी होती. त्यासाठी गावाकडील शेती विकण्याची वेळ त्यांच्यावर आली. गरज पडल्यास प्रसंगी सगळी मालमत्ता विकण्याची त्यांनी तयारी केली होती. म्हणता म्हणता २००४ साली बारावीचा मेडिकल सीईटीचा निकाल आला आणि प्रवीणने आयुष्यात पहिल्यांदाच सर्वांचा मोठा 'भ्रमनिरास' केला. प्रवीणला बारावीसह सीईटीत खूपच कमी मार्क्स मिळाले होते. तरीदेखील त्यास बीएएमएस, बीएचएमएसला सहज

प्रवेश मिळू शकत होता. परंतु प्रवीणच्या वडिलांनी त्याला एमबीबीएसच करायचे ठरविले होते. पुढे वडिलांनीच ठरविले, की यंदा गॅप घेऊन टाकूया. त्यासाठी प्रवीणने सोडाच; परंतु त्याच्या वडिलांनीच पूर्ण ताकद लावून टाकली होती. सुदैवाने प्रवीणचे चार मित्रदेखील गॅप घेऊन मेडिकलची तयारी करणार होते. अशा रीतीने पुन्हा सुरू झाली प्रवीणची मेडिकलची लढाई. पुनश्च एकदा नाशिक-मुंबईचे क्लासेसदेखील सुरू झालेत. एकंदरीत तयारी खूपच चांगली चालू होती. शेवटचे तीन महिने तर अजून चांगल्या तयारीकरिता प्रवीणला ठाणे, मुंबईला पाठविण्यात आले. याबरोबरच दर २-४ दिवसांआड प्रवीणचे वडीलदेखील मुंबई-ठाण्याच्या चकरा मारू लागले. खाण्या-पिण्याचे हाल होऊ नयेत, म्हणून ते जाताना मोठा टीफिन नेऊ लागले. बघता बघता सगळ्यांची खात्री पटली, की यंदा नक्कीच किल्ला सर होणार. आणि बघता बघता सीईटी पार पडली. आम्ही सगळे मोठ्या उत्सुकतेने निकालाची वाट पाहू लागलो. नाही मुंबई तर निदान पुण्याच्या कॉलेजला तरी प्रवेश मिळेल, असे वाटत होते. सगळ्यांच्याच अपेक्षा शिगेला पोहोचल्या होत्या.

आणि पुन्हा नेमके नको तेच अघटित घडले! पुनश्च हरि-ओम. नुसते हरी-ओम नव्हे तर मागच्या वेळेपेक्षाही कमी मार्क्स. अरे.. देवा...!! सगळ्यात अवघड गोष्ट म्हणजे ज्यांच्याबरोबर प्रवीण अभ्यास करीत होता, सीईटीची तयारी करत होता, ती चारही मुलं अत्यंत चांगल्या मार्कांनी सीईटी उत्तीर्ण झाली आणि आमचा प्रवीण मात्र अपयशी ठरला!!

आमच्या डॉक्टर मित्रासह सगळेच सुन्न झाले. कोणाला काहीच सुचत नव्हते. दरम्यान, आमच्या एका कॉमन डॉक्टर मित्राशी माझ्या गप्पा झाल्या. आमच्या बोलण्याचा निष्कर्ष असा निघाला, की यामध्ये काहीतरी वेगळेच गौडबंगाल आहे. कारण प्रवीण तर हुशार मुलगा आहे. मग असं काय होतंय? आणि मग मी प्रवीणशी बोलायचं ठरवलं. सर्वांसमक्ष न बोलता मी आणि प्रवीण खूप छान अशा लॉन्ग ड्राईव्हवर निघालो. या वेळी बराच वेळ प्रवीणचं समुपदेशन केलं. मनसोक्त गप्पा मारल्या आणि त्यात अचानक प्रवीणच्या अश्रूंचा बांध फुटला. अश्रूंच्या धारा लागल्या. बराच वेळ प्रवीण रडत होता. थोडा शांत झाल्यावर तो बोलता झाला. आणि बराच वेळ बोलत राहिला. त्यातून उलगडले प्रवीणच्या कमी मार्कांचे रहस्य.

प्रवीणला मुळात वैद्यकीय शाखा अजिबात आवडत नव्हती. काही केल्या त्याला डॉक्टर व्हायचे नव्हते. संगणक तज्ज्ञ होण्याचे त्याचे स्वप्न होते. संगणक हा त्याच्या अत्यंत जिव्हाळ्याचा विषय होता. संगणकशास्त्र त्याला मनापासून आवडतदेखील होते. अरे मग, एवढी सोपी गोष्ट सांगायची ना, आधीच, मी म्हणालो! तसा तो लागलीच उत्तरला, 'अहो काका, तेवढं सोप्पं आहे का ते? आमचे पप्पा कधी ऐकतात का

कुणाचं?' त्यांना डॉक्टर या शब्दापलीकडे काहीच ऐकायचे नव्हते. प्रवीण बोलत होता, हे मात्र शंभर टक्के खरे होते. आमचे हे मित्र कधीच कोणाचेही ऐकत नव्हते. खास करून प्रवीणने सुपर स्पेशालिस्ट डॉक्टर बनावे, हे तर त्यांचे जवळपास १५-१७ वर्षांपासूनचे स्वप्न होते.

आता या सगळ्यातून मार्ग काढण्याची जबाबदारी मी स्वीकारली. सर्वात आधी प्रवीणला आश्वस्त केले, की तुझी संगणक शास्त्राला प्रवेश मिळून देण्याची जबाबदारी माझी. अर्थातच, प्रवीणच्या वडिलांना समजावून सांगणेदेखील त्यात आले. विचार करा, आयुष्यभर बघितलेली स्वप्ने बाजूला ठेवायची होती, म्हणजे त्या वडलांसाठीची किती अवघड होते ते.

पहिला टप्पा तर पार पडला होता. पुढचा टप्पा मात्र फारच अवघड होता. सगळ्यांसमोर बोलण्यात काहीही अर्थ नव्हता. म्हणून या वेळी मी आणि प्रवीणचे वडील लॉन्ग ड्राईव्हला निघालो. सुरुवातीला तर बिकट परिस्थिती होती. मोठ्या मुश्किलीने मित्राला समजावून सांगितले. प्रवीणला जर डॉक्टरकीत रसच नाही तर तो कसा काय डॉक्टर होऊ शकतो? आणि त्याला स्वतःलाही स्वप्ने बघण्याचा आणि आवडेल ते शिक्षण घेण्याचा अधिकार आहे. प्रवीणची अर्थातच दुसरी बाजूदेखील डॉक्टर मित्राच्या लक्षात आणून दिली. आपण कितीही प्रयत्न केलेत तरी प्रवीणला डॉक्टर करण्यात आपल्याला यश येणार नाही. केवळ पैसा आणि वेळ वाया जाईल. सरतेशेवटी मनःस्तापाशिवाय काहीही हाती लागणार नाही. थोडक्यात मित्र तयार झाला. आम्ही तेथून तडक निघालो. एका मित्राच्या साहाय्याने प्रवीणचा संगणक शास्त्राला प्रवेश निश्चित केला आणि पेढ्यांचा बॉक्स घेऊनच घरी पोहोचलो.

सध्या आमचा प्रवीण एक प्रथितयश संगणकतज्ज्ञ आहे. आंतरराष्ट्रीय संगणक कंपन्यांमध्ये तो कार्यरत होता. आणि आज त्याची सॉफ्टवेअर कंपनी आहे. त्यात ५० हून जास्त अभियंते काम करतात. आज अत्यंत यशस्वीरीत्या सुख-समाधानाने व आनंदात आमचा मित्र, प्रवीण आणि कुटुंबीय जीवनाचा आनंद घेत आहेत. वाचायला हे नक्कीच छान वाटेल. परंतु असे का घडत होते, याचा जर खोलवर विचार केला, तर त्यातील मर्म समजू शकेल. आपले आपापल्या पाल्यांबरोबर नाते कसे असावे, हे आज शिकण्यासारखे आहे. किंबहुना सध्याच्या काळातील हा ज्वलंत प्रश्न आहे. पालकांचा धाक जरूर असावा; पण तो आदरयुक्त असला पाहिजे. आपला पाल्य आपल्याशी संवादही साधू शकणार नाही, इतकाही तो नसावा. या घटनेमध्ये सगळे असेच होते. संवादाची एवढी सगळी माध्यमे उपलब्ध असताना समाज तर दूर, पण घराघरांमध्ये विसंवाद का वाढतोय? यावर समाजधुरिणांना आता नक्कीच मंथन करावे लागणार आहे.

◆◆◆

जीव वाचवणारी सकारात्मकता!!

आयुष्याकडे एकदा सकारात्मकतेने पाहायचे ठरविले की, आयुष्यात घडलेल्या अनेक सकारात्मक गोष्टी मनापुढे फेर धरायला लागतात. किती तरी गोष्टी...अगदी ही लिहावी गोष्ट की ती लिहावी, असा प्रश्न तर अनेक वेळा मला पडतो..!

ही गोष्ट आहे साधारणतः १२-१४ वर्षांपूर्वीची, वेळ संध्याकाळची ४.३०. मी हॉस्पिटलमध्ये होतो. नाशिकमधील एका व्यापारी मित्राचा मोबाइलवर फोन आला. खूप रडत-रडत बोलत होता. तो घाबरलेला होता. बरंच काही बोलत होता, पण मला एवढेच कळले, की मोठा अपघात झालेला आहे. त्यात काही जण जागेवरच गेले होते तर दोघांना अत्यवस्थ अवस्थेत सुयश हॉस्पिटलला आणण्यात येत होते. थोड्याच वेळात अत्यंत गंभीर अवस्थेतील दोन रुग्णांना हॉस्पिटलमध्ये आणण्यात आले. आधी पूर्वसूचना असल्याने आमची टीम तयारच होती. रुग्णवाहिका कॅज्युअल्टीच्या दारात उभी राहिली. आमच्या टीमने रुग्णवाहिकेतच पेशंट बघायला सुरुवात केली. तेव्हा लक्षात आले, की दोन्ही रुग्ण जवळपास गेल्यात जमा आहेत. रक्तदाब अगदीच उतरला होता. नाडी अत्यंत मंद, जवळपास लागत नव्हती. रुग्णांची स्थिती अत्यंत गंभीर होती. आमच्या टीमने रुग्णवाहिकेतच जीव वाचविण्यासाठी आवश्यक असलेली 'इन्ट्युबेशन' प्रक्रिया पार पाडली आणि दोन्ही रुग्णांची प्रकृती कॅज्युलिटीमध्ये स्थिर करून त्यांना अतिदक्षता विभागात भरती केले.

आता येथे 'इन्ट्युबेशन' बद्दल समजावून घ्यावे लागेल. कुठलाही रुग्ण हा अत्यवस्थ होतो, तेव्हा त्याची श्वसनप्रक्रिया हळूहळू बंद व्हायला लागते. अशा वेळी श्वासोच्छ्वास व्यवस्थित चालू राहावा, म्हणून त्वरित रुग्णाच्या तोंडात एक नळी (ट्यूब) टाकतात.

जेणेकरून रुग्णाचा श्वास थांबणार नाही. ह्या ट्युबला फुगा जोडतात आणि रुग्णाला श्वासोच्छ्वास करता येईपर्यंत अथवा व्हेंटिलेटरवर घेईपर्यंत तो फुगा हाताने सतत दाबत राहावा लागतो. या पद्धतीने जगभरात रोज लाखोंनी जीव वाचवले जात असतात.

दोन्ही रुग्ण पहिला आठवडा अतिगंभीर होते. दोघांनाही ८-१० फॅक्चर्स होते. डोक्याला, छातीला खूप मार लागलेला होता. दोघेही रुग्ण २ ते ३ महिने हॉस्पिटलमध्ये भरती होते. दोघांचे लहान वय, इच्छाशक्ती, डॉक्टरांचे, मेडिकल, पॅरामेडिकल स्टाफचे अथक प्रयत्न त्यामुळे दोन्ही रुग्ण सुखरूप घरी गेले.

नाही, नाही हे १०० टक्के खरे नाही. हे दोन्ही रुग्ण कसे वाचले, ह्याचे सर्वात महत्त्वाचे कारण मी आता सांगणार आहे. आपल्या आयुष्यात रोज काही ना काही घटना घडतच असतात. त्यातल्या काही थोड्या, थोड्या जास्त, जास्त, खूपच जास्त सकारात्मक असतात. ह्या गोष्टी स्वीकारण्यात कोणालाही वेळ लागत नाही. किंबहुना या गोष्टी, अतिशय उत्साहाने कधी मिठाई वाटून, कधी पार्टी करून, कधी साग्रसंगीत, हजारो लोकांना बोलावून, मोठे कार्यक्रम करून साजरे आपण करत असतो. तर काही गोष्टी ठीकठीक असतात, तर काही संमिश्र. ह्यांना स्वीकारण्यासाठीही फार काही अडचणी येत नाहीत. तर काही वेळा मोठ्या अडीअडचणीदेखील निर्माण होतात कारण आपण नकारात्मक गोष्टी तशाच स्वीकारतो. यामुळे आपल्या अडचणींत अधिक वाढ होते. मात्र त्याउलट आपण जर नकारात्मक गोष्टी सकारात्मकतेने स्वीकारल्या, तर आयुष्य खूपच सुखकर, आनंदमय होते.

त्या दिवशी माझा हा विश्वास अजून दृढ झाला. ज्या दिवशी मला अपघाताची संपूर्ण माहिती मिळाली व त्याचा अंतिम परिणाम म्हणून माझ्याकडे या भयानक अपघातातून आश्चर्यकारकरीत्या नशिबाने वाचलेले दोन तरुण जीव. ही घटना नाशिकपासून ३०-३५ किलोमीटर अंतरावरील सिन्नरजवळील वळणावर घडली होती. ते गणपती उत्सवाचे दिवस होते. देशमुखांच्या घरी मोठा धार्मिक कार्यक्रम होता. सगळे नातेवाईक, आप्तस्वकीय, सगे-सोयरे एकत्र झालेले होते. कार्यक्रम मोठ्या उत्साहात पार पडला. दुपारी जेवणाचा कार्यक्रम पण खूप जोरात झाला. दुपारची जेवणं ४ वाजेपर्यंत चालली होती. चारनंतर गर्दी कमी झाली. घरातले सख्खे नातेवाईक फक्त राहिले होते. देशमुखांना एक मुलगा आणि मुलगी होती. दोघांचेही लग्न झालेले होते. चांगल्या घरचा जावई मिळालेला होता. सूनदेखील चांगल्या मोठ्या घरची होती. सर्व उच्चशिक्षित होते. स्वतः देशमुखही उच्चशिक्षित होते. आर्थिक परिस्थितीही खूपच चांगली होती.

आता सगळे निवांत बसले होते. अचानक बहीण-भावाचे बोलता बोलता ठरले, की चला, आपण शिर्डीला जाऊन दर्शन घेऊन येऊ. फार दिवस झालेले आहेत, साईबाबांच्या

दर्शनाला. देशमुखांनी पण होकार दिला. गाडी दिली, ड्रायव्हर दिला आणि साडेचारच्या सुमारास मंडळी साईबाबांच्या दर्शनाला शिर्डीला निघालेदेखील. बहीण- भाऊ जोडीने निघाले होते. सोबत नातू, मुलाचा मुलगादेखील होता. शिर्डी हायवे आता लागलाच होता. गावाच्या जवळ रस्ता चार प्रशस्त (फोर लेन) मार्गिकेचा होता. सर्व जण आनंदाच्या सागरात विहार करीत होते.

आणि पुढच्या एका क्षणात होत्याचे नव्हते झाले. झाले असे की, त्यांची कार शिर्डीच्या दिशेने आपल्या लेनमधून रस्त्याच्या कडेने व्यवस्थित ७०-८० किलोमीटर प्रतितासाच्या वेगाने चालली होती. सिन्नरकडे येणाऱ्या तिकडच्या मार्गिकेवर एक स्कॉर्पिओ अत्यंत भरधाव वेगाने येत होती. या मंडळींना काही कळायच्या आतच तिकडून येणाऱ्या स्कॉर्पिओच्या चालकाचा ताबा सुटला. स्कॉर्पिओने आधी डिव्हायडरला धडक दिली. वेग खूपच जास्त असल्याने गाडी हवेतून पलटी घेत सिन्नरकडून शिर्डीकडे जाणाऱ्या देशमुखांच्या कारवर जाऊन आदळली आणि क्षणातच होत्याचे नव्हते झाले. देशमुखांचा मुलगा-मुलगी, नातू आणि ड्रायव्हर जागेवरच गतप्राण झाले. सून आणि जावई रक्ताच्या थारोळ्यात मरणासन्न अवस्थेत गेले. स्कॉर्पिओ एका बाजूला जाऊन कलंडली, तिचे स्पिडोमीटर १४० वर लॉक झालेले. स्कॉर्पिओच्या चालकाचे वय किती होते? १५ वर्षं. अत्यंत कोवळा मिसरूड न फुटलेला मुलगा आणि पासिंग न झालेली स्कॉर्पिओ तो चालवत होता. हा मुलगा द्राक्ष बागायतदाराचा एकुलता एक मुलगा. स्कॉर्पिओच हवी म्हणून जिद्दीला पेटलेला. ही गाडी घेण्यासाठी तो तीन दिवस जेवला नव्हता म्हणे. आणि वडिलांनी नवी कोरी स्कॉर्पिओ आणून १५ वर्षांच्या मुलाकडे चालक परवाना नसताना दिली होती. काय भावात पडला तो हट्ट? असले लाड पुरविणे किती जणांचे जीव घेऊन गेला होता.

अपघातानंतर अगदी मोजून २-५ मिनिटांत गाववस्तीवरचे लोक, आप्तस्वकीय गोळा झाले. प्रचंड रडारड सुरू झाली. अपघात एवढा भीषण होता, की प्रत्यक्षदर्शी लोक धाय मोकलून रडत होते. तातडीने काही हालचाल करून गंभीर जखमी रुग्णांचे जीव वाचवण्यासाठी काय केले पाहिजे, हे कोणासही सुचत नव्हते. या सगळ्यांत देशमुखांचे मेव्हणे जे माझे नाशिकचे व्यापारी मित्र होते, ते पण होतेच. ते अपघातग्रस्तस्थळी पोहोचताच सर्वात आधी जिवंत कोण आहे, ते त्यांनी बघितले. देशमुखांचे जावई आणि सून यांच्यात थोडी धुगधुगी होती. त्यांनी सर्व दुःख बाजूला ठेवून मित्राच्या सहकार्याने विद्युत वेगाने हालचाली करत ३-४ मिनिटांत रुग्णवाहिका मिळविली. अपघात झाल्यापासून ७-८ मिनिटांत वाऱ्याच्या वेगाने आमच्या हॉस्पिटलकडे रुग्ण घेऊन निघालेदेखील होते. हॉस्पिटलला पोहोचताच मग यांच्याही

अश्रूंचा बांध फुटला...आणि तसंच रडत-रडत त्यांनी मला फोन केला.

अपघात झाल्याच्या मोजून २०-२५ मिनिटांत दोन्ही पेशंट आमच्याकडे पोहोचले होते. वैद्यकीय परिभाषेत सांगायचे, म्हटले तर जवळपास 'प्लॅटिनम अवर' मध्येच ह्यांनी पेशंट पोहोचवले होते. सर्जिकल, मेडिकल आकस्मित परिस्थितीत २० मिनिटांच्या आत हॉस्पिटलला पोहोचणे, म्हणजे प्लॅटिनम अवर. तर एक तासाच्या आत पोहोचणे म्हणजे गोल्डन अवर. अगदी खरोखरच ते दोन जीव या प्लॅटिनम अवरमध्ये पोहोचल्याने वाचले होते. अजून २ ते ५ मिनिटांचा उशीर म्हणजे या दोघांचाही १०० टक्के मृत्यू.

आता विचार करा. ह्या अपघातग्रस्त जागेवर शेकडो लोक जमले होते. त्यात जवळचे नातेवाईकसुद्धा मोठ्या संख्येने होते. सगळेच परिस्थितीने सुन्न झाले होते. फक्त मुला- मुलीचा मोठा मामा ह्याला अपवाद होता. या मामाला दुःख झाले नव्हते का? होय, प्रचंड दुःख झाले होते. दुःखाच्या आभाळाएवढा मोठा नकारात्मक क्षण अत्यंत सकारात्मकतेने स्वीकारला होता. या स्वीकारार्हतेचा चांगला परिणाम म्हणजे, वाचलेले दोन नशीबवान जीव. जीवदान देणे हे फक्त ईश्वराच्याच हातात आहे, परंतु आपल्या कुठल्याही बिकट प्रसंगी न डगमगता नकारात्मक क्षणांना सकारात्मकतेने स्वीकारले तर एखादा जीव वाचवण्यात आपणदेखील निमित्तमात्र ठरू शकतो. अनेक लोकांना अशा प्रसंगांमध्ये मदत करण्याची इच्छा असते, पण अपघातानंतर पोलिसांच्या चौकशीला सामोरे जाण्याच्या शक्यतेने अनेक जण पुढाकार घेत नाहीत. विशेष म्हणजे पोलिसांनीदेखील अपघाताच्या नोंदी घेण्याच्या पद्धतीमध्ये सकारात्मक बदल केले आहेत. जी व्यक्ती अपघातग्रस्तांना घेऊन हॉस्पिटलपर्यंत पोहोचते, त्यांची कोणत्याही प्रकारची चौकशी केली जात नाही. मात्र ही बाब अजूनही सर्वसामान्यांपर्यंत पोहोचलेली नाही. आपलीच चौकशी होईल, ही भीती आजदेखील सर्वसामान्य लोकांना सतावते, जी आता सोडून द्यायला हवी. जीव वाचविण्यासाठी पुढाकार घेणे, हेच अशा प्रसंगांमध्ये अत्यंत मोलाचे जीवरक्षक देवदूतासमान ठरू शकते. तर सुदैवाने असे प्रसंग उद्भवले, तर आपणही सकारात्मक रीतीने पुढाकार घ्याल ना!

❖❖❖

काळ आला होता, पण वेळ आली नव्हती!

ही थरकाप उडवणारी, अंगावर शहारे आणणारी घटना आहे, १९८७ सालातील. माझी आई म्हणजे श्रीमती सुशीलाबाई पवनलाल ओस्तवाल जर सकारात्मक नसती तर-तर आज मला लाभलेले सकारात्मकतेचे पंख १९८७ सालीच गळून पडले असते.

माझा वडिलांचा ३० मे १९८६ रोजी अत्यंत दुदैवाने अकाली वयाच्या ४६ व्या वर्षी हृदयविकाराने मृत्यू झाला. वडिलांच्या मृत्यूनंतर मी १२ डिसेंबर १९८६ रोजी नाशिक शहरात ओपीडी सुरू केली. त्यानंतरदेखील दीड-दोन वर्षे आमचे घर चांदवड या आमच्या गावी होते.

काही शासकीय कामांसाठी मला आईला चांदवडहून नाशिकला घेऊन यायचे होते. आईला आम्ही सगळे बहीण-भावंड बाई म्हणतो. तरुण वयात दुचाकी चालविण्याच्या उत्साहामुळे, बाई नको-नको म्हणत असतांनादेखील मी तिला अक्षरशः बळजबरी स्कूटरवर घेऊन आलो होतो. तो दिवस सोमवती अमावस्येचा होता. त्या वेळी असल्या कुठल्याही गोष्टींवर माझा विश्वास नव्हता. आईचा स्कूटरवर येण्याच्या नकारामागे या अमावस्येचादेखील वाटा होता. अर्थातच तिला आयुष्यातील भल्या-बुऱ्या अनुभवांमुळे दुचाकीवरील प्रवास आणि तो ही हायवेवरून, हा अत्यंत जोखमीचा वाटत होता, आणि जे खरंही होते. त्यामुळेच तिचा खूप तीव्र विरोध होताच. तरीही माझ्या ड्रायव्हिंगच्या आवडीमुळे (जी आजही कायम आहे) तरुण वयात बाईच्या विरोधावर मात करून आम्ही माय-लेकरं स्कूटरवर नाशिकला आलो होतो.

वडिलांच्या निधनानंतर बऱ्याच दिवसांनी आम्ही नाशिकला आलेलो असल्याने बरीच कामे शिल्लक होती. कामे आटोपता आटोपता बराच उशीर झाला होता.

कामांनंतर आम्ही मावशीकडे जेवण केले आणि अंदाजे रात्री दहाच्या सुमारास नाशिकहून चांदवडला जाण्यासाठी निघालो. अंदाजे अकरा-सव्वा अकरा दरम्यान आम्ही शिरवाडे फाटा ते खडकजांब दरम्यान होतो. स्कूटरचा अंदाजे वेग ६०-७० किलोमीटर प्रति तास असा होता. त्या काळात महामार्ग फक्त दुहेरी होता. बऱ्यापैकी मोठ्या वाहनांची वर्दळ होती. छोट्या वाहनांची ये-जा मात्र जवळपास नव्हतीच. पादचाऱ्याचा, दुचाकीचा तर विषयच नव्हता. इथपर्यंतचे सर्व काही मला आजही आठवते.

मात्र त्यानंतर साधारणतः मला जे आठवते ते म्हणजे, मी काळ्या-पिवळ्या टॅक्सीमध्ये होतो. शेजारीच आई होती आणि खचाखच गर्दी त्या टॅक्सीमध्ये झाली होती. साधारण अठरा प्रवासी त्या टॅक्सीमध्ये कोंबलेले होते. मला काहीच कळत नव्हतं, की नेमकं काय झालंय ? मी टॅक्सीमध्ये कसा? मग इकडे-तिकडे बघायला लागलो तर हायवेला आमच्या टॅक्सीच्या पुढे माझी स्कुटर चालली होती, क्रमांक होता एमजेआय ६४५३.

काहीच कळेना! आईला विचारायचा प्रयत्न केला, तर आई प्रचंड चिडली, म्हणाली “चुप बेठ”. (चूप बस) परत बोलायचा प्रयत्न केला, तर एक चापट खाल्ली. “चुपचाप घरे चाल, पचे थारा कने देखू” (घरी चुपचाप चल, मग तुझ्याकडे बघते.) मला काहीच कळेना की नेमकं काय चाललंय ते? मी माझ्या मेंदूला खूप ताण द्यायचा प्रयत्न केला. पण काही केल्या काहीच आठवत नव्हते; परंतु डोके मात्र खूप दुखत असल्याचे जाणवत होते. जणू डोक्यावर कोणी मार देत होते. शेवटी मी शांत बसलो.

टॅक्सी चांदवडला पोहोचली. नेहमी कुठलीही गाडी असली, तरी हायवेला पेट्रोल पंपाजवळ अथवा बस स्टॅंडजवळ उतरतात. या टॅक्सीवाल्याने चक्क घरापर्यंत टॅक्सी आणली. खाली उतरलो तर आईने त्या टॅक्सी ड्रायव्हरला साष्टांग दंडवत घातला. भाऊ तू देवासारखा धावून आलास. तुझी फार मदत झाली. तुझ्यामुळेच माझा मुलाचा जीव वाचला. मला एकावर एक आश्चर्याचे धक्केच बसत होते. नेमकं काय झालंय, कळत नव्हते.

आई आणि मी घरात गेलो आणि आत्तापर्यंत आई मोठ्या मुश्किलीने थोपवून धरलेला अश्रूंचा बांध फुटला. रात्रीचे दोन वाजलेले. घरात म्हातारी आजी, लहान भाऊ, बहीण सर्वजण गाढ झोपेतून उठून बसलेले. आईला रडताना बघून सर्वच जण रडायला लागले. मात्र आई सोडून कोणालाच काहीही कळत नव्हते. माझ्यासह आम्ही सर्व आईला विचारत होतो, आई काय झालंय? काय झालंय? आई हळूहळू शांत होत होती. आणि मग आई बोलायला लागली. आता मात्र एकामागे एक आश्चर्याचे धक्के

बसायला लागलेत. आम्ही सर्वजण सुन्न झालो होतो.

झाले असे होते, की आम्ही शिरवाडे फाटा सोडल्यानंतर एका वळणावर आमच्या स्कूटरच्या पुढच्या चाकाची ट्यूबची पिन आपोआप निघाली होती (जे नंतर पंक्चर काढायला गेलो, त्या वेळी कळले) त्यामुळे अचानक पुढच्या चाकाची हवा पूर्ण गेली. आणि आमचा तोल जाऊन आमचा अपघात झाला होता.

सुदैवाने आईला कुठलीही दुखापत झाली नव्हती, जो आमच्यासाठी दैवी चमत्कारच होता. परंतु, मला मात्र डोक्यावर पडल्याने 'हेड इन्जुरी' झाली होती आणि त्यामुळे मी अपघातस्थळी बेशुद्ध पडलो होतो. अगदी मी जिवंत आहे की मेलो? हेही कळत नव्हते. अत्यंत बिकट आणीबाणीची परिस्थिती आईवर, आमच्यावर ओढावली होती.

आता विचार करा. एक ४२ वर्षांची स्त्री जिचा पती त्याच्या वयाच्या ४६ व्या वर्षी अवघ्या काही महिन्यांपूर्वी कुठलाही आजार नसतांना अचानक 'ऑन द स्पॉट' मृत्युमुखी पडला होता. आणि तिचाच डॉक्टर मुलगा ज्याच्यावरती तिच्या संपूर्ण आयुष्याच्या आशा-आकांक्षा आता केंद्रित झाल्या होत्या. एक तर मरणाच्या दारात तरीहोता, अथवा मृत्युमुखी तरी, पडला होता. अशा अवस्थेत त्या स्त्रीची काय अवस्था झाली असेल.

मी हायवेवर एका बाजूला बेशुद्ध अवस्थेत. एका बाजूला तपकिरी रंगाची स्कूटर पडलेली. जिला कुठल्याही प्रकारचे रिफ्लेक्टर नाही, कुठलेही लाईट चालू नाहीत... अमावस्येची रात्र. काळाकुट्ट अंधार, डोळ्यात बोट घातले तरी कळणार नाही, अशी परिस्थिती. विधवा असल्याने आईने पांढरी साडी परिधान केली होती. दोन्ही बाजूने वाहने भरधाव वेगाने येत-जात होती. आमचा अपघात अंदाजे अकराच्या सुमारास झाला होता. आई मोठ्या हिमतीने प्रत्येक गाडीला हात देऊन मदतीसाठी याचना करत होती. त्याहूनही महत्त्वाचे म्हणजे आईने जणू काही एक अभेद्य सुरक्षाकवच माझ्या भोवती तयार केले होते. जर अर्धा-एक मिनिट घाबरून बाजूला झाली असती, तर विचार करा, माझी काय अवस्था झाली असती? मी कुठल्याही वाहनाच्या खाली येऊ शकलो असतो. क्षणात होत्याचे नव्हते झाले होते.

त्या दिवशी खऱ्या अर्थाने अपघात झाल्यानंतर किती भयानक परिस्थिती निर्माण होते, हे आम्हाला पहिल्यांदा कळले. त्या दोन-अडीच तासांत आईने किमान अडीचशे ते तीनशे वाहनांना हात दिला असेल; परंतु एकही वाहन थांबले का? आणि अपघातानंतर जेवढ्या त्वरित वैद्यकीय मदत मिळेल, तेवढा जीव वाचण्याची शक्यता अधिक असते. मला इथे आज खेदाने नमूद करावेसे वाटते, की निव्वळ वैद्यकीय मदत न मिळाल्याने आपल्या देशातील अपघातांमध्ये मुत्युमुखी पडलेल्यांची संख्या ही ८ ते १० पट इतकी

असते. सुदैवाने यांच्यात आता काही प्रमाणात का होईना फरक पडतोय. परंतु अजूनही खूप सुधारणा होण्याची गरज आहे आणि हा टॅक्सीवाला तरी कसा थांबला? खरं तर तोही निघून चालला होता. थोडं पुढे गेल्या गेल्या त्याच्या लक्षात आले, की अरे या तर पवन सरांच्या पत्नी दिसतात. पवन सर म्हणजे माझे वडील. तो माझ्या वडिलांचा विद्यार्थी होता. म्हणून त्याने टॅक्सी मध्ये थांबवली. तो जर वडिलांचा विद्यार्थी नसता तर? तर? विचारही करवत नाही.

अशाच प्रसंगांमध्ये आपली, आपल्या धीराची कसोटी लागत असते. आईच्या आयुष्यातील जे काही एखाद-दोन सगळ्यात वाईट प्रसंग असतील, त्यातील हा एक, परंतु आईने हा विदारक क्षण स्वीकारला. नुसताच स्वीकारला नाही तर अत्यंत सकारात्मकरीत्या स्वीकारला. अन्यथा? अन्यथा? आज मी अनेक बऱ्या-वाईट घटनांना सकारात्मकतेने सामोरे जात असतो त्याचे बाळकडू आईने आम्हाला अशा अनेक छोट्या-मोठ्या प्रसंगातून दिले आहे.

हलके फुलके क्षण अन् आनंदाचा "बॅलन्स"

ही गोष्ट आहे १९८३ सालातील. मी वैद्यकीय महाविद्यालयाच्या तिसऱ्या वर्षाला होतो. गोष्ट चांदवडची आहे. माझे वडील म्हणजे पवन सर (पवनलाल चंदुलाल ओस्तवाल, हे श्री नेमिनाथ जैन हायस्कूल मध्ये शिक्षक व त्याबरोबरच श्री नेमिनाथ जैन ब्रह्मचर्याश्रम येथे या संस्थेत व्यवस्थापकीय जबाबदाऱ्या सांभाळीत होते.) यांच्या चाणाक्ष नजरेने एक संजय पाटील नावाचा विद्यार्थी हेरला. हा संजय अतिशय मेहनती आणि हुशार होता. दुर्दैवाने त्याच्या घरची आर्थिक परिस्थिती मात्र तेवढी चांगली नव्हती. श्री नेमिनाथ जैन ब्रह्मचर्याश्रम ही जैन समाजाने आपल्या दातृत्वाने चालवलेली संस्था. या संस्थेने अनेक गरीब विद्यार्थ्यांच्या आयुष्यात शिक्षणाचे नंदनवन फुलवले. हा संजयदेखील याच संस्थेत शिक्षण घेत होता. संजयचे पैशाअभावी शिक्षण बंद पडणार होते. परंतु वडिलांनी सर्वार्थाने संजयची काळजी घेतली. संजयला फ्रीशिप मध्ये संस्थेत ठेवले. शिक्षणात हर तऱ्हेने मदत केली. इतकेच नाही तर संजयच्या संपूर्ण आयुष्याला आकार देण्यात माझ्या वडिलांचा खूप मोठा वाटा होता. त्याचे शिक्षण संपले आणि वडिलांनी त्यास संस्थेच्या लेखा विभागात रुजू करून घेतले. म्हणता म्हणता संजय आयुष्यात उत्तमरीत्या सेटल झाला. संजयच्या लग्नाच्या गोष्टी होऊ लागल्या. त्याला अनेक स्थळ सांगून येत होती. कुठे मुलगी पसंत पडत नव्हती तर कुठे मुलगा पसंत पडत नव्हता. एकेदिवशी हा योग जुळून आला. मुलगी पसंत पडली. परंतु नशिबाचे फेरे अजून संपलेले नव्हते. घरच्या सख्ख्या नातेवाइकांनी त्यात खोडा घालायचा प्रयत्न केला. परंतु संजयच्या मागे माझे वडील अतिशय खंबीरपणे उभे होते. त्यांनी सर्व काही घडवून आणले. अशा रीतीने आमच्या संजयची सोयरीक विदर्भामधील अकोला येथे

झाली. लग्नाचा दिवस जवळ आला. कार्यबाहुल्यामुळे वडील लग्नाला जाऊ शकले नाहीत. पर्यायाने या लग्नाची संपूर्ण जबाबदारी माझ्यावर येऊन पडली. मीदेखील ती छान पद्धतीने सांभाळून लग्न अतिशय आनंदात पार पाडले. हे सर्व सांभाळत असताना नववधूशी आणि तिच्या संपूर्ण परिवाराशीदेखील माझी चांगलीच ओळख झाली होती. अकोल्याहून आम्ही दुपारी महाराष्ट्र एक्सप्रेसने परतीच्या प्रवासाला लागलो होतो. या प्रवासात नववधू म्हणजे सुनंदाशी गप्पा मारता मारता एक मस्त प्लॅन तयार झाला, तो प्लॅन होता पहिल्या रात्रीचा म्हणजे सुहाग रात्रीचा. या प्लॅननुसार मी संजयची नववधू म्हणून खोलीत थांबायचं, असं ठरलं. रात्री उशिरा आम्ही चांदवडला पोहोचलो. संजय आणि माझ्या वयात फारसा फरक नसल्याने आमच्याही आधीपासूनच मनमोकळ्या गप्पा व्हायच्या. दुसऱ्या दिवशी सकाळी काही धार्मिक विधी पार पडले. दुपारी मी संजयचा चांगलाच ब्रेन वॉश केला. कशासाठी? तर पहिल्या रात्री म्हणजे सुहागरात्री नेमकं काय काय करायला हवं! काय नको करायला! कारण "फर्स्ट इम्प्रेशन इज लास्ट इम्प्रेशन" वगैरे वगैरे...इंग्रजीतील या वाक्यप्रचारानुसार तुम्हा दोघांची आजची पहिली भेट अत्यंत महत्त्वाची असणार आहे. असं सगळं माझ्या प्लॅनला जे-जे म्हणून काही सोयीस्कर होतं, ते मी यशस्वीरीत्या संजयच्या मनावर बिंबविलं.

म्हणता म्हणता संध्याकाळ झाली. शेवटचं संजयशी बोलून मी त्याची रजा घेतली आणि घरातील पुढच्या दारानं निघून मागच्या दारानं परत घरात प्रवेश केला. संजयचा शयनकक्ष हा मागेच होता. मी आणि सुनंदा ठरल्याप्रमाणे रुममध्ये गेलो. सुनंदाचे दागिने घालायचा प्रयत्न केला, मंगळसूत्र सोडलं तर तिचा कुठलाही दागिना मला येईना. मोठा अवघड प्रश्न तयार झाला होता. शेवटी तिनेच आलेल्या नातेवाईक मंडळीतील एका जाडजूड स्त्रीच्या बांगड्या काढून मला आणून दिल्या. सुनंदाने मला छानशी साडी नेसवली, हा तर मोठा अवघड कार्यक्रम होता. पण सुनंदाने छान मॅनेज केला. अत्यंत मोजके दागिने आणि एक सुंदरशी साडी एवढ्या मोजक्या साहित्यानिशी मी नववधू म्हणून पहिल्या रात्रीसाठी तयार होऊन खोलीत बसलो...म्हणजे बसली..मनात बरीच धाकधूक सुरू होती. जीव घाबरत होता, आयुष्यात पहिल्यांदाच अशी काही तरी विचित्र गंमत मी करत होतो. थोड्या वेळानं शयन कक्षात संजय आला. तेव्हा तर मला अक्षरशः दरदरून घामच फुटला. संजयला शिकवून ठेवल्याप्रमाणे तो छानपैकी रोमँटिक गाण्याची धून गुणगुणतच आला होता. मंद सुगंध असलेला स्प्रेही त्याने मारलेला होता. त्यातल्या त्यात संजयने एक छान काम केलं होतं. मोठा दिवा बंद करून छोटा दिवा लावला होता. मग एक एक सोपस्कार तो पूर्ण करायला लागला. मला छानपैकी त्याने पेढा भरविला. त्याने मग पदर डोक्यावरून उचलण्याचा प्रयत्न केला. अर्थातच तो मी

"हटो जी शर्म आती है" असा बारीक आवाज काढत अयशस्वी केला. त्याने तो प्रयत्न पुन्हा पुन्हा केला. परंतु मी मात्र त्याला काही केल्या दाद दिली नाही. शेवटी कंटाळून त्याने "घुंगट उठाने के लिये" म्हणून त्या काळी हजार रुपये त्याने माझ्यासमोर टाकले. असं करायचं हेदेखील मीच त्याला शिकवून ठेवले होते. त्याच पद्धतीने तो तशा कृती करीत होता.

आता त्याने आता छान गप्पा मारायला सुरुवात केली. मी अगदीच बारीक आवाजात (स्त्रीचा आहे, की पुरुषाचा हेच कळत नव्हते, ही पूर्ण खबरदारी घेत) बोलत होतो. हे सगळं होईपर्यंत जवळपास अर्धा तास उलटला. शयन कक्षाच्या बाहेरून आता मोठ्यामोठ्याने हसण्याचे खूप सारे आवाज येऊ लागले. एव्हाना बाहेरच्या नातेवाइकांना कळून चुकले होते की, खरी नववधू अर्थात सुनंदा ही बाहेरच होती, आणि मध्ये हेमंत म्हणजे मी आहे. त्यामुळे त्यांच्या हास्याच्या कारंजांना पारावार राहिलेला नव्हता. ते हास्य ऐकून मलादेखील हसू आवरणे कठीण झाले होते. मग मी संजयवर नाटकी संताप केला, की 'कितने बेशरम लोग है, आपके यहा, यहा हमारी सुहागरात है और ये हस रहे है' आणि मग मात्र संजयचा संताप अनावर झाला.

संजय तावातावाने शयन कक्षाबाहेर आला. त्याला पाहताच सगळ्यांच्या हास्याचा जणू स्फोट झाला. सर्व लोक अक्षरशः गडाबडा लोळून हसायला लागली. संजयचा संताप तर अजूनच अनावर झाला, तो काहींना तर अगदी मारायलाच धावला. ते पाहून बऱ्याचशा मंडळींनी तिथून काढता पाय घेतला. त्यादरम्यान मी ही मनमुराद हसून घेतले. संजय आत आला आणि पुन्हा एकदा आमच्या गप्पा सुरू झाल्या. तो काही फारशा गप्पांच्या मूडमध्ये नव्हताच. पण माझ्याकडे मात्र दुसरा काहीच पर्याय नव्हता. मी त्याचा ब्रेन वॉश करताना हे त्याच्या मनावर बिंबवून ठेवले होते, की पहिल्या रात्री कुठलीही घाई गडबड करायची नाही. एकमेकांशी संवाद हा व्यवस्थित झाला पाहिजे वगैरे. म्हणून संजय बिचारा माझ्याशी सुनंदा समजून बराच वेळ बोलत राहिला. या वेळी मी त्याच्या संपूर्ण कुटुंबाचा इतिहास जाणून घेतला आणि त्याबरोबरच त्याच्या आयुष्याचा भावी प्लॅनदेखील जाणून घेतला. तिकडे बाहेर मात्र पुन्हा एकदा हास्याचे फवारे जोरजोरात उसळू लागले. या वेळी हे फवारे जरा जास्तच जोरात होते. त्यामुळे मला स्वतःलाही कंट्रोल करायला फारच अवघड जात होते.मग पुन्हा एकदा मी चिडल्याचे नाटक केले. संजयला सांगितले 'हटो जी, आपके रिश्तेदार तो बहुत ही बेशरम लोग है जी, मै ही जा के देखती हु ' असे म्हणून मी शयनकक्षाच्या बाहेर आलो. ते जुन्या पद्धतीचे घर होते. तेथे एक मोठा वाडा होता आणि सर्व लोकं तेथे जमून प्रचंड हसत होते. तिथेच एक बाज होती, मी त्यावर धाडकन अंग टाकले आणि भरपूर हसून

घेतले. मग सगळ्यांना हाताने इशारे करून शांत केले.

अर्थातच, त्या सगळ्यांना धमाल मजा येत असल्याने त्या सर्वांनी माझे ऐकले आणि पुन्हा एकदा मी शयनकक्षात प्रवेश केला. दोन्ही वेळेपेक्षा या वेळी जरा जास्तच कठीण परीक्षा होती. माझा मित्र संजयचा संयम संपत चालला होता. मी तर गप्पाच मारायचा प्रयत्न करत होतो. या वेळी मी माझ्या स्वतःबद्दल त्याचं काय मत आहे, हेदेखील जाणून घेतलं आणि अर्थातच ते मत खूपच चांगलं होतं. मी मुद्दामहून माझ्या स्वतःबद्दल वेडंवाकडं बोलून बघितलं. परंतु नाही, त्याचं माझ्याबद्दलच मत अत्यंत चांगलं होतं. माझ्या वडिलांना आणि कुटुंबीयांना तर तो देवच मानत होता. आता मात्र संजयचा संयम संपत असल्याने त्याचे माझ्या बोलण्याकडे अजिबात लक्ष नव्हते. मी आपल्या इकडच्या तिकडच्या गप्पा मारण्याचा प्रयत्न करत होतो. बाहेर तर आता हास्याचे नुसतेच फवारे नव्हे तर प्रचंड स्फोटाहून स्फोट होत होते. त्यामुळेच मलाही संयम ठेवणं (हास्यावर) अत्यंत कठीण जात होते. खरं सांगायचं तर इथे सगळ्या डिटेल्स मांडणंही अवघड आहे. म्हणता म्हणता दीड तास उलटून गेला. मी माझे हसणे जेमतेम कंट्रोल करत मागच्या प्रमाणेच संतापाची, रागाची ॲक्टिंग करत एकदाचा बाहेर पडलो. तेव्हा उपस्थित नातेवाइकांच्या बरोबर प्रचंड मोठ्या हास्यसागरात बुडून गेलो. मी परत शयनकक्षात का येईना, म्हणून माझ्या मागे संजयदेखील आला. तिथे त्याला दोन नववधू दिसल्याने त्याचा जो गोंधळ उडाला, ते बघून सगळ्यांचीच पुन्हा एकदा हसून हसून पुरेवाट झाली. मग काहीच न बोलता खऱ्या सुनंदेने संजयला हात धरून शयन कक्षात नेले. त्यानंतर दोघांमध्ये झालेल्या संवादाची आपण कल्पनाच करु शकतो. सुनंदासुद्धा शयनकक्षात गेल्यानंतर मनमुराद हसली. खरं सांगायचं तर अक्षरशः गडाबडा लोळत हसली (हे सर्व तिने मला दुसऱ्या दिवशी सांगितले) संजय बापडा सर्व काही अगदीच केविलवाण्या नजरेने बघत राहिला. बिचारा संजय आधीच हतप्रभ झाला होता. मोठ्या मुश्किलीने सुनंदानं आपले हसू कंट्रोल करत संजयला विचारले, “क्यूँ जी, आपको कुछ भी समझ में नहीं आया? क्या बात करते हो जी?” संजय फक्त रडायचाच बाकी राहिला होता. मग सुनंदाने त्याला उलगडा केला, अजी हेमंत था वो. संजयचा मात्र विश्वासच बसत नव्हता. शक्यच नाही, असं तो वारंवार सांगत होता. सुनंदाने त्याला शांतपणे सर्व काही समजावून सांगायला सुरुवात केली. मग कुठे संजयला काय घडलं हे कळलं. त्याचा अर्थातच स्वतःवरच्या संतापाने तिळपापड झाला. मी मात्र घराकडे काढता पाय घेतला होता. मात्र उत्सुकता मला शांत बसू देत नव्हती. मी अगदी सकाळी साडेसहालाच संजयच्या घरी जाऊन पोहोचलो. योगायोग असा मी संजयच्या घरात प्रवेश केला, तोदेखील मागच्या बाजूने घरात आला. दोघं समोरासमोर येऊन

पोहोचलो, आणि काय सांगू! संजयच्या डोळ्यात माझ्याबद्दलचा संताप स्पष्ट दिसत होता. अर्थातच हा संताप काही खरोखर भांडणं होतात, तसला अजिबात नव्हता. तर त्याच्या डोळ्यातील भाव सांगत होते की तू? तू ? तू करावीस अशी चेष्टा? अरे आपण तर एवढे जवळचे मित्र ना! असे स्पष्ट भाव माझ्या मित्राच्या चेहऱ्यावर दिसत होते. मी मात्र तेथून धूम ठोकली. त्यानंतर तब्बल पाच ते सहा महिने आमचा अबोला होता. मी संजयच्या समोर जाऊन उभा राहायचो आणि त्याचं लक्ष वेधून घ्यायचो आणि धूम ठोकायचो.

या सदरातून पहिल्यांदाच असं हलका फुलका विषय मांडला. हल्ली काय झालंय, तर सगळंच फार गंभीर वातावरण आपल्या आजूबाजूला आहे. निखळ विनोद तर पार हरवलाय. अनेकांच्या चेहऱ्यावरची माशी काही केल्या उडत नाही. अनेकांच्या कपाळावरच्या आठ्या तर वातावरण अधिक गंभीर करुन टाकतात. आयुष्य खरंच असं बोजड, अवघड आणि क्लिष्ट आहे...? अजिबात नाही. मोकळेपणाने वावरण्याचे क्षण, सुखद आनंदी क्षण शोधण्याची गरज आज आपल्याला जाणवते. मग अशा छोट्या-छोट्या गंमतीशीर प्रसंगांमधून आनंदाची पेरणी करता येणं शक्य असतं. हास्य चेहऱ्यावर खुलवणं ही तशी खूपच अवघड गोष्ट आहे. प्रत्येकाचा स्वभाव विनोदी असेल, असं माझं अजिबात म्हणणं नाही. मात्र अस्सल विनोदाला आपण नक्कीच दाद देऊ शकतो. आता वातावरणात थोडा तजेलापण नक्कीच आणू शकतो. जसं आपण जेवायला बसल्यानंतर फक्त तिखट किंवा फक्त कडू असं काहीतरी खात बसतो का? येईल का मजा आपल्याला जेवण्याची? नाही ना! आपले आयुष्य असंच आहे. अशा काही गमतीच्या क्षणांमधून आपण जीवनातील निर्मळ आनंद शोधायचा असतो. ही मिळालेली ऊर्जा नकारात्मक क्षणांना सामोरं जाण्यासाठी, आपला आनंदाचा बॅलन्स वाढवण्यासाठी मदत करत असते.

◆◆◆

सौंदाण्यातील आठवडेबाजारात लाभली आयुष्यभराची 'शिदोरी'

ही गोष्ट आहे साधारणतः १९७२ ते ७३ च्या काळातील, जेव्हा माझे वय होते फक्त नऊ ते दहा वर्षे. गोष्ट माझ्या मित्राची, राजेंद्रची आहे.

राजेंद्रच्या घरची आर्थिक स्थिती त्या वेळी बेताचीच होती. त्याच्या घरची थोडीफार शेती होती; परंतु त्या शेतीवर आर्थिक गुजराण होत नसल्याने, राजेंद्रचे एक चुलते, पंढरीनाथ- गरम मसाल्याचे दुकान गावोगावी जाऊन आठवडेबाजारात लावत होते. आमच्या गावीही, चांदवडला दर सोमवारी आठवडेबाजारात पंढरीकाका गरम मसाल्याचे दुकान लावीत असत. मी आणि राजेंद्र, दर सोमवारी पंढरीकाकांना शाळा सुटल्यावर मदत करीत असू, पंढरीकाकांचे गरम मसाल्याचे दुकान असल्याने त्यांच्याकडे आम्हास दरवेळी खारीक-खोबरे खायला मिळायचे.

आमची शाळा श्री नेमिनाथ जैन हायस्कूल, ही श्री नेमिनाथ. जैन ब्रह्मचर्याश्रम गुरुकुल नेमीनगर, चांदवड जैन लोकांकडून संचलित केली जात असल्याने आम्हास ख्रिसमसऐवजी जैन धर्मातील सर्वात पवित्र आणि महत्त्वाच्या अशा पर्युषण पर्वाच्या आठ दिवस सुट्या मिळायच्या. त्याच सुट्या लागलेल्या होत्या. तो बुधवार होता. राजेंद्र सकाळी सकाळी माझ्या घरी आला आणि विचारू लागला, 'सौंदाण्याच्या बाजाराला, पंढरीकाकांना मदत करायला येतोस का? आज नेहमीपेक्षा गर्दी खूप जास्त असेल. कारण आजचा बाजार हा पोळ्याचा बाजार आहे. गणेशोत्सवदेखील अगदी जवळ आला आहे आणि पोळ्याचा बाजार असल्याने काकांनी हारकडेदेखील विकायला घेतलेले आहेत. आपण गेलो तर खारीक-खोबरे नेहमीप्रमाणे मिळतीलच, परंतु त्या

बरोबरीने आज हारकडेदेखील खायला मिळतील. आज आपली डबल मजा होईल, चल ना, चल ना, जाऊ या ना आपण!' राजेंद्र मोठ्या काकुळतीने विनंती करीत होता आणि खरे सांगायचे तर मलादेखील खारीक-खोबरे, हार-कंगण यांचे जबरदस्त आकर्षण होते. मी सौंदाण्याला जाण्यासाठी आई-वडिलांची परवानगीदेखील मिळविली. अगदी पटापट आवरून मी आणि राजेंद्र पंढरीकाकांबरोबर बाजाराला निघालोदेखील.

अंदाजे दहाच्या सुमारास आम्ही सौंदाण्याला पोहचलो. साधारणतः साडेदहाच्या सुमारास नदीपात्रात बाजारस्थळी पाल लावून दुकान लावले होते आणि माझी व राजेंद्रची दुकानदारी जोरात सुरू झाली! म्हणता म्हणता आम्ही अंदाजे साडेबारापर्यंत निम्मे हारकडे संपविलेदेखील होते. अर्थातच त्यातले खाल्लेही भरपूर होते. पंढरीकाकांनी आम्हा दोघांना घरून आणलेला डबा खाऊन घ्यायला सांगितला आणि त्याबरोबरच त्यांनी त्यांच्या नेहमीच्या ओळखीच्या माणसाकडून समोसेदेखील मागवून आम्हाला दिले. आम्ही पालाच्या मागे बसून घरून आणलेला डबा खाल्ला आणि परत एकदा दुकानदारीला नव्या जोमाने उत्साहाने भिडलो. काकांना आम्ही विनंती केली, की आम्ही दुकान सांभाळतो, आपणदेखील जेवण करून घ्या. 'थोड्या वेळाने करतो रे' असे काकांनी आम्हाला उत्तर दिले आणि आम्ही सर्व जण दुकानदारीत व्यस्त झालो.

अंदाजे दीड-पावणेदोनच्या दरम्यान चार-पाच लोक दुकानावर आले आणि काकांना ते त्यांच्याबरोबर येण्याचा आग्रह करू लागले आणि काकाही अगदी काही सेकंदांत पूर्वनियोजित प्लॅन असल्याप्रमाणे त्यांच्याबरोबर निघालेदेखील. आमच्या लक्षात आले, की काकांचा जेवणाचा डबा तर येथेच राहिला. राजेंद्र त्यांच्या मागे पळतच सुटला. काका भेटलेदेखील त्याला, पण त्याला दूर करत ते निघून गेले. राजेंद्र थोडा नाराज होतच डबा घेऊन परतला. त्याचा चेहरा खूपच उतरलेला, रडवेला झाला होता; परंतु त्याने ते लपविण्याचा केविलवाणा अयशस्वी प्रयत्न केला. आम्ही दोघेही ते सर्व विसरून दुकानदारीवर लक्ष केंद्रित करू लागलो. सणाचा बाजार असल्यामुळे आमची दुकानदारी खूप जोरात होती. अडीच वाजून गेले होते; परंतु पंढरीकाका अजूनही परतलेले नव्हते. बाजूचा एक मसाला व्यापारी छद्मी हास्य करीत आम्हाला विचारत होता, 'कुठे आहे काका? काका झाला उताणा! तुम्ही बघत बसा वाट आता!' ते काय बोलत होते याचा आम्हाला काहीही अर्थबोध झाला नव्हता. आम्ही दोघे त्यांच्यावर खूप चिडलो, पण खरे तर आम्ही दोघेही खूप रडवेले झालो होतो.

एव्हाना साडेचार वाजत आले होते. आम्ही हिमतीने धंदा करीत होतो. बाजार आता संपायला लागला होता. वेळ त्याच्या गतीने चाललेला होता. आता घड्याळात साडेपाच वाजत आले होते. आम्ही खूपच तणावात होतो. त्या काळी आजच्यासारखे मोबाईल तर

सोडा साधे दूरध्वनीही नव्हते. १५ पैशांचे पोस्टकार्ड सोडले तर संपर्काची कोणतीही साधने नव्हती. आता काय करायचे, आम्ही आमचा गल्ला मोजला, तब्बल सतराशे दोन रुपयांचा धंदा आम्ही केला होता. आजच्या काळात सतराशे दोन रुपये म्हणजे काहीच नाही, त्या काळात सतराशेदोन म्हणजे आजचे तुम्ही निदान ७० हजार पकडा इतका जबरदस्त धंदा आम्ही केला होता. पहिले कुठले काम केले असेल तर ते म्हणजे सामानाचे. मग आम्ही दुकानाच्या सामानाची व्यवस्थित बांधाबांध केली. आता प्रश्न उभा राहिला हे सामान द्यायचे तरी कोणाकडे? किंवा ठेवायचे तरी कुठे? आम्ही बाजाराच्या गल्लीत चक्कर मारली आणि आमचा प्रश्न सुटला, चांदवडचे एक व्यापारी पंढरीकाकांचे मित्र होते आणि विनंती केल्यावर त्यांनी सामान चांदवडला घेऊन जाण्याची तयारी दर्शविली. आमचा फार मोठा प्रश्न अशा रीतीने सुटला पण दुसरेच मोठे संकट समोर उभे ठाकले. एकच प्रश्न, पंढरीकाका कुठे गेले? याचे उत्तरं आमच्याकडे नसल्याने आम्ही थातुरमातुर उत्तर देत बाजारातून बाहेर पडलो. मनाचा बांध फुटला. पोटभर रडल्याने मन थोडे शांत झाले. सायंकाळचे साडेसहा वाजत होते. मग विचार केला, आता आपल्याला कोणाची तरी मदत घ्यायलाच लागेल. राजेंद्रशी बोलून करून त्यालाही समजावून सांगितले, काही हालचाल केली नाही तर आपण येथेच अडकून पडू. काकांचे काही बरेवाईट तर झाले नाही ना, ही चिंता आम्हाला सतावायला लागली. पण शोधायचे कसे? सुरुवात कुठून करावयाची? काय करायचे? सारेच अवघड होते. सगळ्यात प्रथम आम्ही दोघांनी संपूर्ण गावात एक चक्कर मारली. काकांचा कुठेही पत्ता नव्हता. रात्र व्हायला लागली होती. आमचा धीर खचत चालला होता. सुदैवाने मला तेवढ्यात अंधूकसे आठवले, की बहुतेक आमचे चौथीचे वर्गशिक्षक शिवाजी पवार सर सौंदाण्याचेच होते.

आमची चांदवडला घरगुती जेवणाची मेस असल्याने पवार सर जेवायला येत होते. मग आम्ही 'मिशन पवार सर' सुरू केले. एकदम डोळ्यासमोर नुकताच बघितलेला 'व्हिक्टोरिया नंबर २०३' हा सिनेमा आला. त्यातील अशोक कुमार आणि प्राणसारखीच आमची गत झालेली होती, 'दो बेचारे बिना सहारे देखो पूछ पूछ कर हारे'. पण आता संपूर्ण गावात पवार सरांचे घर शोधायचे कसे? आम्ही तीन-चार ठिकाणी शोधायचा प्रयत्न केला. बाजारपेठ पालथी घातली; परंतु पवार सरांचे घर काही सापडत नव्हते. मग एक छोटीशी युक्ती सापडली, की चला आपण कोणतेही पवारांचे घर शोधून काढू या आणि मग मात्र काम सोपे झाले. आमचे पवार सर गावाबाहेर हायवेलगत राहत होते आणि आम्ही त्यांना गावभर शोधत होतो. घर तर सापडले होते. परंतु अडचणी मात्र आमचा पिच्छा सोडत नव्हत्या. एकदाचे सरांचे घर सापडले. पवार सर मालेगावला काही कामानिमित्त गेले होते आणि त्यांना यायला उशीर होणार होता. सरांच्या आई

भेटल्या. त्यांनी आमचे सगळे ऐकून घेतले. आम्हाला खूप चांगला धीर दिला. सगळ्यात आधी त्यांनी आम्हाला पोटभर खायला दिले. मानसिक आधार आणि पोटाला आधार दोन्ही मिळाल्याने आम्हाला पुष्कळ बरे वाटायला लागले. दरम्यान त्यांनी त्यांच्या छोट्या मुलाला म्हणजेच आमच्या सरांच्या छोट्या भावाला अजयला बोलवले. सगळे समजावून सांगितले आणि त्यांना काकाश्रींना शोधायला पिटाळले. अजय अतिशय हुशार, चाणाक्ष. त्याला कसा अंदाज आला ते आम्हाला कळले नाही, परंतु पंचवीस-तीस मिनिटांमध्येच अजयकाका आमच्या पंढरीकाकांचा शोध लावून परतले.

अजय बोलायला लागला आणि आम्हाला आश्चर्याचे जबरदस्त धक्के बसायला लागले. आमच्या काकाश्रींचा तिथल्या भिलाटीमध्ये दुपारपासूनच दारू पिण्याचा जोरदार कार्यक्रम सुरू आहे, असे त्याने सांगितले. आधी आमचा त्याच्यावर विश्वासच बसला नाही. उलट आम्हीच त्याच्यावर चिडलो. आमचा अवतार बघून अजयकाका आम्हाला प्रत्यक्ष भिलाटीतच घेऊन गेले. समोरचे दृश्य बघून आम्ही हादरूनच गेलो. रडायला लागलो. कारण असले काही दृश्य आयुष्यात आतापावेतो आम्ही कधीही बघितले नव्हते. समोर १५-१६ लोकांचा समूह गोल करून बसलेला होता. त्यातला एक माणूस चामड्याच्या फुग्यातून एका फुटक्या कपातून सर्वांना दारू देत होता आणि सर्व जण मोठ्या आनंदाने एकाच फुटक्या कपाने दारूपान करत होते. सोबत एक खडे मिठाची वाटीही होती. दारू प्यायली की त्यातला एक खडा प्रत्येक जण घेत होता. खरे सांगायचे तर आता कळते आहे की ते सर्व जण 'आउट' झालेले होते आणि काकाश्रीही आम्हाला अडखळत्या स्वरामध्ये दारू पिण्याचा आग्रह करू लागले.

आम्ही हतबुद्ध झालो होतो. आम्ही तेथून धूम ठोकली आणि पवार सरांच्या घरी पोहोचलो. पण आम्हालाच आमची अत्यंत लाज वाटत होती. कोणाशी बोलावेसे वाटत नव्हते. आमच्या बालमनावरती मोठा आघात झाला होता. त्या वेळी समाजामध्ये दारू तर अतिशय बदनाम होती. लोक दारू पिणाऱ्याकडे अत्यंत वाईट नजरेने ज्याला आपण इंग्रजीमध्ये 'गॉन केस' म्हणतो तसे बघत असत. आम्हाला मात्र मेल्याहून मेल्यासारखे झाले होते. आता मात्र आम्ही कधी एकदा सौंदाणे सोडून घरी पोहोचतो असे झाले होते. मात्र अडचण अशी होती, की आता चांदवडला जाण्यासाठी कुठलीही बस नव्हती. आमची घालमेल पवार सरांच्या आईच्या लक्षात आली होती. आमची मनःस्थिती त्या माउलीला पुरती कळली होती. ती, इतकंच म्हणाली, 'मुलांनो, रात्र खूप झाली आहे. इतक्या रात्री तुम्ही कसे काय जाल? आत्ता जाणं धोकादायक आहे आणि हेही तुमचंच घर आहे. आज इथेच मुक्काम करा. कुठलीही चिंता करू नका. सकाळी सव्वासहाच्या पहिल्या गाडीने मी स्वतः तुम्हाला बसवून देईन.'

परंतु आम्ही थांबण्याच्या मनःस्थितीत नव्हतो. कधी एकदा घरी जातो असे झाले होते. रात्रीचे दहा वाजले होते. तीने अजयकाकांना आम्हास सोडण्यासाठी बस स्टॉपवर पाठविले. एवढ्या रात्रीचे प्रवासाचे एकमेव साधन म्हणजे फक्त ट्रकच होते. आम्हास म्हणजे आमच्या वयाच्या जवळपास सर्वच मुलांना त्या काळी सरदारजींची खूप भीती वाटायची. त्यांच्या कंबरेला लटकत असलेल्या कृपाणची खूप भीती वाटायची. त्यामुळे मी आणि राजेंद्र मनातल्या मनात देवाचा धावा करीत होतो की देवा, बाकी कुठलाही ट्रक मिळू दे पण सरदारजींचा ट्रक नको. आमची भीती अजूनच वाढत होती. कारण बस स्टॉपवर अजयकाका आणि आम्ही दोघे सोडलो तर चिटपाखरूही नव्हते. त्यामुळे मिळेल त्या वाहनाने जाण्याशिवाय आमच्याकडे कुठलाही पर्याय नव्हता. अनेक वाहनांना हात दिल्यानंतर एक टँकर थांबला. आतमध्ये बसलो तर आमची उरलीसुरली हिंमतही गेली. कारण नेमके सरदारजीच त्या टँकरमध्ये होते. उंचेपुरे, भरदार मिश्या आणि कंबरेला लटकलेले ते कृपाण. आमची तर पाचावर धारणच बसली! आम्ही सरदारजींबाबत खूप काही खऱ्या-खोट्या गोष्टी ऐकलेल्या होत्या. आमच्या नकळत आम्ही दोघेही कधी देवाचा धावा करू लागलो हे आम्हालाही कळले नाही. आम्ही जीव मुठीत घेऊन एकदम दक्ष होऊन बसलो होतो. पंढरीकाकाश्री नको त्या अवस्थेत सापडल्यापासून राजेंद्रची तर जणू दातखीळ बसली होती. त्यामुळे आता जो काही किल्ला लढवायचा होता तो मलाच लढवायचा होता. मात्र सरदारजींनी एकदम चांगले मायेने वागून आम्हास आश्चर्याचा सुखद धक्का दिला. अक्षरशः पहिल्या दहा मिनिटांतच सरदारजींनी आमची भीती घालवून टाकली. आम्हास छान छान चॉकलेट दिली.

अंदाजे साडेअकराच्या सुमारास चांदवडला उतरलो, अर्थातच आम्हाला हायवेला पेट्रोलपंपाजवळ उतरवून दिले. त्या काळी पेट्रोलपंप ते चांदवड गाव हे अंतर खूप जास्त वाटायचे आणि विशेषतः रात्रीच्या वेळी तर संपूर्ण सामसूम असल्याने खूप भीतीदेखील वाटायची. अशा अवस्थेत आम्ही आधी राजेंद्रच्या घरी गेलो. राजेंद्रने हंबरडा फोडून आईच्या कुशीत धाव घेतली आणि आमचा अवतार बघून राजेंद्रच्या घरचे सर्व जण खूप घाबरले. त्यांना कळेच ना नेमके काय झाले ते. पंढरीकाका कुठे आहे, हेही त्यांना कळेना. नुतसा गोंधळ चालू होता. मग मी संपूर्ण घटनाक्रम शांतपणे विदित केला. आता राजेंद्र शांत झाला होता, तर राजेंद्रचे कुटुंबीय सुन्न झाले होते. सरतेशेवटी मी घरी जायला निघालो. रात्रीचा सव्वा वाजून गेला होता. राजेंद्रचे वडील मला सोडवायला आले होते.

सुन्न होण्याची आता माझ्या घरच्यांची पाळी होती. सर्व परिस्थिती कळल्यावर त्यांनी आम्ही परिस्थिती अतिशय खंबीरपणे आणि समयोचित हाताळल्याने पाठीवर कौतुकाची थाप दिली. आमचे वय लक्षात घेता आम्ही मोठीच कामगिरी पार पाडली होती.

◆◆◆

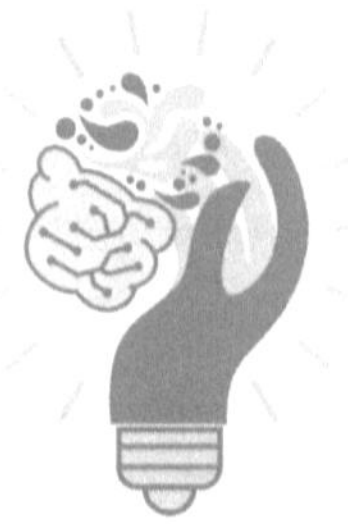

'सबकॉन्शस माइंड लर्निंग', बाळकडूच म्हणा की!

आपल्या घरी मुलाचे किंवा मुलीचे लग्न ठरवायचे असते तेव्हा मुलगा किंवा मुलगी खानदानी, घरंदाज वगैरे वगैरे असावीत, याबाबत आपण दक्ष असतो. परंतु जरा विचार करा. खानदानी, घरंदाज असे काही मुलीच्या किंवा मुलाच्या कपाळावर लिहिलेले असते का? घरावर, चौकात, गावात मोठ्या अक्षरात कुठे बोर्ड लिहिलेला असतो का? किंवा ज्याची कुठे जाहिरात केली जाते का किंवा असे कुठे शाळेच्या दाखल्यावर लिहिलेले असते का? नाही ना! पण, या गोष्टीचे लग्नकार्यात तर खूपच जास्त महत्त्व आहे आणि हेही तितकेच खरे आहे की जेव्हा आपण खानदानी मुलगा/मुलगी बघून लग्न करतो, खानदानी माणसे बघून व्यवहार करतो तेव्हा तो विवाह यशस्वी होण्याचे प्रमाण जास्त असते. त्या घरामध्ये शांतता नांदत असते, प्रगती होत असते, वातावरण आरोग्यदायी असते. थोडक्यात अगदीच भूलोकीचा स्वर्ग असे म्हटले तरी वावगे ठरू नये. तर असे हे खानदानीपण, घरंदाजपण, म्हणजे नेमके असते तरी काय?

मनुष्यप्राणी जसा जन्माला आल्यापासून तर त्याच्या मृत्यूपर्यंत तो सतत काहीना काही शिकत असतो. पण नाही, हे संपूर्ण सत्य नाही. खरे सांगायचे तर प्रत्येक सजीव प्राणी हा आईच्या पोटात असल्यापासूनच शिकत असतो, यात तीळमात्रही शंका नाही. याची अनेक उदाहरणे आपण पाहिलेली आहेत. सगळ्यात मोठे उदाहरण म्हणजे महाभारतातील अभिमन्यूचे आणि म्हणूनच गर्भसंस्कारांना अतिशय महत्त्व आहे आणि मग सुरू होते आपल्या जन्मानंतरचे शिक्षण. फरक एवढाच असतो, की लहानपणी विशेषतः चार-साडेचार वर्षे वयापर्यंत तो खूप काही शिकत असतो आणि नंतर हे प्रमाण कमी होत जाते, ज्याची कारणे वेगवेगळी असतात.

येथे आपल्याला आधी शिकण्याच्या पद्धतीबद्दल समजून घ्यावे लागेल. त्यातली पहिली पद्धत म्हणजे प्रत्यक्ष शिक्षण. म्हणजेच जे काय आपण शिकतो, शाळेमध्ये शिक्षक, पोहणे व वाहन चालविण्यासाठी प्रशिक्षक, आपण म्हणजे पालक आपल्या पाल्यांना घरी बसवून शिकविणारे इत्यादी इत्यादी. हे शिक्षण म्हणजे प्रत्यक्ष शिक्षण. परंतु आयुष्यात सर्वात जास्त शिक्षण कुठून मिळत असेल तर ते म्हणजे सबकॉन्शस माइंड लर्निंग. डायरेक्ट लर्निंगने फार झाले तर ५-१० टक्के मनुष्य आपल्या आयुष्यात शिकत असतो; परंतु मनुष्याची जडणघडणच अशी आहे की आपल्या सभोवताली घडणाऱ्या प्रत्येक गोष्टीतून, प्रत्येक प्रसंगातून तो निरंतर शिकतच असतो. या गोष्टी त्याला प्रत्यक्ष शिकविण्याची गरजच पडत नाही. याला म्हणतात, सबकॉन्शस माइंड लर्निंग आणि माणसाच्या आयुष्यात खरा फरक पडत असेल तो या सबकॉन्शस माइंड लर्निंगने. कारण ९० ते ९५ टक्के माणूस शिकत असतो ते सबकॉन्शस माइंडनेच आणि म्हणूनच खानदानीपणा, घरंदाजपणा या सबकॉन्शस माइंड लर्निंगमधूनच तयार होत असतो.

एखाददुसरा अपवाद सोडल्यास जवळपास ९९.९९ टक्के लोक आपापल्या पाल्यांवर अत्यंत चांगले सुसंस्कार करणारे, पाल्यांच्या आयुष्यात प्रगती करणारे शिक्षण डायरेक्ट एज्युकेशनमधून म्हणजेच कॉन्शस माइंड लर्निंगमधून देण्याचा प्रयत्न करीत असतात. आपण कोणीही एखाद्या पालकाला असे बघितले का एखादी व्यक्ती त्याच्या पाल्यास शिव्या देण्याचे अथवा घाणेरडे वर्तन करण्याचे शिक्षण देत आहे. नाही ना? होय होय, अगदी खरे आहे हे. कुठलाही पालक आपल्या पाल्याला असले कुठल्याही प्रकारचे घाणेरडे शिक्षण देत नसतो. मग तरीपण समाजात असे विचित्र वागणारे लोक कुठून येतात? याचे संपूर्ण रहस्य या सबकॉन्शस माइंड लर्निंगमध्येच दडलेले आहे.

हा विषय अजून खोलात जाऊन समजून घेऊ या. लहान बालके मोठी होत असताना, त्यांच्या सभोवताली घडणाऱ्या सर्व प्रकारच्या सकारात्मक, नकारात्मक घटना त्यांच्या मेंदूमध्ये अक्षरशः कोरल्या जात असतात. आपण छोटेसे उदाहरण बघू या. घरातील मोठी माणसे ज्या पद्धतीने खातपीत असतील, ज्या पद्धतीने हातामध्ये चमचा-ग्लास, कपबशी पकडत असतात, लहान मुले अगदी हुबेहूब तसेच पकडण्याचा प्रयत्न करीत असतात. तुम्ही ज्या पद्धतीने बोलत असता तशीच पद्धत हुबेहूब बालक अंगीकारते. मग त्यामध्ये तुम्ही शिव्या देत असाल तर ते मुलं शिव्या द्यायला लागते आणि तुम्ही भजने म्हणत असाल तर भजने म्हणते. आपण घरामध्ये एकमेकांचा अनादर करत असलो, दरवेळी कटकटीच्या सुरांमध्ये बोलत असलो तर मूलही तसेच वागते. आपल्या घरामध्ये जर कुठल्याही प्रकारचा व्यवसाय करत असू तर मुलांना फार लवकर तो

व्यवसाय जमायला लागतो, कारण त्याला लहानपणीच व्यवसायाचे बाळकडू मिळालेले आहे. हीच गोष्ट आचारविचारांनाही लागू होते. आपण जर घरी सकारात्मक रीतीने बोलत असलो आणि तशीच कृती करत असलो, तर खऱ्या अर्थाने तिथले वातावरण सकारात्मक होते. अशाच पद्धतीने बालकांची जडणघडण होत असते. त्यालाच आपण चांगल्या संस्कारांत वाढले, चांगल्या वातावरणात वाढला, असे म्हणतो.

गोष्ट काही वर्षांपूर्वीची आहे. मी आणि माझा मित्र एकदा कनाशी (ता. कळवण) या गावी काही कामानिमित्त गेलो होतो. तेथे आमच्या एका मित्राची सासुरवाडी होती. त्यांच्या येथे आम्ही गेलो होतो, त्यांचे घर मळ्यामध्ये होते आणि मळा अत्यंत रम्य अशा ठिकाणी, गिरणा नदीवर असलेल्या चणकापूर डॅमच्या बॅकवॉटरला अगदी खेटून होता. त्यांचे घर जुन्या पद्धतीचे पण अत्यंत चांगले होते. अंगणातच पिंपळाचे डौलदार झाडदेखील होते. आम्ही गेलो त्या वेळी आमच्या मित्राच्या सासूबाई अंगणातच धान्य साफ करीत बसलेल्या होत्या. अत्यंत आल्हाददायक वातावरण होते. आमचे स्वागत त्यांनी अगदी छान केले. हातातले काम सुरूच होते. काम करता करता आमच्याशी गप्पाही चालू होत्या.

मध्येच एक आवाज आला, ''भावड्या कुठे आहे? भावड्या कुठे आहे?'' आणि काम करता करताच त्या मावशींनी उत्तर दिले, ''अरे, भावड्या नाशिकला गेला आहे. त्याचे मित्र आले आहेत.'' एवढे बोलून मावशी परत आमच्याशी गप्पा मारू लागल्या; परंतु आम्हाला काहीच कळत नव्हते की मावशी कोणाशी बोलत आहेत. म्हटले जाऊ द्या, असेल कोणीतरी आणि आम्ही पुन्हा एकदा गप्पा मारायला लागलो. मध्येच परत आवाज आला, 'जय बालाजी!' आवाज आला तर खरा परंतु बोलणारा मात्र दिसत नव्हता. मावशींनी मात्र जय बालाजीला 'जय बालाजी'ने प्रत्युत्तर दिले. आता आम्ही बुचकळ्यात पडलो होतो. मावशी नेमक्या कोणाशी बोलत आहेत आणि कधी भावड्या कुठे आहे, तर कधी जय बालाजी आणि मावशींचे उत्तरही सुरू. थोड्या वेळातच आमच्या शोधमोहिमेला यश आले आणि लक्षात आले, की झाडावर पिंजऱ्यामध्ये एक पोपट होता आणि त्याचा हा सगळा सवाल-जबाबाचा खेळ सुरू होता. मग डोक्यात विचार आला, की पोपट नेमके कसे बोलतोय? त्या घरातली कर्ती व्यक्ती म्हणजे भावड्या होता आणि कोणीही बाहेरून आले तर त्याचा पहिला प्रश्न असायचा 'भावड्या कुठे आहे?' पोपट बरोबर तेच शिकला होता. दुसरे वाक्य होते 'जय बालाजी'. भावड्याचे वडील ते कोणीही समोर आले, की त्याला नमस्कार घालण्याऐवजी 'जय बालाजी' असे म्हणायचे. पोपट बरोबर तेच शिकला होता.

योगायोगाने पुढच्या एक-दीड महिन्यांमध्ये कळवणला जाण्याचा पुन्हा योग आला.

बाजारपेठेतच आमच्या ओळखीचे एक प्रथितयश व्यापारी भेटले आणि ते आग्रहाने आम्हाला चहा-पाण्याला त्यांच्या घरी घेऊन गेले. आम्ही चहाची वाट बघत त्यांच्या हॉलमध्ये बसलो होतो. तेवढ्यात कानावरती एका पुन्हा शिवीचा आवाज आला. काही सेकंदांतच दुसरा आवाज शिवीचाच आला. आम्ही दचकून कोण बोलतोय याचा शोध घेऊ लागलो. मागचा अनुभव ताजा असल्याने आमची नजर त्या हॉलमध्ये भिरभिरली आणि पोपट नजरेस पडला. मग हे लक्षात आले ही सवय पोपटास कुठून लागली? ही सवय आमच्या सन्माननीय व्यापारी मित्रास होती आणि मग आमच्या मनामध्ये विचार आला, की एवढा छोटासा पक्षीदेखील जे ऐकू ते शिकतो, मग मानव तर पक्ष्यांपेक्षा किती तरी पटीने सर्वार्थाने हुशार आहे. मग तो काय नाही शिकणार? आपण जसे वागू, बोलू, चालू, जशा कृती करू, जसे रिॲक्ट करू तशीच बालके शिकणार नाहीत का?

हीच गोष्ट गुन्हेगारांच्या बाबतीतदेखील सत्य आहे. कुठलाही मोठा गुन्हेगार हा गुन्हेगार कसा झाला याविषयी माहिती घेतली तर आपल्या सगळ्यात लक्षात येईल, की बहुतांश गुन्हेगारांनी आपल्या लहानपणीच सबकॉन्शस माइंड लर्निंगने गुन्हेगारीचे बाळकडू घेतलेले आहे.

जसे गुन्हेगार तयार होतात तसेच अत्यंत चांगली सकारात्मक माणसेदेखील लहानपणच्या आपापल्या घरातील सकारात्मक वातावरणामुळेच घडतात. या गोष्टींची जाण खऱ्या अर्थाने आपल्या पूर्वजांना नक्कीच होत होती.; परंतु दुर्दैवाने आजच्या पिढीच्या मात्र हे फारसे लक्षात येत नाही. त्याची अनेक कारणेदेखील आहेत. 'हम दो हमारे दो' अथवा 'हम दो हमारा एक' या संस्कृतीमध्ये आजची पिढी आपल्या ज्येष्ठांचा, आई-वडिलांचा, आजी-आजोबांचा, घरातल्या वडीलधाऱ्यांचा खऱ्या अर्थाने आदर-सन्मान करतात का? त्यांची काळजी घेतात का?

आणि मग इथेच लक्षात येते ते खानदानीपणाचे महत्त्व! कारण सुसंस्कार हे असेच एका पिढीकडून दुसऱ्या पिढीकडे पुढे जात असतात. आणि मग जर आपल्या मुलाला अथवा मुलीला खानदानी, घरंदाज मुलगा किंवा मुलगी पाहिजे असेल तर आपला मुलगा अथवा मुलगीही खानदानी, घरंदाज असणे आवश्यक आहे. फार अवघड गोष्ट आहे का ही? आजपासून नव्हे तर आत्तापासूनच आपण खऱ्या अर्थाने सकारात्मक वागून पुढची पिढी खानदानी घडवू या!

◆◆◆

'हॅट्स ऑफ टू मुंबई कल्चर'

गोष्ट आहे, शनिवार, ३० मे २०१४ ची. धाकटी कन्या शलाका ओस्तवाल हिची. त्या वेळी ती मुंबईला सीए करीत होती. आयपीसीसी परीक्षा पास होऊन मुंबईतील जगविख्यात बिग फोर या कंपनी समूहातील केपीएमजीत तिची सीएची आर्टिकलशिप सुरू होती तसेच मुंबईतील प्रसिद्ध मिठीबाई महाविद्यालयातून ती वाणिज्य शाखेचे पदवी शिक्षण घेत होती. मुले-विशेषतः कॉलेजला असताना बहुतांश वेळी शनिवारी-रविवारी घरी येतात. तशीच आमची शलाकाही बहुतांश शनिवारी-रविवारी घरी येत असे. असेच तिने ३० मे २०१४ ला घरी येण्याचे ठरविले. आदल्या दिवशी माझे आणि तिचे बोलणे झाले. त्या वेळी ती अंधेरीला लोखंडवाला कॉम्प्लेक्सजवळ राहत होती आणि तेथून नाशिकला येण्यासाठी सर्वांत सोपी आणि योग्य पद्धत म्हणजे अंधेरीला पश्चिम द्रुतगती महामार्गावरून बिसलेरी स्टॉपवरून लक्झरी बस पकडून नाशिकला आरामात चार तासांत पोहोचायचे. यासाठी जास्त पैसे लागायचे आणि मुली याबाबत जास्त संवेदनशील असतात, असा माझा अनुभव आहे. आमची शलाकाही त्याला अपवाद नव्हती. तिने पैसे वाचविण्याचा मार्ग शोधून काढला. सकाळी आठ वाजून २० मिनिटांनी सीएसटीवरून सुटणाऱ्या पुष्पक एक्स्प्रेसचे आरक्षण मिळविले. नंतर समजले, की दादर स्थानकावर ती न थांबणारी एकमेव रेल्वेगाडी आहे. पुष्पक एक्स्प्रेस सीएसटीवरून निघाली की सरळ कल्याणलाच थांबते. आता आली का पंचाईत! शलाका अंधेरीला राहत होती आणि तेथून सीएसटी आणि कल्याण दोन्ही अवघड होते.

तिला खरंतर दादर रेल्वेस्टेशन सोयीस्कर होते. मग शेवटी तिने हार्बर लाइनने सीएसटी गाठायचे ठरविले आणि त्याप्रमाणे ८.२० ची पुष्पक पकडण्यासाठी अंधेरीहून

सातची सीएसटी लोकल पकडून ३० मे १४ ला निघाली. तो पाचवा शनिवार असल्याने लोकलला अजिबात गर्दी नव्हती. महिलांच्या डब्यात तर मोजून शलाकासह पाच जणी होत्या. शलाका जेथे डबा संपतो तेथे शेवटच्या बाकासमोर बसली होती. लोकल माहीमहून निघतच होती, तेवढ्यात शलाकाच्या मागच्या बाजूने एक हात आत आला आणि तिचा महागडा मोबाईल हिसकावला गेला. त्या वेळी ती आदल्या दिवशी सायंकाळी उत्तर द्यायचे राहिलेल्या ई-मेलला उत्तरे देत होती. अगोदर वाटले, की कोणी ओळखीचेच आले की काय? मागे वळून बघते, तर तिला बारकासा अंदाजे पंधरा-सोळा वर्षांचा मुलगा मोबाईल घेऊन पळताना दिसला. त्याचक्षणी कुठलाही विचार न करता शलाका त्याच्यामागे धावली. त्याने चालत्या लोकलमधून विज्ञानाचा नियम पाळून म्हणजे लोकल जात असलेल्या दिशेने तोंड करून उडी मारली आणि क्षणार्धात यू-टर्न घेऊन प्लॅटफॉर्म वर चालायला लागला आणि शलाकानेदेखील लोकलच्या जाण्याच्या विरुद्ध दिशेने प्लॅटफॉर्मवर उडी मारली आणि ती खूप जोरात प्लॅटफॉर्मवर आपटली. तीन ते चार वेळा कोलांटीउडी मारली. शरीराची एक बाजू सोलून निघाली आणि क्षणार्धात उठून उभे राहत परत त्या चोराच्या मागे जोरात धावायला लागली. ३५ हजारांच्या मोबाईलमागे धावताना ती संपूर्णपणे हे विसरून गेली होती, की आपण आपल्याबरोबरचे कमीत कमी ५० ते ६० हजारांचे सामान लोकलमध्येच सोडून धावत आहोत. त्यामध्ये एक मोठी बॅग, एक पर्स-ज्यामध्ये सात-आठ हजारांची रोकड, सर्व प्रकारची कार्ड्स आणि तिचे सर्व चांगले कपडे असे बरेचसे सामान लोकलमध्येच होते.

पाचवा शनिवार असल्याने संपूर्ण स्टेशन निर्मनुष्य होते. आता जणू काही धावण्याची स्पर्धाच चालली होती. चोरालाही खूप आश्चर्य वाटलेले दिसत होते. त्याने प्लॅटफॉर्म सोडून रेल्वे ट्रॅकवर उडी मारली. माहीम स्थानकावर हार्बर लाइन आणि पश्चिम लाइन या दोन्ही खेटून खेटून आहेत. मध्ये फक्त बॅरिकेड्स आहेत. त्या बॅरिकेड्समध्ये एके ठिकाणी एक बार तुटलेला होता आणि त्यातून कोणी फक्त एखादा बारीक मनुष्य जाऊ शकत होता. त्याचा फायदा उचलत त्याने माहीम पश्चिम रेल्वेच्या स्थानकावर एन्ट्री केली. शलाका तब्येतीने अगदी दणकट होती. त्यामुळे ती त्या फटीतून जाऊ शकत नव्हती. तरीही तिने जिद्द न सोडता त्याचा पाठलाग सुरूच ठेवला. तो बॅरिकेड्समधून गेला, तर शलाका फ्लायओव्हरवरून पळत सुटली. जणू काही एखादा चित्तथरारक चित्रपटच चालला होता. तो चोर एका प्लॅटफॉर्मवरून ट्रॅकवर उडी मारत दुसरा प्लॅटफॉर्म असे करीत करीत एक नंबर प्लॅटफॉर्मवर पोहोचला. शलाकाही फ्लायओव्हरवर एक नंबर प्लॅटफॉर्मजवळ पोहोचली. तिचा आरडाओरडा चाललाच होता. 'चोर चोर, पकडा पकडाऽऽऽ' माहीम रेल्वेस्थानक असल्याने ती मराठीतूनच आरडाओरडा करत होती.

कारण माहीम भागात मराठी माणसे जास्त राहतात, याची तिला माहिती होती. पाचवा शनिवार असल्याने एक नंबर प्लॅटफॉर्म वगळता कुठल्याही प्लॅटफॉर्मवर गर्दी नव्हती. एक नंबरवरही तुरळकच गर्दी होती. सुदैवाने तेथे चार-पाच मुलांचा एक गट उभा होता. त्यांचे लक्ष शलाकाच्या आरडाओरड्याकडे गेले आणि क्षणार्धात त्यांनी त्या मुलाला पकडले. काही सेकंदांतच शलाकाही चोराजवळ पोहोचली आणि मग काय, अगदी चित्रपटाप्रमाणे चोराची धुलाई शलाकाने सुरू केली.

'मोबाईल दे, मोबाईल दे' हे सुरूच होते आणि चोरही काही केल्या मोबाईल देत नव्हता. शेवटी दोन-तीन मिनिटांनी त्याने मोबाईल परत केला आणि शलाकाचा लाथाबुक्क्यांचा वर्षाव सुरू झाला. सात-आठ मिनिटे शलाका त्याला प्रचंड मारत होती. चोर अगदी रक्तबंबाळ झाला. काही वेळाने तिच्या लक्षात आले, की आपण एकटेच त्याला मारत आहोत, परंतु, ही सर्व मुले येथे नुसतीच उभी आहेत. मी एक मुलगी असून, चोर पकडून त्याला मारते आहे आणि आपण सर्व नुसते उभे आहात, असे शलाका म्हणताच सर्व मुलेही त्या चोरावर तुटून पडली. त्याला पोलिसांच्या ताब्यात देऊ या, असे म्हणत ते सर्व शेजारी असलेल्या एका केबिनमध्ये गेले. ती केबिन टीसीची होती. शलाकाची मारहाण सुरूच होती. एकूणच ते सर्व पाहून टीसीही घाबरला आणि बाजूच्या केबिनमधून पोलिसांना घेऊन आला. पोलिसांनीही चोराच्या दोन-चार ठेवून दिल्या. त्याला बेड्या घातल्या आणि मग सगळी माहिती घेतली. माहिती ऐकल्यावर पोलिसांनी बेड्या काढून घेतल्या आणि सांगितले, की तो गुन्हा हार्बर पोलिसांच्या हद्दीतला आहे. हे आमचे काम नाही, तुम्ही तिकडे जा. शलाकाचा खूप संताप झाला. पोलिसांवर शलाका खूप चिडली. 'मी एवढा चोर पकडून दिला आणि तुम्ही काय टोलवाटोलवी करता आहात?' पण पोलीस कसले ऐकताहेत! शलाकाच्या डोक्यात एक आयडिया आली. ज्या वेळी शलाकाला मुंबईला शिकण्यासाठी ॲडमिशन घेतली होती, त्या वेळी माझे मित्र (स्व.) हिमांशू रॉय, IPS, ATS Chief, मुंबई यांनी तिच्या ॲडमिशनच्या वेळी खूप मदत केली होती. शलाकाला त्यांनी स्वतःचा मोबाईल नंबर देताना सांगितले होते, की 'बेटा, पप्पा नाशिकला राहतात. मी मुंबईलाच राहतो. येथून पुढे मीच तुझा लोकल गार्डियन. काही अडचण आली, तर ताबडतोब माझ्याशीच संपर्क साधायचा.' या गोष्टीची शलाकाला आठवण झाली. तिने पोलिसांना सांगितले, 'आपणास माहीत आहे का माझे लोकल गार्डियन कोण आहेत ते?' मोबाईलमधून हिमांशू रॉय सरांचा नंबरकडून दाखवत तिने सांगितले, की हे माझे लोकल गार्डियन आहेत. सरांना फोन लावू का आणि अगदी जादूची कांडी फिरल्यासारखे पोलीस सरळ झाले. सगळ्या प्रकारचे सहकार्य लगेच सुरू केले. त्यांनीच

हार्बर पोलिसांना फोनही केला आणि सगळी माहिती दिली. अशा रीतीने सगळे वऱ्हाड हार्बर लाइनवर निघाले. अगदी फ्लायओव्हरवरच पोलीसही भेटले. त्यांनीही त्या चोराची धुलाई केली आणि आत्ता कुठे शलाकाला आठवण झाली, की आपले सर्व सामान त्या लोकलमध्येच राहिले आहे. तिने पोलिसांना विनंती केली, की कृपा करून आपण हार्बर लाइनच्या सर्व पोलीस ठाण्यांना विनंती करा, की अशा बोगीमध्ये असे असे सामान राहिलेले आहे. आपण आपल्या ताब्यात घ्या. पोलिसांनी लगेच वायरलेस संदेश पाठविला. 'हॅट्स ऑफ टू मुंबई कल्चर'. पाच ते साडेपाच मिनिटांच्या आत वडाळा रेल्वे पोलिसांचा प्रतिसादही आला की कोणी चार महिला एका मुलीचे सामान घेऊन वडाळा स्टेशनच्या प्लॅटफॉर्मवर वाट बघत आहेत. शलाकाने लगेच सांगितले, की मी पुढच्या लोकलने येत आहे आणि पोलिसांनादेखील तसे सांगितले. पोलिसांनी शलाकाकडे मोबाईलची मागणी केली, 'आपला मोबाईल द्या.' शलाकाला प्रश्न पडला, मोबाईल कशासाठी घ्यायचा? पोलिसांनी सांगितले, हा मोबाईल आमच्याकडे द्यायला लागेल. हे सर्व आता कोर्टाकडे जाईल आणि मग दहा-पंधरा दिवसांनी तुमचा मोबाईल परत मिळेल.

शलाकाने सांगितले, 'मी चोर पकडून दिला आहे. बाकीचे आपण बघा. माझ्याकडे एवढा वेळ नाही.' शलाका ७.४० च्या लोकलने रवाना झाली. बरोबर महिलांच्या डब्यासमोर त्या चार महिला शलाकाचे सामान घेऊन उभ्याच होत्या. शलाकाने आभार मानत त्यांच्याकडून सामान घेतले, तोपर्यंत लोकल सुटलीदेखील. तिला त्यांचे नाव, गाव, पत्ता काहीही घेता आले नाही. आठ वाजून वीस मिनिटांची पुष्पक पकडण्यासाठी शलाका सीएसटीला पोचली तेव्हा आठ वाजून अठरा मिनिटे झाली होती. शलाका पोचली होती सहा नंबर प्लॅटफॉर्मला आणि पुष्पक होती प्लॅटफॉर्म नंबर २१ वरून. जखमी अवस्थेत (होय, हे शलाकाला पळताना प्रचंड वेदना व्हायला लागल्यानंतर कळले होते.) पुष्पक जस्ट सुरूच होत होती, त्या वेळी शलाकाने ट्रेन पकडली. स्थिरस्थावर झाल्यानंतर शलाकाने शरीराचा डावा भाग निरखून बघितला तेव्हा शलाकाच्या लक्षात आले, की आपण केवढा मोठा पराक्रम करून बसलो आहोत! तिच्या शरीराची डावी बाजू संपूर्ण सोलली गेली होती. कंबरेला बसणारा ठणका जबरदस्त मार लागल्याचा संदेश देत होता. डाव्या बाजूला सगळीकडून रक्तस्राव झाल्याने संपूर्ण शरीराला कपडे चिकटले होते. पुष्पकमध्ये बसल्यानंतर तिने शांतपणे मला फोन केला आणि एवढेच सांगितले, 'पप्पा, मला घ्यायला येता ना? डायरेक्ट प्लॅटफॉर्मवर या ना!' मला थोडे आश्चर्य वाटले. कारण तसाही मी प्रत्येक वेळी घ्यायला जातच होतो. मग शलाका असे का म्हणत होती? मी तिला परत परत प्रश्न विचारत

होतो. अगोदर ती काही बोलायला तयार नव्हती. शेवटी तिने सांगितले, 'मला थोडं खरचटलं आहे.' मी दचकलो. मला वाटले, की काही जास्त तर नाही ना? तिला परत परत विचारत राहिलो. शेवटपर्यंत शलाकाने मला खरचटलं यापलीकडे काहीही सांगितले नाही. ज्या वेळी सकाळी साडेअकराला नाशिक रोडला प्लॅटफॉर्मवर शलाकाला समोर बघितले आणि एकदम धक्काच बसला. कारण तिला चालता येत नव्हते आणि डाव्या बाजूचे संपूर्ण कपडे रक्तस्राव होऊन चिकटलेले होते. 'पप्पा, टेन्शन घेऊ नका. मला काही फार लागलेलं नाही. मी आत्ता पटकन बरी होईन आणि कारमध्ये बसल्यावर मी तुम्हाला सगळं सांगते. माझ्याकडे दुसरा काही पर्यायच नव्हता', तिने सांगितले.

कारमध्ये बसल्यानंतर तिने ही सर्व गोष्ट सांगितली. हे सर्व ऐकल्यानंतर क्षणार्धात मी शलाकाच्या पाठीवर शाबासकीची थाप दिली आणि त्या वेळी मला सबकॉन्शस माइंड लर्निंगचे महत्त्व खऱ्या अर्थाने पटले. कारण शलाका मोठी होत असताना तिने हीच सकारात्मकता क्षणाक्षणाला अनुभवलेली होती आणि तीही अगदी बरोबर तशीच वागली होती. नंतर तपासणीमध्ये कळले, की शलाकाच्या कंबरेच्या हाडाला हेअर लाइन फ्रॅक्चर झाले होते. नंतर तिला बरे होण्यासाठी जवळपास दीड महिना लागला.

आजही माझ्या दोन्ही मुली या सर्वच गोष्टींत अत्यंत सकारात्मकतेने वागत असतात. त्यामुळे त्यांना कधी कुठल्या गोष्टीची भीती वाटत नाही. अगदी सहज रीतीने आलेला कुठलाही प्रॉब्लेम त्या अत्यंत सकारात्मकतेने सहज सोडवत असतात. आपणही आपल्या आयुष्यात असेच सकारात्मकतेने वागत राहिल्यास येणाऱ्या भावी पिढीला अगदी सहजपणे सकारात्मकतेचे बाळकडू देऊ या!

❖ ❖ ❖

...अन् रोहनने चक्रव्यूह भेदला!

''माणसाच्या जडणघडणीत बालपणी झालेले आघात, कटू प्रसंग, घरातील वडीलधाऱ्यांचे वर्तन याचा खूप मोठा वाटा असतो. शक्यतो सकारात्मक गोष्टींपेक्षा नकारात्मक गोष्टींकडे माणूस लवकर आकर्षित होत असतो आणि तो चुकीच्या मार्गाला जातो. या चक्रव्यूहातून बाहेर येणे शक्य नसते. पण एखादी घटना किंवा व्यक्ती या जीवन बदलून गेलेल्या माणसाच्या संपर्कात आली तर त्याची परतीची वाट पुन्हा सुरू होते, जी त्याचे संपूर्ण आयुष्यच बदलून टाकते. ही गोष्ट आहे रोहन आणि सायलीची.'

अत्यंत वेगळी, नुसतीच वेगळी नव्हे तर अत्यंत धक्कादायक (ज्या वेळी मी ही केस हाताळली होती त्या वेळी मलाच प्रचंड धक्का बसला होता) पण खूप काही शिकवून जाणारी ही गोष्ट आहे.

गोष्ट आहे २०१४ मधील. आमच्या सुयश हॉस्पिटलमध्ये कर्मचाऱ्यांसाठी, परिवारातील सदस्यांसाठी अनेक चांगल्या योजना राबविण्यात येतात. त्यातीलच एक स्कीम म्हणजे सर्व सदस्यांचा प्रत्येकाचा थोडा थोडा आर्थिक वाटा घेऊन एक चांगला मेडिक्लेम त्याच्या पूर्ण परिवाराकरिता काढला जातो आणि याचा फायदा खासकरून गंभीर आजारांमध्ये खूपच चांगला होतो. असाच एकदा आमच्या परिवारातील एका तरुणाच्या परिवारातील एक सदस्य सुयशमध्ये भरती झाला होता. अगदी लवकरच तो बराही झाला. त्या वेळी कॅशलेसची सोय या मेडिक्लेमला नव्हती. आमच्या परिवारातीलच सदस्य असल्याने इन्शुरन्स कंपनीकडून पैसे आल्यानंतर आणि जेवढे आले तेवढेच जमा करायचे अशी पद्धत होती. सर्व सदस्य मेडिक्लेमचा वापर करीत होते. त्या वेळी अगदी वेळेवर आलेले पैसे हॉस्पिटलला बिलापोटी जमा करीत असत.

या सर्व परिस्थितीवर संबंधित विभागप्रमुख लक्ष ठेवून रिपोर्टिंगही करीत असे. घडले असे, की या संबंधित विभागाचा प्रमुख मला भेटायला आला आणि सांगू लागला, की रोहन त्याला विचारीत होता, 'मेडिक्लेमचे पैसे उशिरा येत असतील तर मी माझ्या पगारातून थोडे थोडे कापून देऊ का?' आम्ही असे कधीच करीत नसल्याने अशी विनंती मान्य करण्याचा विषयच नव्हता. त्याला समजावून सांगितले, 'येऊ दे मेडिक्लेमचे पैसे. आले की मात्र लगेच भर.' हा विषय आम्ही तेथेच सोडला. साधारणतः अजून दोन महिने गेले म्हणजे एकूण चार महिन्यांहून जास्त दिवस रोहनच्या घरातील सदस्य आजारी पडून सुयश हॉस्पिटलला भरती होऊन झाले होते. साधारणतः ३० ते ४५ वर्किंग दिवसांमध्ये भरलेल्या रकमेचा परतावा येत असे; परंतु या केसमध्ये चार महिन्यांहून जास्त कालावधी उलटला तरी पैसे न आल्यामुळे आमच्या हॉस्पिटलमधील इन्शुरन्स विभागात काम करणारे एचओडी माझ्याकडे आले आणि त्यांनी ही बाब माझ्या नजरेत आणून दिली.

मलाही जरा आश्चर्यच वाटले! असे कसे घडले? मी त्याला इन्शुरन्स कंपनीमध्ये संपर्क करायला लावला. आम्हा सगळ्यांना आश्चर्याचा धक्काच बसला, कारण इन्शुरन्स कंपनीकडून चाळिसाव्या दिवशीच संपूर्ण पेमेंट देऊन झालेले होते. आम्ही लगेच रोहनचे खाते तपासले तर तेथे पेमेंट आलेले होतेच; परंतु त्याच दिवशी संपूर्ण पैसे काढलेदेखील गेले होते. आमचा संताप अनावर झाला होता. नेहमीप्रमाणे आमची एक सीनिअर टीम इन्व्हेस्टिगेशन करायला लागली तर उत्तरात रोहनने सर्व कबूल केले, की पैसे आले होते परंतु त्याने ते हॉस्पिटलला न भरता परस्पर त्याच दिवशी खर्चून टाकले. रोहन पुन:पुन्हा सांगत राहिला, की दर महिन्याला माझ्या पगारातून एकेक हजार रुपये कापून घ्या, मी हॉस्पिटलचा एकेक रुपया देईन. माझ्याकडे आत्ता काहीही रक्कम शिल्लक नाही, म्हणून कृपा करून या पद्धतीने पैसे घ्या. रोहनकडे देण्यासाठी कुठलाही पैसा नसल्याने काही उपयोग होत नाही असे दिसल्याने सर्व प्रकरण माझ्यासमोर आले.

मी सकाळी सव्वाआठच्या सुमारास रोहनशी बोलायला सुरुवात केली. सुरुवातीला मलाही सर्व उत्तरे सारखीच मिळाली. नऊ-सव्वानऊ होत आले होते; परंतु निष्कर्ष काहीच निघत नव्हता. मला आतून असे वाटले की, प्रकरण काहीतरी वेगळेच दिसते आहे; जे समोर येतेय तसे नक्कीच नाहीये. रोहन काही बोलतही नव्हता. माझ्या मनामध्ये विचार चालला होता की दोन-अडीच महिने आधी रोहनचा एचओडी येऊन सांगत होता, की मेडिक्लेमचे पैसे उशिरा येत असतील तर रोहन त्याच्या पगारातून थोडे थोडे पैसे कापून द्यायचे सांगत होता. मला ते आठवत होते आणि आता स्वतः रोहन सांगत होता की दर महिन्याला हजार हजार रुपये कापून घ्या. या सर्वांतून एक नक्कीच दिसत होते, की रोहनला पैसे बुडवायचे नव्हते, मग रोहन असे का बरे वागला असेल?

कारण त्याची पैसे परत करण्याची तळमळ तर अगदी खरी वाटत होती. पैसे जर त्याला द्यायचेच होते तर असे का? मी प्रकरणाच्या मुळाशी अजून खोलवर जाण्याचे ठरविले. रोहनला विश्वासात घ्यायला सुरुवात केली. बोलता-बोलता तब्बल दीड-दोन तासांनी रोहनने ओक्साबोक्शी रडायला सुरुवात केली आणि जणूकाही त्याच्या अश्रूंचा बांधच फुटला. मी त्याला आधी बराच वेळ रडू दिले. त्याला हळूहळू शांत होऊ दिले आणि मग बघता बघता रोहन बोलता झाला. मला आश्चर्यावर आश्चर्याचे धक्के बसू लागले. अत्यंत अविश्वसनीय असा रोहनचा संपूर्ण आयुष्याचा प्रवासच उलगडत होता. एखाद्या थ्रिलर गुन्हेगारीवर चित्रपटापेक्षाही तो अधिक थरारक होता.

रोहनला विश्वासात घेत त्याला सांगितले, की कुठलीही गोष्ट न वगळता एकूणएक गोष्ट मला सांग. रोहन बोलता झाला. साधारणतः वीस वर्षांआधी रोहनचे कुटुंब उदरनिर्वाहाकरिता विदर्भातून नाशिकमध्ये आले होते. आई-वडील दोघे अशिक्षित, रोजंदारीवर मजुरी करणारे होते. रोहनचे आई-वडील पंचवटीतील मार्केट यार्डात कामाला जात असत आणि तेथे जवळच असलेल्या एका झोपडपट्टीत राहत असत. नको ती सगळी वाईट वळणे त्या वेळी रोहनच्या वडिलांना लागली. पैशांसाठी वाट्टेल ते, अगदी छोटी-मोठी चोरीदेखील रोहनचे वडील करीत असत. त्याबरोबरीनेच त्यांना काही व्यसनेदेखील लागलेली होती. ते मद्यपान करीत असत. त्यांचा त्यांच्यासारखाच असलेला मित्रपरिवारदेखील त्यांच्या घरी बसायचा. त्यामध्ये मग मद्यपान आले. छोट्या-मोठ्या चोऱ्यांचे नियोजन करायचे. त्या संदर्भात बोलणे व्हायचे. बरोबरीने पैशांवर तीन पत्तीचा डाव लावायचे. तंबाखू, धूम्रपान आणि अधूनमधून गांजा-अफू इत्यादी गोष्टीदेखील चालू होत्या. मग आमचा रोहन या सगळ्यांमध्ये छोटी-मोठी कामे करायला धावपळ करायचा. अशा गुन्हेगारी पार्श्वभूमी असलेल्या वातावरणात तो वाढलेला होता. आपण सबकॉन्शस माइंड लर्निंगबद्दल या आधी वाचले आहेच. आता विचार करा, सबकॉन्शस माइंड लर्निंगमध्ये रोहनला काय मिळाले होते. म्हणतात ना 'खाण तशी माती.' अशा वातावरणात मोठ्या झालेल्या रोहनला या सगळ्या गोष्टींची अत्यंत बारीकसारीक अशी माहिती होती. लहानपणीच या सगळ्या विषयांमध्ये तो तरबेज झालेला होता. रोहन पाचवीला असतानाच त्याचे वडील मद्यपानामुळे यकृत खराब होऊन व सोबत मधुमेहासारखे आजार असल्याने अकाली मृत्युमुखी पडले.

आता तर जणू रोहनला चारही कुणाचा वचकच राहिला नाही अशी एकंदरीत परिस्थिती होती. या बालवयातच रोहनने बाललीलांऐवजी चोरीच्या, गुंडगिरीच्या लीला दाखविण्यास सुरुवात केली. रोहनची आई या सर्व प्रकारांना खूपच कंटाळली होती. एक तर अकाली वयात पती गमावला आणि एकुलता एक आधारस्तंभ असलेला मुलगा

असा वाया जात असेल तर त्या माउलीला किती वेदना होत असतील याचा विचार करा! शेवटी तिला मदतीला तिचे दूरचे एक नातेवाईक धावून आले, जे क्लास वन गव्हर्न्मेंट ऑफिसर होते. त्यांनी एकूण परिस्थितीचा रागरंग बघितला. आढावा घेतला आणि रोहनला बाल सुधारगृहात म्हणजेच रिमांड होममध्ये टाकण्याचे ठरविले. सुदैवाने ते गव्हर्न्मेंटमध्येच क्लास वन ऑफिसर असल्याने त्यांच्यासाठी ही गोष्ट फारच सोपी होती, अन्यथा रोहनच्या आईसाठी हे फारच अवघड गेले असते. अशा रीतीने रोहनची रवानगी नाशिकमधीलच एका बालसुधारगृहात करण्यात आली.

सर्वांची अपेक्षा असते, की रिमांड होममध्ये टाकल्यानंतर मुलगा अथवा मुलगी सुधारली पाहिजे. पण बहुतांशी वेळा याउलट होत असते. गुंडगिरी, चोरीमारी इत्यादी गोष्टींमध्ये ही मुले-मुली अजूनच निष्णात होत असतात. याचे कारण म्हणजे तेथे अगोदरच या सर्व प्रकारांमध्ये तरबेज असलेल्यांचा भरणा असतो.

त्यामुळे बाहेरून आलेली ज्युनिअर मुले ही फार लवकर अशा गोष्टीत तरबेज होत असतात. रोहनच्या बाबतीतही असेच घडले. इथल्या रिमांडमध्ये तो वर्चस्व गाजवू लागला. तो आता या सर्व गोष्टींत माहीर झाला. जणू काही इथल्या रिमांड होमचा तो अनभिषिक्त दादा झाला.

शेवटी नाशिकचे रिमांड होमवालेही त्याला कंटाळले आणि रोहनचे प्रमोशन झाले. रोहनला उल्हासनगर येथील रिमांड होममध्ये पाठविण्यात आले आणि हे प्रमोशन रोहनने सगळ्याच अर्थाने सार्थ करून दाखविले. उल्हासनगरच्या रिमांड होममध्ये अनेक सीनिअर अशा ज्याला आपण 'सीजन्ड' असे इंग्लिशमध्ये म्हणतो, तर आपल्या बोलीभाषेत त्याला 'मुरलेला' असे म्हणतो अशा लोकांची ओळख झाली, रोहन येथे पक्का मुरला. तेथे त्याला काय शिकायला मिळाले यापेक्षा काय शिकायला मिळाले नाही, असे म्हणणे जास्त सयुक्तिक ठरेल. किरकोळ चोरीमारी, भाईगिरीपासून तर अगदी ड्रग्ज विकण्यापर्यंतचे सर्व काही शिक्षण अगदी व्यवस्थित रोहनला मिळाले. एके दिवशी उल्हासनगरच्या रिमांड होमनेदेखील सुधारण्यापलीकडील म्हणून रोहनची रवानगी घरी केली. एव्हाना रोहन दहावी पास होऊन अकरावीला पोहोचला होता. मग काय विचारता! रोहनची अकरावी-बारावी करता करता नाशिकमध्ये छानपैकी गुंडगिरी सुरू झाली होती! या व्यवसायातील सर्व खाचखळगे तो व्यवस्थित शिकला होता. आता रोहन सर्रास ड्रग्जदेखील विकायला लागला. त्यामुळेच त्याचे संबंधित विभागांना महिन्याच्या महिन्याला हप्ते सुरू झाले होते. हे सर्व ऐकून मला जो काही धक्का बसला तो काय सांगू? हे सर्व ऐकून माझ्या सामान्यज्ञानातही खूपच भर पडली. कारण आपल्या नाशिकमध्येसुद्धा ड्रग्ज मिळतात आणि नुसते मिळत नाहीत तर कुठे मिळतात

याचीदेखील मला इत्थंभूत माहिती मिळाली होती.

जेव्हा जेव्हा असे उद्योग होतात तेव्हा तेव्हा शिक्षणाचे काय होते (जे की सर्वांना माहीतच आहे) तेच झाले. रोहन बारावीला छानपैकी नापास झाला. तसेही त्याला शिकायचेच कुठे होते? रोहनच्या आईचे, त्या गरीब माउलीचे रोहनला सुधरविण्याचे सर्व प्रयत्न करून झाले होते. त्याची आई नेहमी रोहनच्या चिंतेत असायची, आपण गेल्यानंतर माझ्या रोहनचे कसे होईल? यातून तिने एक मार्ग शोधायचा प्रयत्न केला, तो म्हणजे, रोहनचे लग्न करायचे. अर्थातच प्रश्न फार मोठा होता. रोहनला मुलगी देणार कोण? हा मोठाच अवघड प्रश्न. परंतु ती मायमाउली त्या प्रयत्नाला लागली. रोहनचे नशीब मात्र येथे बलवत्तर होते. एका नातेवाइकाच्या मदतीने एक मुलगी जी बारावी पास होती ती सांगून आली. रोहन मुलगी बघायला गेला. दोघे एकमेकांना पसंत पडले. मग रोहनने मुलीला सुपारी फोडण्याअगोदर भेटायचे ठरविले. मात्र रोहनला येथे मार्क द्यायला लागतील. त्याने कुठलीही गोष्ट न लपविता शंभर टक्के सत्य सायलीला सांगावयाचे ठरविले. 'मला तू खूप आवडली आहेस; परंतु माझा हा पूर्वेतिहास आहे. माझ्यावर काही केसेसदेखील आहेत. मला काही ठिकाणी दर महिन्याला हप्तेदेखील द्यायला लागतात.

'माझा हा इतिहास मला बदलायचा आहे. मला पूर्णपणे एक चांगला माणूस बनायचं आहे. तू जर साथ दिलीस तर तुझ्या प्रेमानं मी कुठल्याही परिस्थितीत बदलेन, सायली. आजपर्यंत मला समजून घेणारं, मला कुठेतरी चांगल्या रस्त्यावर आणणारं, मला योग्य वेळी योग्य मार्गदर्शन करणारं, वेळप्रसंगी माझ्या कानाखाली आवाज काढणारं कुणी नाही भेटलं गं! ही कमी तू दूर केलीस तर मी वचन देतो, की आपल्या दोघांचंही वैवाहिक आयुष्य अतिशय चांगले जाईल. आपलं भविष्य अतिशय सुरेख असेल.' बोलता बोलता रोहन ओक्साबोक्शी रडायला लागला. सायलीने त्याचे सांत्वन केले. ''रोहन, मला दोन दिवस दे, मला नीट विचार करू दे. मी बरोबर दोन दिवसांनी उत्तर देईन.'' पुनश्च एकदा रोहनने तिला विश्वास द्यायचा प्रयत्न केला की तिची साथ मिळाली तर तो नक्की सुधारेल. ती भेट तेथे संपली.

दोन दिवस रोहन अत्यंत बेचैन होता आणि दोन दिवसांनी त्याने पुन्हा एकदा सायलीची भेट घेतली. सायलीने त्यास आनंदाची बातमी सांगितली, ''मी तुझ्याबरोबर लग्न करण्यास तयार आहे. कारण सगळ्यात महत्त्वाचं म्हणजे तू माझ्याशी शंभर टक्के खरं बोललास. या जागी दुसरा एखादा असता, तर कदाचित खोटं बोलून माझी फसवणूक केली असती आणि माझं आयुष्यच उद्ध्वस्त झालं असतं; परंतु तू अत्यंत प्रामाणिकपणे सर्व काही मनमोकळेपणानं मला सांगितलं. मलाही यात निश्चितच आनंद होईल. जर कुणी माझ्यामुळे सुधारणार असेल, तर आणि एखादा आत्ता चांगला

भेटेलही, तो पुढे जाऊन बिघडणार नाही हे कशावरून? म्हणून मी तुझी साथ देण्यास तयार आहे. चल, आपण दोघं मिळून प्रामाणिकपणे सुखाचा संसार करू. यात माझी पण एक अट आहे, मला पुढे शिकायचं आहे. मी बारावी सायन्स पास झाली आहे. मला नर्सिंगचा कोर्स करायचा आहे.'' रोहनला तर हर्षवायू व्हायचाच बाकी राहिला. अशा रीतीने दोघांनी आणाभाका घेत विवाह केला.

खरोखरच विवाहानंतर रोहनने स्वत:मध्ये आमूलाग्र बदल करीत दोघांच्या वैवाहिक आयुष्याला सकारात्मक रीतीने आकार देण्याचा प्रयत्न केला. त्यादरम्यान रोहनने पॅरामेडिकलला आवश्यक असणारा कोर्स पूर्ण करून तो आमच्या हॉस्पिटलमध्ये रुजूही झाला. यादरम्यान त्याने सायलीसाठी नर्सिंग कॉलेजमध्ये ॲडमिशन घेतली आणि तीही कॉलेजला जाऊ लागली. असा त्या दोघांचा संसार सुरळीतपणे सुरू झाला होता; परंतु पूर्वायुष्यातील कृत्ये अजूनही काही पिच्छा सोडत नव्हती. रोहनला ज्या काही केसेस सुरू होत्या, त्या संदर्भात त्याला विशिष्ट डिपार्टमेंटला काही 'फिक्स' असे दरमहा द्यायला लागत होते आणि त्यासाठी म्हणून रोहनने पहिले कुणाकडून तरी दहा रुपये शेकडा व्याजाने काही रक्कम घेतली. खरे सांगायचे तर रोहनचा पगार व्यवस्थित होता, ज्यामध्ये त्याचा घरखर्च, सायलीची कॉलेज फी इत्यादी व्यवस्थित भागत होते; परंतु हा जो इतर पूर्वेतिहासापायी पैसा खर्च होत होता, तो मात्र या पगारातून निघूच शकत नव्हता. इकडे महिन्याची 'फिक्स' देणेदारी, तर दुसरीकडे दहा रुपये शेकड्याचे व्याज सुरू. यासाठी अजून व्याजाने पैसे घे आणि मग ते फेडण्यासाठी अजून घे, या मोठ्या चक्रव्यूहात आमचा रोहन फसला होता. परतीच्या वाटाच नव्हत्या. याच गडबडीत रोहनने आलेले हॉस्पिटलचे मेडिक्लेमचे पैसे वापरले होते. मला खूपच दया आली; पण बसलेले धक्के इतके काही भयानक होते, की विश्वासच बसत नव्हता.

मनाच्या एका कोपऱ्यात असे वाटत होते, की रोहन खरे बोलतोय आणि दुसरीकडे सावध मन सांगत होते, खात्री करून घे. मग मी सायलीला भेटायला बोलवायचे ठरविले. रोहन सायलीला घेऊनही आला. सायलीशी बोलल्यानंतर जाणवले, की रोहन शंभर टक्के खरा होता; परंतु सायलीलादेखील या एवढ्या मोठ्या चक्रव्यूहाची अजिबातच कल्पना नव्हती. हे सर्व ऐकून तीही सुन्न झाली. सहा महिन्यांपासून तिची नर्सिंगची फी भरलेली नसल्याने तीही घरीच बसून होती. विचार केला, तर परिस्थिती खरोखरच भयावह होती. एखादा कमकुवत मनाचा असता, तर त्याने आत्महत्याही केला असती. आधी तर मी दोघांनाही शांत केले. धीर दिला आणि आश्वस्तही केले. आपण परिस्थितीवर मात करू नर्सिंग शिक्षणही सुरू करू, असे वचन मी त्या दोघांनाही दिले.

सायली ज्या संस्थेत शिकत होती, त्या संस्थेचे विश्वस्त माझे अगदी जवळचे मित्र

होते. आमचे बोलणे संपताच आम्ही ताबडतोब त्या विश्वस्तांना भेटलो. त्यांनीही 'आउट ऑफ द वे' जाऊन तिला फीमध्ये बऱ्यापैकी सूट दिली. उरलेली फी भरण्याकरिताही मोठी मुदत दिली. अशा रीतीने पहिला प्रश्न एक तासाभराच्या आत सुटला होता, मग आम्ही रोहनला ज्यांच्या ज्यांच्याकडून व्याजाने पैसे आणले होते त्यांची यादी करायला सांगितले. काय करायचे ते समजावून सांगितले. प्रत्येकाकडे जायचे, हात जोडून माफी मागायची आणि सांगायचे, माझ्याकडे तुम्हाला द्यायला आज रोजी कुठल्याही प्रकारचे पैसे शिल्लक नाहीत. त्यामुळे मी तुमचे व्याजाचे पैसे देऊ शकत नाही. जसजसे पैसे येतील, त्यातून मी तुम्हाला तुमची मुद्दल रक्कम शंभर टक्के खात्रीने आणून देईन आणि जो ऐकणार नाहीत, त्याच्याशी माझे बोलणे करून दे, मी त्यांना काय सांगायचे ते बरोबर सांगेन. मला या बेकायदा सावकारांशी काय बोलायचे, याचे टेन्शन अजिबातच नव्हते. कारण जे काही चालले होते ते संपूर्ण बेकायदाच होते. आम्हाला कधीही पोलिसांची मदत घेता आली असती आणि म्हणूनच आम्हाला या गोष्टींचे टेन्शन नव्हते. आपणास आश्चर्य वाटेल पण यादीमध्ये असलेल्या सर्वच्या सर्व रोहनचे म्हणणे मान्य केले.

सगळ्यांनी व्याज सोडून दिले. मला कुणाशीही बोलण्याची वेळच आली नाही अशा रीतीने दुसरा मोठा प्रश्न सुटला होता. यामुळे रोहन, सायली आणि रोहनची आई या सगळ्यांचा आत्मविश्वास दुणावला. सगळे कुटुंबच संपूर्ण सकारात्मकतेने एकमेकांना मदत करीत या प्रसंगातून बाहेर पडण्याची धडपड करीत होते. सांगायला आनंद होतो, की ज्या काही केसेसमध्ये संबंधितांना महिन्याच्या महिन्याला वाटप होत होते, तेदेखील विथ इमिजिएट इफेक्ट बंद करण्यामध्ये यशस्वी झालो. आम्ही जिथून सुरुवात केली होती ते बघता आम्ही खूपच चांगली मजल मारली होती. आता फारच किरकोळ कामे शिल्लक राहिली होती. सगळ्यात आधी रोहनला राष्ट्रीयीकृत बँकेकडून त्याच्या आधीच्या व्याजाचा विचार करता जवळपास फुकटच पन्नास हजारांचे कर्ज उपलब्ध करून दिले. त्याबरोबरच आमच्या सुयश हॉस्पिटलमध्ये परिवारातील कर्मचाऱ्यांसाठी 'वेल्फेअर फंड' नावाची स्कीम असते, तेथे बँकेपेक्षाही कमी व्याजदर असतो- तेथून रोहनला २५ हजार रुपये उपलब्ध करून दिले. अशा रीतीने त्याच्यावर असलेल्या कर्जाच्या जवळपास निम्मे पैसे उपलब्ध करून दिले. त्यातील दहा हजार रुपये ऐन वेळेसाठी ठेवून बाकी सगळ्यांचे निम्मे निम्मे मूळ रकमेतून देऊन टाकले. अशा रीतीने रोहनच्या आयुष्यात चारही बाजूने शांतता आली. हॉस्पिटलमध्येही त्याला जास्तीत जास्त ओव्हरटाइम देऊन त्याला कसा जास्त पगार मिळेल, याच्यावरही लक्ष ठेवले. रोहनने मनापासून सगळ्या गोष्टी केल्या आणि या सगळ्या चक्रव्यूहातून रोहन आणि

परिवार सहीसलामत साधारणतः दीड वर्षात बाहेर पडला.

सबकॉन्शस माइंड लर्निंग रोहनच्या गुन्हेगारीची पाळेमुळे ही सर्व त्याच्या बालवयातच त्याच्या कोवळ्या मनावर रेखाटल्या गेलेल्या घटनांनी त्याच्या आयुष्याला अत्यंत घातक असे गुन्हेगारीचे वळण दिले आणि म्हणून रोहनचे आयुष्य गुन्हेगारी जगताकडे वळत गेले. याबद्दल आपण 'सबकॉन्शस माइंड लर्निंग बाळकडूचे' या भागात विस्तृत बघितले आहे. त्याचेच हे उत्तम उदाहरण आहे. याबरोबरीनेच कुठे ना कुठे रोहन, सायलीमध्ये सकारात्मकता पुरेपूर भरलेली होती. त्यातूनच त्यांचा प्रामाणिकपणाही दिसून आला. या सकारात्मकतेमुळेच रोहन आणि सायलीचे लग्नदेखील झाले. या सकारात्मकतेमुळेच आयुष्याची खोल गर्तेत सापडलेली गाडी रुळावर आली. आयुष्याला पुन्हा एकदा दिशा सापडली. ही सकारात्मकता दोघांकडेही नसती तर? तर? विचारही करवत नाही.

आज आमची सायली नर्सिंग कोर्स पूर्ण करून एक चांगली सिस्टर-नर्स म्हणून कार्यरत आहे. रोहननेही आपल्या कामात प्रगती दाखवत चांगली पोस्ट मिळविली आहे. या दोघांच्या संसारवेलीवर एक सुंदर असे फूलदेखील उमलले आहे. आज त्यांच्यावर दहा रुपये शेकडा तर सोडाच; पण बँकेचे साडेसहा टक्के व्याजाचे होमलोन वगळता कुठल्याही प्रकारचे कर्ज नाही. होम लोन घेऊन दोघांनी साडेसहाशे स्क्वेअर फुटांची सुंदरशी सदनिका घेतली आहे. ही सकारात्मकता, प्रामाणिकपणा, कष्ट करण्याची तयारी रोहन-सायलीच्या अंगी नसती तर रोहन नक्कीच आतापर्यंत तुरुंगाची हवा खात असता. म्हणून आपल्या सर्वांच्या आयुष्यात ही सकारात्मकता किती गरजेची आहे. आपणा सर्वांच्या लक्षात आले असेलच.

❖❖❖

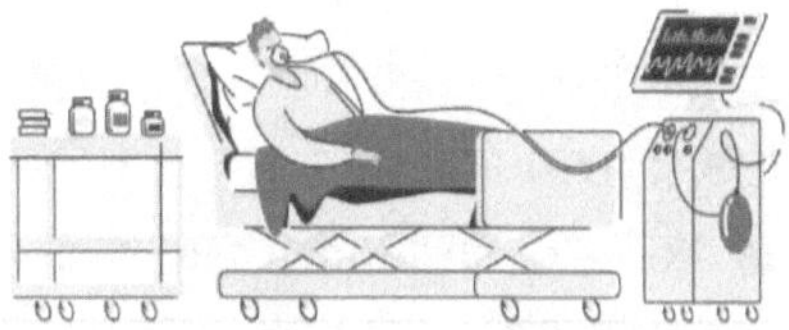

हरलेली लढाई जिंकली!

आजही तो प्रसंग आठवला, की अंगावर अक्षरशः शहारे येतात. विदर्भातून आलेली वैशाली आणि तिला उष्माघातामुळे भरलेला १०८ पर्यंतचा ताप माझ्यासह सर्व डॉक्टरांची भंबेरी उडवून देणारा होता. आता पेशंट हाती लागत नाही, असे आम्हाला वाटू लागले होते. संपूर्ण टीम तिला वाचविण्याचा आटोकाट प्रयत्न करीत होती. आपल्यामध्ये सकारात्मकता असेल, परिस्थितीशी लढा देण्याची तयारी असेल, तर कुठल्याही प्रसंगामध्ये ती आपणास खरोखर खूपच कामी येते, याची अनुभूती त्या दिवशी आली आणि आम्ही वैशालीला मृत्यूच्या दाढेतून सुखरूप बाहेर काढले.

गोष्ट आहे, १९९८ च्या उन्हाळ्यातील. ९८ चा उन्हाळा हा तुलनेने खूपच जास्त कडकम होता. एप्रिलमध्येच तापमापकाच्या पाऱ्याने ४३ चा आकडा ओलांडला होता आणि तोही आपल्या सुखद आल्हाददायक हवामानासाठी प्रसिद्ध असलेल्या नाशिकमध्ये. इथे ही परिस्थिती तर त्या वेळी विदर्भाची काय अवस्था असेल, याचा विचार करा. त्या वेळी अकोला, चंद्रपूर, नागपूर अशा ठिकाणी तापमापकाचा पारा सरासरी ४७ डिग्रीच्या आसपास रेंगाळत होता. एकंदरीत तापमापकाने गेल्या वीस-पंचवीस वर्षांतील रेकॉर्ड तोडले होते.

मला आठवतो, तो एप्रिल महिन्याचा दुसरा आठवडा होता. एके दिवशी सकाळी सकाळी नऊ-सव्वानऊच्या दरम्यान माझे फॅमिली पेशंट असलेले देशमुख ओपीडीमध्ये आले आणि मला त्यांच्या शेजारी असलेला पेशंट बघायला येण्याचा आग्रह करू लागले, जे माझे नेहमीचे पेशंट नव्हते. सकाळी नुकतीच कुठे कामाला सुरुवातच झाली होती. जेमतेम चार पेशंट बघून झाले होते. बाहेर तुडुंब गर्दी होती आणि अशा वेळी

देशमुख मला खूपच आग्रह करीत होते, ''डॉक्टर साहेब, प्लीज चला.'' मी चिडलो. देशमुखांना विचारले, त्यांचे नेहमीचे डॉक्टर कोण आहेत? देशमुखांनी त्यांचे नाव सांगितले आणि मग मी अजूनच जास्त चिडलो. त्यांना सांगितले, ''अरे, माझे फॅमिली पेशंट नाहीत. माझा त्यांचा अर्थाअर्थी काहीही संबंध नाही. तुम्ही का मला गर्दीच्या वेळी त्रास देत आहात?'' परंतु देशमुखांचे माझे संबंध अत्यंत जुने घरोब्याचे असल्याने त्या हक्कापोटी ते मला आग्रह करीत होते आणि यातली दुसरी बाजू अशीही होती की त्यांचा व त्यांच्या परिवाराचा माझ्यावर दृढविश्वास होता. यामुळेच शेजारच्या अडचणीच्या प्रसंगी ते मला आग्रह करीत होते. शेवटी साडेनऊच्या सुमाराला कसातरी वेळ काढून देशमुखांबरोबर पाच मिनिटांकरिता गेलो. तसे घर जवळच होते. पाच मिनिटांतच पोहोचलो. एक तरुण स्त्री, वय वर्षे फक्त २१, ती तिच्या भावजयीच्या डिलिव्हरीकरिता मदतीला म्हणून आदल्या दिवशीच अकोला (विदर्भ) येथून आलेली होती.

तिच्या भावजयीचे दिवस भरत आलेले होते. त्या बाळंतपण नाशिकलाच करणार होत्या आणि मूळचे राहणारे विदर्भातील असल्याने येथे त्यांचे जवळचे म्हणावे असे कोणीही नातेवाईक नव्हते आणि म्हणून ही वैशाली खास मदतीला म्हणून आलेली होती. तिचेही लग्न मोजून चार महिन्यांआधी झाले होते. तीही या कुटुंबात नवीनच होती. वयाचा विचार करता ती अननुभवी होती. परंतु सासुरवाडीतील कर्तव्याचा भाग म्हणून ती आली होती. कारण असेही कोणी त्यांच्या कुटुंबात एवढे लांब येण्यासारखे नव्हते आणि म्हणून तिचा नंबर लागलेला होता. येतानाच तिला ताप आला होता. तिचा भाऊही तिला आल्या आल्या त्याच्या नेहमीच्या फॅमिली डॉक्टरकडे घेऊन गेला होता. त्यांनी मलेरियावरची ट्रीटमेंट चालू सुरू केली होती. मी वैशालीला तपासायला सुरुवात केली. तिला सकाळपासून एक उलटी झालेली होती, हे सोडले तर बाकी तिला सध्यातरी इतर कुठलीही तक्रार नव्हती. आम्हा डॉक्टर मंडळींना खरे तर थर्मामीटरने ताप मोजताना पेशंटला हात लावून तापाचा अंदाज घेण्याची सवय लागलेली असते, पण त्या दिवशी अगदी थर्मामीटरने वैशालीचा ताप एकदा सोडून दोनदा बघितला. तो फक्त ९७.२ होता. तिची नाडीही व्यवस्थित होती. फक्त थोडा व्हॉल्यूम कमी लागत होता. तिचा रक्तदाबही व्यवस्थित होता. ऑस्कल्टेशनमध्ये तिच्या हृदयाचे ठोकेदेखील अगदी व्यवस्थित होते. एकंदरीत फारसे काही दिसत नव्हते आणि जेव्हा मलेरियाची औषधे घेतली जातात त्या वेळी रुग्णास उलटी होणे काहीही विशेष नसते; परंतु अंतर्मन म्हणजेच ज्याला आपण इंग्रजीमध्ये 'सिक्स्थ सेन्स' असे म्हणू शकतो तर असा हा सेन्स मनामध्ये बजावीत होता, की हे सगळे नॉर्मल दिसत असले तरीही यामध्ये काहीतरी वेगळेच सीरिअस आहे. ही मनातील धोक्याची घंटा पुनःपुन्हा वाजत होती

म्हणून सर्व पॅरामीटर्स मी पुन्हा एकदा बघितले. कुठेच काही सापडायला तयार नव्हते. वैशालीदेखील मला पुनःपुन्हा सांगत होती, ''डॉक्टर साहेब, मला फार काही झालेले नाही. मी व्यवस्थित आहे. हे लोक उगाच चिंता करीत आहेत.'' मी सगळा सांगोपांग विचार करून शेवटी ट्रीटमेंट ठरविली आणि त्याप्रमाणे उलटीवरील सर्वांत बेसिक ट्रीटमेंट म्हणजे इंट्रा मस्क्युलर इंजेक्शन द्यायचे ठरविले. तरीही काहीतरी वेगळे आहे, परंतु एक्झामिन करताना मात्र काहीही हाती लागत नव्हते. एकंदरीत माझी अवघडच परिस्थिती झालेली होती; परंतु सकाळची ओपीडीची वेळ, गर्दी या सर्व गोष्टी ओपीडीमध्ये परत पोहोचण्यासाठी प्रेशर वाढवीत होत्या आणि मी या घाई करत होत्या. मी देशमुखांना विनंती केली, की आपण वैशालीला ताबडतोब हॉस्पिटलमध्ये भरती करा. देशमुखांच्या चेहऱ्यावर अविश्वास, राग असे सगळे काही दिसत होते.

इतर डॉक्टरांनी हॉस्पिटलला ॲडमिट होण्याकरिता पाठविलेले अनेक पेशंट्स त्यांनी माझ्याकडे आणून ओपीडी लेव्हललाच बरे केलेले होते. हे दहा-बारा वर्षांपासून चालू होते. आणि या केसचा विचार केला तर ही प्रथमदर्शनी अत्यंत किरकोळ अशी केस दिसत होती. त्यामुळे त्यांच्या आश्चर्ययुक्त संतापाचे मला फार काही विशेष वाटत नव्हते; परंतु मी मात्र माझ्या निर्णयावर ठाम होतो. देशमुखांना सांगितले, की तुमचा माझ्यावर विश्वास आहे ना, बाकी काहीच बोलू नका, फक्त मी सांगतो तेवढे करा. देशमुखांना काहीच पर्याय उरला नव्हता. त्यांना परत एकदा सांगितले, आपल्याकडे वेळ अगदी थोडा आहे. ताबडतोब रिक्षा बोलवा. त्या काळी आजच्यासारखी रुग्णवाहिकेची उपलब्धता नव्हती. अवघ्या तीन ते चार मिनिटांच्या आत देशमुख रिक्षा घेऊन आले आणि मी विनाविलंब वैशालीला हॉस्पिटलमध्ये पाठविले. रिक्षा मार्गस्थ करूनच मी ओपीडीमध्ये परतलो.

आल्या आल्या पहिले हॉस्पिटलला फोन लावला. फोनवर एक ज्युनिअर बालरोगतज्ज्ञ भेटले. त्यांना फक्त ऑर्डर केली, की एक वैशाली नावाची पेशंट पाठविली आहे, तिला काय झाले आहे हे नक्की मलाही सांगता येणार नाही, परंतु वैशालीला ताबडतोब फिजिशियनच्या अंडर आयसीयूमध्ये ॲडमिट करा. एवढे बोलून मी फोन ठेवला आणि माझ्या ओपीडीमध्ये व्यस्त झालो. त्या दिवशी गर्दी जरा जास्तच होती. त्यात या इमर्जन्सी व्हिजिटमुळे अर्धा तास गेला होता. त्यामुळे मी कामात बुडून गेलो आणि अक्षरशः हेदेखील विसरून गेलो, की मी वैशालीला हॉस्पिटलला ॲडमिट होण्यासाठी पाठविले आहे. सकाळची ओपीडी, सर्व कामकाज आवरून जेवायला येण्यासाठी अडीच वाजून गेले होते. जेवता जेवता मला वैशालीची आठवण झाली. जेवण आटोपून मी तडक हॉस्पिटलला पोहोचलो आणि बघतो तर काय तेथे काय काय महाभारत-रामायण घडून गेले होते.

झाले असे होते, की पेशंट आल्या आल्या त्या बालरोगतज्ज्ञांनी अटेंड केला होता आणि देशमुखांना आश्चर्याचा धक्का त्या बालरोगतज्ज्ञांना बसलेला होता, ज्यांना फार काही त्रास नाही अशा रुग्णांना आयसीयू तर सोडा साध्या वॉर्डमध्येसुद्धा आम्ही कधी अॅडमिट करत नसू आणि आजही करत नाहीत. आल्या आल्या या बालरोगतज्ज्ञांनी पेशंट बघितल्यानंतर त्यांनाही त्या पेशंटमध्ये काही विशेष गंभीर असे आढळले नव्हते आणि माझी ऑर्डर तर डायरेक्ट आयसीयूमध्ये अॅडमिट करण्याची होती. परंतु देशमुखांप्रमाणेच त्यांचाही माझ्यावर विश्वास असल्यानेच त्यांनी वैशालीला आयसीयूमध्ये तेथून बाहेर पडतानाच त्यांना फिजिशियन भेटले. त्यांनी त्यांना अगदीच कॅज्युअली सांगितले, ''अरे यार! वो डॉक्टर ओस्तवाल सर ने एक पेशंट भेजा है और उसे आप के अंडर लेके डायरेक्ट आयसीयू में अॅडमिट करने के लिए बोला है। मुझे तो कुछ समझ में नहीं आया की आयसीयू में क्यू लेना है। लेकिन डॉक्टर ओस्तवाल सर ने बोला है इसलिये मैने आप के अंडर पेशंट को आयसीयू में अॅडमिट कर लिया है। आप जा के प्लीज देख लीजिये।'' 'ओके, मैं देखता हूँ' असे म्हणून फिजिशियन ताबडतोब आयसीयूमध्ये पोहोचले. फिजिशियन आयसीयूमध्ये प्रवेश करताच एक नंबर बेडपाशीच पोहोचले होते. ते वैशालीची हिस्टरीच घेत होते, तेवढ्यात वैशाली कोलॅप्स झाली. वैशालीची तब्येत अत्यंत गंभीर झाली. नाडी लागेनाशी झाली होती. तिचे ब्लडप्रेशरही मोजता येत नव्हते. तिची प्रकृती अत्यंत गंभीर झाली होती. फिजिशियन, ताबडतोब वैशालीचा प्राण वाचविण्यासाठी आवश्यक त्या तातडीच्या ट्रीटमेंट सुरू केल्या.

वैशालीचे ज्या वेळी टेम्परेचर घेतले गेले त्या वेळी सर्वांना प्रचंड धक्का बसला. आपण बगलेमध्ये थर्मामीटर ठेवून टेम्परेचर बघत असतो; परंतु ही पद्धत शंभर टक्के अचूक नाही, आपल्याला अगदी अचूक टेम्परेचर हवे असेल तर आपणास थर्मामीटर गुद्द्वारामध्ये ठेवायला लागतो. येथील टेम्परेचर म्हणजे आपल्या शरीराचे अचूक तापमान. तर या पद्धतीने जेव्हा वैशालीचे टेम्परेचर बघितले गेले सर्वांनाच प्रचंड धक्का बसला. कारणही तसेच होते. थर्मामीटरचा पारा १०८ वर जाऊन अडकला होता. कारण थर्मामीटरमध्ये १०८ हा आकडा शेवटचा असतो. त्या पुढील टेम्परेचर थर्मामीटरही दाखवत नाही आणि वैशालीचे टेम्परेचर १०८ वरती थांबले होते; परंतु मानवी शरीरासाठी १०५ च्या पुढे गेलेले टेम्परेचर हे फार घातक असते. यामध्ये अगदी मृत्यूचा धोकादेखील संभवतो आणि मग येथे वैशालीचे आजाराचे निदान झालेले होते. वैशालीला उष्माघाताचा जबरदस्त झटका आला होता. आमच्या फिजिशियननी त्या वेळी चक्क जवळच्या रसवंतीमधून २० किलो बर्फ मागवले होते आणि तिच्या संपूर्ण अंगावर ते ठेवले होते. आता खरी अडचण होती ज्या वेळी पेशंट अशा गंभीर अवस्थेत

असतो, त्याची नाडी लागत नाही. तेव्हा पेशंटला सलाइन लावण्यासाठी व्हेन (नीला) काही केल्या सापडत नाही आणि तीही जणू एक अग्निपरीक्षाच असते. होय, कित्येक वेळा या व्हेन्स न सापडल्याने वेळेवर हायड्रेशन करता येत नाही आणि रुग्णांचा मृत्यूदेखील संभव असतो. तीच परीक्षा येथे फिजिशियन स्वतः आणि हॉस्पिटलचा स्टाफ देत होता. निदान याबाबतीत तरी वैशालीच्या नशिबाने साथ दिली. तिच्या दोन्ही हातांच्या व्हेन्स आमच्या सीनिअर अत्यंत एक्स्पर्ट स्टाफने शोधल्या होत्या आणि फ्रीजमध्ये ठेवून थंड केलेल्या अशा सलाइनच्या बाटल्या सुरू केल्या होत्या. चक्क पेशंटच्या दोन्ही बाजूस स्टुलावर उभे राहून सिस्टर्स अक्षरशः सलाइनची बाटली दाबून दाबून सलाइन देत होत्या. त्याबरोबरीने पेशंटच्या नाकातून एक नळी टाकून जठरामध्ये बर्फाचे पाणी सोडत होते. याबरोबरच जीवरक्षक औषधेदेखील शिरेवाटे देण्यात येत होती. जे शक्य असतील ते सर्व प्रयत्न फिजिशियन आणि हॉस्पिटलची टीम करीत होती.

तुम्हाला यावरून परिस्थितीचे गांभीर्य लक्षात येईल, जे फिजिशियन वैशालीजवळ सकाळी साधारणतः पावणेदहाच्या सुमाराला आले होते. पेशंटजवळ दुपार तीनपर्यंत तेथेच काहीही न खाता-पिता उभे होते. तीच परिस्थिती हॉस्पिटलचा जो स्टाफ तिथे सेवा देत होता त्यांचीदेखील होती. ही जवळपास हरलेली लढाई आमच्या फिजिशियन व त्यांच्या टीमने जिंकली. तीनच्या सुमारास तिने थोडेसे डोळे उघडले. पुढच्या थोड्या वेळात ती शुद्धीवरदेखील आली. स्त्रियांच्या नैसर्गिक लज्जेनुसार वैशालीची पहिली रिॲक्शन होती, ‘‘मेल्यांनो, लाजा नाही वाटत!'' कारण वैशालीच्या संपूर्ण अंगावर बर्फ असल्याने कपडे बाजूला केले होते, एवढ्या गंभीर अवस्थेतदेखील फिजिशियन आणि त्यांच्या टीमच्या चेहऱ्यावर नकळत हसू फुलले. एका बाजूला तिच्या नैसर्गिक रिॲक्शनवर हसू होते, तर दुसरीकडे एवढ्या गंभीर प्रसंगातून वैशाली सुखरूप वाचल्याचा आनंद होता. यातला फक्त शेवटचा दहा मिनिटांचा एपिसोड माझ्यासमोरच घडला होता आणि म्हणूनच हॉस्पिटलला पोहोचल्यानंतर मला जबरदस्त आश्चर्याचा धक्का बसला होता. एवढे महाभारत-रामायण घडून गेले होते; परंतु यात फार मोठे समाधान होते, की वैशालीचा जीव महत्प्रयासाने का होईना, वाचला होता, जणू काही हा एक चमत्कारच घडला होता.

आजही हा सर्व प्रसंग आठवला, की अंगावर अक्षरशः काटे येतात. वैशाली वाचलीच कशी, असा प्रश्न माझ्यासमोर उभा राहतो. त्या दिवशी माझ्यातील सिक्स्थ सेन्स जागृत झाला होता. अशा अनेक वेगवेगळ्या घटना आपल्या प्रत्येकाच्या आयुष्यात घडतच असतात. गरज आहे ती आपल्या सकारात्मकतेची, तत्काळ योग्य निर्णय घेण्याची, अंतरमनाचा आवाज ऐकण्याची!

❖❖❖

काबाडकष्ट अन् "स्मार्ट वर्क"

आपण आपल्या दैनंदिन व्यवहारांमध्ये अनेक प्रकारची कामे रोज करतच असतो. काही कामे अपेक्षित असतात, काही मात्र अनपेक्षित. आपण जिथे कुठे कामावर असतो, तिथेदेखील अशा प्रकारच्या घटना नित्यनेमाने घडत असतात. अगदी आपल्या घरीदेखील अनेक वेळा अशा घटना घडत असतात. कामाच्या ठिकाणी, आपल्या व्यवसायामध्ये, अगदी घरी नातेवाइकांमध्येदेखील. थोडक्यात काय तर आयुष्याच्या प्रत्येक वळणावर नानाविध घटना घडतच असतात. कधी त्या खूप आनंदी असतात, तर काही घटना अत्यंत दुःखमय असतात. आपल्या आयुष्यात फरक पडत असतो, तो या दुःखद क्षणांना आपण कसे सामोरे जातो याच्याने.

आमच्या हॉस्पिटलमध्ये घडलेल्या दोन घटना ज्या की, अगदीच सारख्या नाहीत, परंतु ८० ते ९० टक्के एकमेकांशी जुळणाऱ्या आहेत. आपण त्या उदाहरणाकरिता अगदीच सारख्या करून घेऊ. कुठल्याही हॉस्पिटलमध्ये जे कोणी काम करीत असतात त्यांची सुटी तोपर्यंत होत नाही जोपर्यंत त्यांच्या बदली काम करणारा किंवा करणारी येत नाही. कारण हॉस्पिटलमध्ये २४×७×३६५ काम अखंडपणे सुरूच असते. म्हणून पुढची व्यक्ती आल्याशिवाय कोणाचीही सुटी होऊ शकत नाही. ही घटना आहे २०१६ मधील. आमच्याकडे जयश्री नावाची एक सिस्टर होती (म्हणजे आजही आहे.). त्या दिवशी तिची ड्यूटी सकाळची होती. आमच्याकडे सिस्टरसाठी तीन प्रकारच्या कामाच्या पाळ्या असतात. पहिली असते सकाळची आठ ते दोन, दुसरी दुपारी दोन ते आठ आणि तिसरी असते रात्रपाळी आठ ते सकाळी आठ. त्या दिवशी जयश्री सकाळी आठला ड्यूटीवर आलेली होती. दोनला पुढची सिस्टर आली की तिची ड्यूटी संपणार होती;

परंतु त्या दिवशी पुढच्या येणाऱ्या सिस्टरच्या घरी काहीतरी अडचण निर्माण झाल्याने ती येऊ शकली नाही. त्यामुळे आमच्या जयश्रीला विदाउट एनी एक्सक्युज सेकंड शिफ्टलाही थांबायला लागले. त्या दिवशी जयश्रीने सकाळी कामावर येतानाच दुपारी ड्यूटी संपल्यावर काय काय कामे करायची आहेत याची एक मोठी यादीच करून आणली होती. दुसऱ्या सिस्टरला आल्याने जयश्री मात्र ड्युटीवरच पडली आणि अडकून पडल्याने तिची चिडचिड सुरू झाली होती; मात्र दुसरा कुठलाही उपाय नसल्याने बिचाऱ्या जयश्रीला ड्यूटीला थांबावेच लागले. म्हणतात ना अडचणी येतात तेव्हा त्या एकदमच येतात, तसेच काहीसे त्या दिवशी झाले.

रात्रपाळीला येणारी सिस्टर ड्यूटीला आली खरी; परंतु तिचा किरकोळ अपघात झाल्याने ती साडेआठला आली. पर्यायाने जयश्रीला हॉस्पिटल सोडता सोडता साडेआठ, पावणेनऊ झाले होते. दिवसभर कामाचा पिट्टा पडला होता! शरीराचा एकूणएक अवयव कुरकुरायला लागला होता. केव्हा एकदा घरी जाते असे तिला झाले होते. तिने ठरविलेली कामे तर सर्व बाजूलाच राहिली होती. घरी जाऊन घरच्यांसाठी आणि स्वतःसाठी दोन घास बनविणेदेखील तिला मुश्कील वाटत होते. जेमतेम नऊच्या सुमारास एकदाची जयश्री घरी पोचली. कसाबसा तिने स्वयंपाक केला. दोन घास खाऊन ती अंथरुणावर पडली आणि काही क्षणांतच तिला गाढ झोपदेखील लागली. तिच्यापाठोपाठ तिचे मिस्टर, मुलेदेखील गाढ झोपली. अकराच्या सुमारास तिची डोअरबेल वाजली. ती तर एकदमच गाढ झोपेत होती. बेल परत परत वाजायला लागली. तिच्या मिस्टरांना जाग येऊनही ते काही दरवाजा उघडायला गेले नाहीत. जयश्रीला ती डोअरबेल तर जणू स्वप्नातच वाजत होती असे वाटत होते. शेवटी एकदाचे तिचे डोळे उघडले. आता इतक्या रात्री कोण कडमडलं? जयश्रीचा संताप संताप झाला. मिस्टरांना तिने अक्षरशः हलवून हलवून सांगितले, की बघा ना कोण आलंय, बघा ना! परंतु पतिदेवांनी हूं की चू नाही. शेवटी नाइलाजास्तव ती दरवाजा उघडायला गेली. पाहते तर समोर तिची मुंबईची नणंद-आणि तिचा सासरचा परिवार अशी ८-९ माणसं दारात उभी होती.

आमची जयश्री जात्याच हुशार असल्याने तिच्या लगेच लक्षात आले, की आपली नणंदबाई मुंबईहून आली. नक्कीच उपाशी असणार. सगळ्यांचीच जेवणे बाकी आहेत, आणि आता स्वयंपाक करावा लागणार आहे. क्षणार्धात तिचा संपूर्ण दिवसभराच्या संतापाचा कडेलोट झाला. तिने फारसे काही बोलून दाखविले नाही; परंतु तिचा चेहरा, तिची देहबोली, तिचे शब्द सर्व काही सांगून जात होते. 'या!' एवढा एकच शब्द बोलून माघारी फिरली. एवढ्यात तिचे पतिदेवदेखील जागे झाले होते. बहीण आल्याने त्यांना उत्साहाचे भरते आले होते. जयश्रीने संतापाचा एक कटाक्ष टाकत स्वयंपाकघरात प्रयाण

केले. रागातच स्वयंपाकाला लागली. साडेबाराच्या सुमारास स्वयंपाक झाला. जयश्री एकटीच किल्ला लढवत राहिली आणि इकडे जयश्रीचे पतिदेव म्हणजे रमेश छानपैकी आलेल्या पाहुण्यांशी गप्पा मारत राहिले. कितीतरी दिवसांनी बहीण आणि मेहुणे आल्याने गाडी खूश होती! तिकडे जयश्रीने एवढ्या थकलेल्या अवस्थेत नऊ लोकांचा स्वयंपाक केला होता. आपण विचार करू शकता, जयश्रीची काय अवस्था झाली असेल. मग तिने पतिदेवांना आवाज दिला, ''या, गिळा!'' सगळे जण ताटावर येऊन बसले आणि जेवणाचा मनसोक्त आस्वाद घेतला.

मध्यरात्री एकच्या सुमारास जेवणे आटोपली होती. जयश्रीला सकाळची ड्यूटी असल्याने एवढ्या रात्री ती भांड्यांचा ढीग घासत बसली. सगळे करता करता रात्रीचे दोन वाजले. आजचा दिवस जयश्रीचा खूपच दमवणारा होता. जणू काही सर्व गोष्टी तिच्या मनाविरुद्ध घडत गेल्या होत्या आणि तसतसा तिचा संताप पण वाढत गेला होता. त्यामुळे आधीच दुखत असलेले तिचे अंग, डोके खूपच दुखायला लागले होते. एवढे करून आलेले पाहुणे नाराजच. भावजयीला आमच्याबद्दल अजिबातच प्रेम नाही, अशी त्यांची भावना झाली. रमेशला वाटत होते, की हिला माझ्या नातेवाइकांची कदरच नाही. ही झाली एक घटना.

आता दुसरी घटना बघू या. फार क्वचितच एक सारख्या घटना घडत असतात. आमच्याकडे रेखा नावाची एक सिस्टर आहे आणि ड्यूटीबाबत जसे जयश्रीबरोबर घडले जसेच्या तसे आमच्या रेखाबरोबरदेखील घडले होते. रेखाचीदेखील सकाळची ड्यूटी होती. ऐन वेळी दुपारच्या पाळीला येणारी सिस्टर आली नाही. रेखाला कंटिन्यू दुपारची पाळीही करायला लागली, पण रेखाने कुठलीही खळखळ न करता अगदी आनंदाने दुपारची ड्यूटी सुरू केली. आपल्याला आज ओव्हर टाइम करायला मिळेल, सोबत आणखी रुग्णांची सेवा करायला मिळेल, असा सकारात्मक विचार करून रेखा मोठ्या आनंदाने दुसऱ्या पाळीला थांबली. रात्रपाळीची सिस्टरदेखील काही कारणाने उशिरा आली होती. त्यामुळे रेखाही पावणेनऊच्या सुमारास हॉस्पिटलहून निघाली होती. तिचीही ठरलेली बरीचशी कामे तशीच राहिली होती; परंतु तिने विचार केला, उद्या मला अजून चांगले सामान मिळेल आणि या विचारात अगदी आनंदात घरी गेली. घरी गेल्या गेल्या तिने आधी तिच्या पतीची म्हणजे अमरची आणि लेकरांची माफी मागितली. ''सॉरी सॉरी, मला उशीर झाला, पण अगदी पटकन मी स्वयंपाक करते. आपण सगळे आनंदात जेवू या. चला बाळांनो, मला मदत करा म्हणजे अजून लवकर होईल.'' तिने अगदी झटपट सगळ्यांच्या मदतीने मोजून अर्ध्या-पाऊण तासात छानसा स्वयंपाक तयार केला आणि अमर, रेखा आणि बच्चेकंपनीने छान जेवण केले. दहा-

सव्वादहाला झोपी गेले आणि अगदी जयश्रीसारखेच अकरा-सव्वाअकराच्या दरम्यान दहा पाहुणे आले. येथे हे पाहुणे म्हणजे अमरचे चुलत भाऊबंद होते, तेथे नणंद-नंदोई होते एवढाच फरक होता. तशीच डोअरबेल वाजत होती. थकव्यामुळे रेखाचे डोळे उघडत नव्हते, तरीपण काही सेकंदांमध्ये रेखाने डोळे उघडले आणि दरवाजा उघडायला गेली. पाहते तर तब्बल दहा पाहुणे समोर उभे होते.

क्षणभर रेखाचादेखील जयश्रीप्रमाणेच संताप झाला; परंतु क्षणार्धात तिने तो नकारात्मक क्षण अत्यंत सकारात्मकतेने स्वीकारला. चेहऱ्यावर भलं मोठं हसू आणत सर्वांचे स्वागत केले. 'अरे या या, निघताना फोन केला असता तर छानपैकी जेवण तयार ठेवलं असतं की, पण असू दे असू दे आता. छान स्वयंपाक करते म्हणत तिने अमरला उठविले. सगळ्यांची ऊठबस करायला सांगितले. पाहुण्यांमधील तीन महिलांना हाताशी धरले. ''या या ताई, आपण सर्व मिळून झटपट छान स्वयंपाक बनवू या. ताई, तुम्ही हे करा, दुसऱ्या ताई तुम्ही हे करा, तिसऱ्या ताई तुम्ही हे करा...'' आणि म्हणता म्हणता रेखाने स्वतः काहीही न करता अत्यंत सुरेख स्वयंपाक पाऊण तासात तयारदेखील केला. अमरला तिने सांगितले, चला जेवायची तयारी करायला मदत करा. बच्चेकंपनीलाही कामाला लावले, पण हे सर्व अगदी हसतमुखाने प्रत्येकाला योग्य तो मानसन्मान देऊन, कुठेही कोणी दुखावणार नाही याची काळजी घेऊन प्रत्येकाकडून करून घेतले. अगदी आनंदाने तिने सर्वांना जेवायला वाढले. सर्व पाहुणेमंडळी अगदी तृप्त होऊन समाधानाने जेवली. रेखाने पुन्हा एकदा महिला मंडळीला हाताशी धरत 'उद्या सकाळी माझी ड्यूटी आहे. उगाच सर्व भांडी घासण्याचा लोड आपणावर येईल, त्यापेक्षा आपण सर्वजण मिळून आत्ताच अगदी दहा मिनिटांत सर्व भांडी घासून टाकू,' असे म्हणत छानपैकी सर्व भांडी घासून घेतली आणि साडेबारा-एकला सर्व जण झोपीसुद्धा गेले.आपण जर जयश्री आणि रेखा या दोघींचाही विचार केला तर खासकरून पाहुणे आल्यानंतर कोणी जास्त काबाडकष्ट केले होते तर अर्थातच जयश्रीने. सर्व कामे तिने एकटीनेच केली होती आणि रेखाने कमीत कमी कामे केली. परंतु नाव कोणाचे चांगले झाले अर्थातच रेखाचे; आणि नाव खराब झाले ते जयश्रीचे. सोबत तब्येत बिघडली ती वेगळीच.

दोन्ही प्रसंग जर आपण नजरेसमोर आणले तर आपल्या लक्षात येईल, की जयश्री आणि रेखामध्ये फक्त एकच आणि एकच फरक होता, तो म्हणजे, जयश्रीने त्या दिवशी आलेला प्रत्येक क्षण नकारात्मकतेने स्वीकारला होता. तोच क्षण रेखाने अत्यंत सकारात्मकतेने स्वीकारला होता. फरक बघा, जयश्रीला त्या दिवशी नुसताच शारीरिक त्रास नाही झाला तर प्रचंड मानसिक त्रासही झाला. अशा प्रकारच्या मानसिक त्रासाने अनेक आजार आपण ओढवून घेत असतो, जे लवकर बरे होत नसतात. या सर्व गोष्टींचा

त्रास फक्त जयश्रीलाच झाला का? नाही. तो तिच्या कुटुंबीयांनादेखील झाला. तिच्या सभोवताली असलेल्या प्रत्येकाला झाला. रेखाने प्रत्येक क्षण सकारात्मकतेने स्वीकारल्याने ती स्वतः तर सुखी, आनंदी, निरोगी तर राहिलीच, त्याबरोबरच तिचे संपूर्ण घर, हॉस्पिटलमधील सहकारी, आलेले नातेवाईक सर्व जण खूश राहिले.

हाच फरक आहे सकारात्मकतेत आणि नकारात्मकतेत. वरील दोन्ही उदाहरणे प्रातिनिधिक स्वरूपात आहेत. तुमच्या, माझ्या, आपल्या प्रत्येकाच्या आयुष्यात असे क्षण येतच राहतील. आपण ठाम निर्धार करू या की अशा क्षणांना अत्यंत सकारात्मकतेने सामोरे जाऊन आपले आयुष्य सुखी-समाधानी, आनंदी, निरोगी करू या.

❖❖❖

सकारात्मकतेने बदलले आयुष्य

ही घटना १९९०च्या चैत्रोत्सवातील आहे. १९८६ मध्ये माझी ओपीडी सुरू झाली. सौरभ नावाचा सुदृढ बंगाली तरुण, सातपूर औद्योगिक वसाहतीतील आंतरराष्ट्रीय कंपनीत चांगल्या हुद्द्यावर कार्यरत होता. हा तरुण माझा मित्रवजा पेशंटही होता. चांगल्या फिटनेसमुळे तो क्वचितच आजारी पडत असे. परंतु आठवड्यातून दोन-तीनदा सहज म्हणून मला भेटायला यायचा. एवढं सगळं जरी चांगलं असलं, तरी देव शक्यतो सगळंकाही शंभर टक्के कुणालाही देत नसतो. प्रत्येकात काहीना काही कमतरता असतेच. सौरभचा स्वभाव नकारात्मक होता. देवाने त्याला सर्व काही चांगले दिलेले असतानाही तो समाधानी नसायचा. त्याला सतत पुढे जायचे असायचे. अतिशय वेगाने पुढे जायचे होते. त्याचबरोबर तो थोडा घाबरटही होता. कुठल्याही गोष्टीचे त्याला चटकन टेन्शन यायचे. 'मन चिंती ते वैरी ना चिंती' या म्हणीप्रमाणे सौरभला वाटणारी भीती वस्तुस्थितीला धरून कधीच नव्हती. कुठली तरी भीती त्याला नेहमी सतावत असे. दरम्यान, १९८८ मध्ये त्याचा विवाह झाला. त्यांच्याच बंगाली समाजातील एका सुंदर मुलीशी त्याचा विवाह ठरवून झाला. ही मुलगी पदवीधर होती. सुंदर, सुसंस्कृत अशी ही रीना विवाह करून संसार करण्यासाठी नाशिकला आली. दोघांचा संसार अत्यंत मजेत चालला होता. दोघेही आनंदात होते.

सौरभ त्याची ड्यूटी सांभाळून रिनाला बऱ्यापैकी वेळ देत असत. भटकंतीची दोघांनाही आवड होती. नाशिकमध्येच सौरभचा मोठा भाऊ आणि त्याहून एक मोठी बहीण राहत होती. सर्वजण सुशिक्षित होते. चांगल्या जॉबला होते. एकूणच ही सर्व बंगाली मंडळी नाशिकमध्ये सुखी-समाधानी होती. सौरभची बहीण मृदुला रॉय एका

कंपनीत वरिष्ठ अधिकारी होती. तिचे पती ओझर येथे 'एचएएल'मध्ये होते. भाऊ सुधांशूही 'एचएएल'मध्ये चांगल्या पदावर होता. दरम्यान, रिनाला दिवस गेले. माझ्या ओपीडीमध्ये रिनाला प्रसूतिपूर्व तपासणी करण्याच्या निमित्ताने सौरभच्या चकरा वाढल्या. म्हणता म्हणता नऊ महिने संपून गेले. सौरभ आणि रिनाच्या संसारवेलीवर छानसे राजकन्येच्या रूपात गोंडस असे फूल फुलले.

रिना खूप खूश होती, परंतु वरवर जरी आनंदी दाखवत असला, तरी सौरभ कुठेतरी दुःखी होता, कारण या वेळी मुलगी झाली होती. कारण आपल्याकडे जे मुलाला अवास्तव महत्त्व दिले गेले आहे तेच. बाळंतपणानंतर तीन महिन्यात सौरभ रिनाला तपासणीसाठी घेऊन आला. आधी असं वाटलं, की ही बाळंतपणानंतरची नियमित तपासणीच आहे; परंतु तपासणी करताना असे निदान झाले, की रीना परत एकदा गर्भवती आहे. हे ऐकून दोघांनाही जरा टेन्शनच आले. मी त्यांना समजावण्याचा प्रयत्न केला, की जर तुम्हाला आयुष्यात दोन अपत्ये हवी असतील, तर तुम्ही अबॉर्शन करण्याऐवजी कंटिन्यू केलेले बरे, असं त्यांना बराच वेळ समजावून सांगितले. त्यांना ते पटलेही. अशा रीतीने एक भ्रूणहत्या होता होता वाचली. रीनाची प्रसूतिपूर्व ट्रीटमेंट सुरू केली. सर्व काही सुरळीत सुरू होते.

रिनाच्या गर्भधारणेचे निदान करून दोनच दिवस झाले होते. वेळ साधारण रात्री आठची होती आणि अचानक रीना ओपीडीमध्ये घाबरलेल्या अवस्थेत अगदी रडतच आली. रडतरडतच सांगत होती, 'भय्या, देखो ना आप के भाई को क्या हुआ है, कब से बात ही नहीं कर रहे है। भय्या देखो ना।' एकंदरीत तिचा अवतार बघून मलाही खूप टेन्शन आले. नेमके काय झाले आहे, हे कळायला काहीच मार्ग नव्हता. रिनाच्या सोबत खेड्यातील चार-पाच अनोळखी माणसे दिसत होती. समोर एक छोटा ट्रक उभा होता. मला संशय आला, की सौरभचा अपघात वगैरे तर झाला नाही ना. मी त्या माणसांनाच जरा दमात घेऊन विचारले, की तुम्ही सौरभला उडविले की काय? त्यांनी घाबरून मला सांगितले, की साहेब, या बाईंना मदतीची गरज होती. त्या एकट्याच होत्या. त्यामुळे आम्ही मदतीला आलो. आम्ही तर त्या ताईला व त्या माणसाला ओळखतही नाही. आपण त्या माणसाला तपासा, आम्हाला तर वाटते, की तो कधीच मृत्युमुखी पडला आहे. पण आपण बघून घ्या. नंतर आम्ही सविस्तर माहिती देतो.

ते काय सांगताहेत यावर माझा तर विश्वासच बसत नव्हता. कारण ते जे काही सांगत होते, ते पूर्ण अविश्वसनीय होते. मी अक्षरशः पळतच त्या ट्रककडे गेलो. ट्रकच्या मागील बाजूस सौरभला झोपवलेले होते. तसा पूर्ण ट्रक रिकामाच होता. मी पटकन ट्रकमध्ये चढलो आणि सौरभला हात लावताच लक्षात आले, की सौरभ केव्हाच

गतप्राण झाला होता. त्याचे शरीर थंड पडले होते. परंतु माझाच माझ्यावर विश्वास बसत नव्हता. मी पुन्हा पुन्हा त्याच्या डोळ्यांच्या बाहुल्या, नाडी, रक्तदाब घेण्याचा, छातीचे ठोके ऐकण्याचा प्रयत्न करीत होतो. परंतु सौरभ केव्हाच गेला होता. समोर शंभर टक्के सत्य असूनही सौरभवरील प्रेमापोटी म्हणा अथवा त्याचे अगदी तरुण वय असल्यामुळे म्हणा, माझा माझ्यावरच विश्वास बसत नव्हता. त्यामुळे मी माझ्या ओपीडीच्या जवळच असलेल्या डॉक्टरांनाही तपासणीसाठी बोलावले. त्यांनीही तेच सांगितले. सौरभचे निधन झाले होते. रीना धाय मोकलून रडत होती. 'भैया कुछ करो ना, भैया कुछ करो ना,' तिला कुठल्या शब्दात सांगावे हेच मला कळत नव्हते.

मग मी त्या अनोळखी माणसांना बाजूला घेऊन विचारले. त्यांनी सांगितलेला घटनाक्रम अत्यंत वाईट होता. झाले असे, की सौरभ, रिना आणि त्यांची कन्या त्या दिवशी दुपारी सप्तशृंगगडावर गेले होते. जातानाच त्यांच्यासमोर घाटात एक मोठा अपघात झाला. त्या अपघातात सहा जण मृत्युमुखी पडले होते. दहा-बारा जण गंभीर जखमी होते. छिन्न-विच्छिन्न मृतदेह आणि अनेक जखमी रुग्ण सौरभने पाहिले होते. त्याच्याबरोबरचे काही लोक त्यांना मदत करीत होते. मात्र सौरभ हे सगळं बघताना सुन्न झाला होता. प्रचंड दडपणाखाली आला होता. त्याच अवस्थेत सौरभ लेकीला कडेवर घेऊन रीनाबरोबर वर पोहोचला होता. त्याने कुठेही विसावा न घेता गडाच्या पायऱ्या चढायला सुरुवात केली. कडेवर ऐश्वर्याला आणि एका हाताने जवळपास रिनाला खेचत खेचतच एका दमात त्याने पाचशे पायऱ्या चढल्या. रीनाची प्रचंड दमछाक झाली, परंतु तिच्या आर्जवाचा कुठलाही परिणाम सौरभवर होत नव्हता. त्याच्या मनाचा अंदाज येत नव्हता. तो काही बोलत नव्हता. त्याला दमही लागला होता. त्याच अवस्थेत त्यांनी दर्शन घेतले आणि त्याच गतीने ते खालीही आले. एका हॉटेलमध्ये गेल्यावर त्यांनी भजी, वडा वगैरे अशी नाश्त्याची ऑर्डर दिली. तेथे सौरभने तीन ग्लास पाणी एका दमात प्यायले. त्यानंतर सौरभने प्रचंड मोठी किंकाळी फोडली आणि तेथेच रिनाला घट्ट मिठी मारली. मी ज्यांच्याशी बोलत होतो ते लोकही तिथेच होते. ही सर्व घटना त्यांच्यासमोरच घडत होती.

सौरभने रीनाला मारलेली मिठी पाहून तेथील कोणालाही काही कळत नव्हते. त्यांनी मिठी सोडविण्याचा प्रयत्न केला. पण ती सुटता सुटत नव्हती. जशी त्या सगळ्यांनी मिठी सोडवली, त्या सेकंदाला सौरभ तेथेच कोसळला. त्या वेळी तो घामाने ओलाचिंब झाला होता. बहुधा त्याला हृदयविकाराचा तीव्र झटका आलेला असावा. तो तेथेच मृत्युमुखी पडलेला असावा. चढाईचा आलेला ताण, तसेच त्यांनी जे काही रस्त्यात बघितले होते, त्याने आलेली बधिरता, तो ताण मुलाऐवजी मुलगी झालेली व इतर काही

व्यक्तिगत ताण आणि सौरभचा मूळचा स्वभाव या साऱ्यांमुळे सौरभ तेथे कोसळला. तिथे हीच चार-पाच माणसे व हॉटेलवाला होता. त्या वेळी खाली येण्यासाठी कुठलेही वाहन नव्हते. रीना तर तेथेच टाहो फोडत मदतीसाठी याचना करीत होती. त्यामुळे या लोकांनी दर्शनाला जाण्याऐवजी सौरभला त्यांच्या ट्रकमध्ये घेतले. त्याचवेळी या मंडळींच्या लक्षात आले होते, की सौरभचा मृत्यू झाला आहे, पण हे रीनाला समजू नये म्हणून त्यांनी तिला ट्रकच्या केबिनमध्ये बसवले होते. आता मात्र मला परिस्थिती व्यवस्थित हाताळायची होती. मी स्वतः तणावात होतो. रिनाला हे लगेच सांगण्याची हिंमत माझ्यातही नव्हती. मग मी सौरभची बहीण मृदुलाला बोलवायला माझ्या स्टाफला पाठवले. तिही तिच्या पतीसह धावतच आली.

मी तिच्या पतींना सगळी परिस्थिती समजावून सांगितल्यावर ते माझ्यावर प्रचंड संतापले. कारण सौरभचा मृत्यू झाला आहे, यावर त्यांचा विश्वासच नव्हता. अर्थात, त्या जागी कोणीही असते, तर अशीच किंबहुना यापेक्षाही वाईट परिस्थिती निर्माण झाली असती. मी त्यांना सांगितले, की हा मृत्यू आकस्मित आहे. पुढच्या फॉर्मलीटीजसाठी आपल्याला मृत्यूचा दाखलाही लागणार असून, मृत्यूचे कारणही समजले पाहिजे. हळूहळू ते धक्क्यातून सावरले. जिल्हा रुग्णालयात मृतदेह पाठविल्यानंतर पोस्टमार्टममधूनही हृदयविकारावरच शिक्कामोर्तब झाले. पुढचा महिना-दीड महिना रीनाला सांभाळणे, तिच्या तब्येतीची काळजी घेणे फारच अवघड होते. खासकरून पहिले आठ ते दहा दिवस फारच वाईट होते. या घटनेपूर्वी सौरभच्या भावाच्या म्हणजे सुधांशूच्या घरी एक अपघात घडला होता. त्यात सुधांशूची पत्नी ६० टक्के जळाली होती. ६० टक्के जळणे म्हणजे पेशंट वाचणे जवळपास दुरापास्तच. सौरभची घटना घडत असतानाच सुधांशूच्या पत्नीवर उपचार सुरू होते. तिला वाचविण्यासाठी शर्तीचे प्रयत्न सुरू होते. दुर्दैवाने सौरभनंतर अंदाजे दोन ते अडीच महिन्यांनी सुधांशूच्या पत्नीनेही प्राण सोडला. काळीज हेलावून टाकणारी अत्यंत दुदैवी घटना त्या कुटुंबात घडली. अडीच महिन्यांत दोन्ही भावांचा संसार उद्ध्वस्त झाला होता. सुधांशूलाही दोन मुलं होती. आणि सौरभलाही एक मुलगी आणि एक अपत्य पोटामध्ये अशी परिस्थिती होती. हिंदीमध्ये असं म्हणतात, 'वक्त बडा बलवान होता है।' वेळ ही खूप ताकदवान असते. कितीही मोठे दुःख असले तरीही वेळेचे हे औषधच हळूहळू सर्व जखमा भरून काढते. सौरभ, सुधांशूचा रॉय परिवार हळूहळू दुःखातून सावरत होते. सर्वजण रिनाची काळजी घेत होते. हळूहळू सर्व ठीक होत होते. घटनेनंतर सहा महिन्याने मी रॉय कुटुंबाकडे म्हणजे सौरभची बहीण आणि जिजाजी यांच्याकडे एक सकारात्मक विचार मांडला. (आता या घटना सर्रास घडत आहेत. परंतु त्या काळी

असं फारसं होत नसे.) मृदुला आणि तिचे पती माझ्यावर संतापलेच. मी त्यांना एक सकारात्मक मार्ग दाखवत होतो. सुधांशूच्या पत्नीचाही मृत्य झाला होता आणि इकडे सौरभचाही मृत्यू झाला होता. सुधांशूला दोन मुले आणि तिकडे रिनालाही मुलगी आणि एक अपत्य पोटात, असे एकूण तुमच्याच परिवारात चार लहानगे आहेत. आज नाही तर उद्या दोघांचेही पुनर्विवाह करायला लागणार तर आहेत. जर बाहेरची कोणी व्यक्ती आली, तर मुलांचं भविष्य कितपत सुरक्षित राहील. नवीन येणाऱ्या व्यक्तीला ही मुलं कितपत स्वीकारतील, त्या व्यक्ती मुलांचा कसा सांभाळ करतील. याचा विचार करा. जर या दोघांचं लग्न झालं, तर सर्वच गोष्टी सेटल होतील, यात तीळमात्र शंका नाही, असं मी समजावून सांगण्याचा प्रयत्न केला. रॉय कुटुंबीयांनी ऐकून घेतलं, परंतु समजून घेण्याच्या मनःस्थितीत मात्र नव्हते. तुम्हाला काही वाटतं का? तुम्ही काही विचार केला नसेल का? असं कुठे घडतं का? सख्ख्या भावाची पत्नी आणि पतीचा सख्खा भाऊ, आमच्यात तरी असं होऊच शकत नाही! असा विचार आम्ही मनातही आणू शकत नाही. मी मात्र सकारात्मक विचार मी मांडण्याचा प्रयत्न केला होता. त्यानंतर दोन-अडीच महिने गेले. रीना प्रसूतिपूर्व तपासणीसाठी येत होती. बाकी कुठलाही विषय त्यांनी मनावर घेतलेला नव्हता. रीनाचे बाळंतपण झाले. छान गोंडस राजकन्या जन्माला आली. रॉय कुटुंबीयाने मला पेढा भरवला. मला वाटले, की मुलीचाच पेढा देताहेत. परंतु त्यांनी लागोपाठ अजून एक पेढा भरविला.

मग त्यांनी अतिशय सुखद बातमी त्यांनी दिली होती. अर्थातच रीना आणि सुधांशूचे लग्न करण्याचे त्यांनी ठरविले होते. याहून काय आनंदाची गोष्ट असावी! आजही ही जोडी सुखाने संसार करत आहे. दोन्ही मुलं, मुली उच्चशिक्षित आहेत. एका मुलीचं लग्नही झाले आहे. त्या लग्नाला प्रमुख पाहुणा म्हणून मी उपस्थित होतो, हे सांगणे न लगे. आपण जर या सर्व गोष्टींचा नीट विचार केला, तर नकारात्मकता काय करते आणि सकारात्मकता त्यातून काय फरक घडवून आपले आयुष्य बदलून टाकते, हे आपल्या सर्वांच्या लक्षात येईल. नकारात्मकतेने एक आयुष्य संपले, मात्र सकारात्मकतेने २ अधिक २+२ अशा सहा लोकांचं आयुष्य सुंदर झालं आणि म्हणून आपण सर्वांनीच आपल्या आयुष्यात हीच सकारात्मकता अंगी बाणायची आहे आणि आपले जीवन सुंदर, सुखकर, निरोगी करावयाचे आहे.

◆◆◆

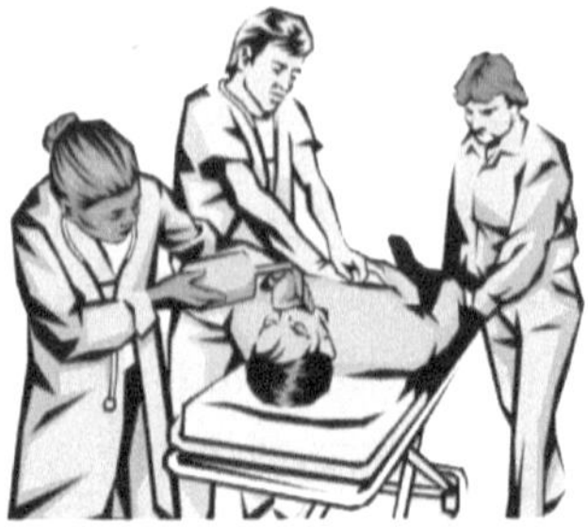

डॅमेजपूर्वीच ट्रीटमेंट; रामबाण औषध

मला काही गंभीर आजार होऊ शकतो आणि हे मला आधी माहीत झाले तर ते माझ्यासाठी फारच उपयुक्त असेल. कारण कुठलाही मोठा डॅमेज होण्याआधी माझी योग्य अशी ट्रीटमेंट झालेली असेल, अशी मानसिकता स्वीकारण्याची ताकद फार कमी लोकांमध्ये असते. कुठलाही आजार मला कशाला होईल? मला काही आजार होऊच शकत नाही या गोड गैरसमजुतीमध्ये अनेक जण अडकलेले असतात. अशा ठिकाणीच घातक आजार घाला घालत असतात.

आमच्या घरातील हा अत्यंत थरारक प्रसंग आहे. फेब्रुवारी २०१९मध्ये मी माझी स्वतःची हृदयविकाराची (heart disease) पडताळणी करून घेण्याचे ठरविले. मी बत्तीसाव्या वर्षापासून म्हणजे १९९५पासून दर सहा महिन्याला संपूर्ण हेल्थ चेकअप करून घेत आलोय. यामध्ये ४४ व्या वर्षी सिटी गाइडेड कार्डिॲक ॲन्जिओग्राफीदेखील (Cardiac Angiography) केली. यामध्ये अजून एक स्ट्रेस थॅलियम नावाची टेस्ट २००९ व २०१४ मध्ये केलेली होती, अर्थातच तोपर्यंतच्या सर्व तपासण्या नॉर्मल आलेल्या होत्या. मग बत्तिशीपासूनच एवढ्या साऱ्या तपासण्या कशासाठी? माझे वडील म्हणजे स्व. पवनलालजी चंदुलालजी ओस्तवाल वयाच्या ४६ व्या वर्षी अचानक बसल्याजागी (ऑन द स्पॉट) हृदयविकाराच्या झटक्याने मृत्युमुखी पडले.

त्याआधी त्यांना कुठल्याही प्रकारचा आजार, कुठल्याही प्रकारच्या वाईट सवयी (सुपारीच्या खांडाचेही व्यसन) नव्हत्या. थोडक्यात, पवनसरांना असा ऑन द स्पॉट घेऊन जाणारा हार्टॲटॅक येईल; परंतु दुर्दैवाने आमचे वडील असे अचानक १९८६ मध्ये आम्हाला सोडून इहलोकीच्या यात्रेला निघून गेले. गोष्ट इथेच थांबत नाही, तर

वडिलांच्या पाठोपाठ माझे सख्खे चुलते म्हणजे वडिलांचे सख्खे मोठे भाऊ मोजून वडील गेल्यानंतर फक्त दोनच वर्षांनी याच पद्धतीने ऑन द स्पॉट कुठलाही आजार नसताना मृत्युमुखी पडले होते. त्यांचे वय फक्त पन्नास होते. त्यांच्याहूनही मोठे वडिलांचे सख्खे भाऊ तेही त्यानंतर काही वर्षांनी याच पद्धतीने (अगदी काहीच बदल नाही) स्वर्गवासी झाले. माझ्या तीन आत्यांचा कमी-अधिक पद्धतीने असाच मृत्यू झाला.

थोडक्यात काय तर, आमच्या ओस्तवाल परिवारामध्ये तेही खासकरून अकाली वयामध्ये पुरुषांमध्ये हृदयविकाराची फार मोठी टेंडन्सी होती, जी आमच्या पिढीलाही लागू होत होती. मेडिकल सायन्स असे म्हणते, की पुढच्या पिढीमध्ये हा आजार दहा वर्षे लवकर येण्याची शक्यता असते, म्हणून आम्हाला हा धोका वयाच्या अगदी ३५-३६ पासूनच होता. मी अगदी सकारात्मकपणे वयाच्या बत्तिशीपासून माझ्या सर्व तपासण्या करून घेत होतो, पण मी नुसतीच आरोग्य तपासणी करून घेत होतो असे नव्हे, तर फिजिकल फिटनेससाठी मी अतिशय आनंदाने अव्याहतपणे प्रयत्न, मेहनत करीत होतो. १९८० पासून तर आजतागायत माझा वर्कआऊट सकाळी दोन तास महिन्यातले २८ दिवस कमीत कमी होतच असतो. त्यामध्ये कधी पोहणे, तर कधी बॅडमिंटन, तर कधी रनिंग, तर कधी चालणे, याशिवाय माझा दिवसच सुरू होत नाही. या सगळ्या गोष्टी अव्याहतपणे सुरूच होत्या आणि सुरू राहतील, पण याहीपेक्षा सगळ्यात महत्त्वाचे म्हणजे ज्या गोष्टीवर मी संपूर्ण आयुष्यभर लक्ष केंद्रित करीत आलो आहे, ती म्हणजे, सकारात्मकता, सकारात्मकता आणि सकारात्मकता. ही नुसतीच बोलून होत नसते तर खऱ्या अर्थाने मनापासून आयुष्यात येणाऱ्या प्रत्येक गोष्टीमध्ये वापरायची असते.

कदाचित त्यामुळेच वयाच्या ५७ पर्यंत मला सर्व रिपोर्ट अगदी छान येत होते. अशीच सर्वांगीण तपासणी मी फेब्रुवारी २०१९ मध्ये करून घ्यावयाचे ठरविले. त्याच वेळी माझ्या मनामध्ये एक विचार आला, की या वेळी माझ्याबरोबरच माझा लहान बंधू म्हणजे पुष्कराज (ज्याला सर्व जण संजय नावाने ओळखता)ची संपूर्ण तपासणी माझ्याबरोबरच का नाही करून घ्यावयाची, कारण त्यालाही आनुवंशिकतेने येणारा हृदयविकाराचा धोका हा माझ्या एवढाच होता. तसा तोही अधूनमधून त्याच्या तपासण्या करूनच घेत होता, अर्थातच माझ्या एवढ्या सखोल नव्हे. त्याचा स्ट्रेस थॅलियम एकदाही झालेला नव्हता. तसा त्याला कुठलाही आजार नव्हता. कुठलाही रिस्क फॅक्टर नव्हता. कुठलाही त्रास होत नव्हता. तोही रोज बऱ्यापैकी चालण्याचा व्यायाम करीतच होता, अर्थात माझ्याएवढा वेळ आणि नियमितपणा नक्कीच नव्हता. सातत्य नव्हते, परंतु त्रास पण नक्कीच काही नव्हता. आमच्या हॉस्पिटलमध्ये माझ्या आणि त्याच्या संपूर्ण तपासण्या करून घेतल्या, ज्या की अर्थातच संपूर्ण नॉर्मल व्यवस्थित होत्या.

आता फक्त स्ट्रेस थॅलियमची तपासणी बाकी होती, जी मी मुंबईत करून घेण्याचे ठरविले होते. तशी कल्पना संजयलादेखील दिली. मला तर संजयने काहीच उलट उत्तर न देता 'हो' सांगितले; परंतु त्याने आमच्याच हॉस्पिटलमधील अजून दोन फिजिशियन्स व दोन कार्डिओलॉजिस्टशी चर्चा केली. सर्वांनी त्याला एकमुखाने सांगितले, तुला वा तुझ्या भावाला म्हणजे मला या मोठ्या तपासणीची गरज नाही. तुमचे सगळे रिपोर्ट्स अगदी व्यवस्थित आहेत आणि ते खरेही होते. कारण एक फक्त स्ट्रेस थॅलियम वगळता सर्व टेस्ट उदा. सर्व प्रकारच्या रक्ताच्या तपासण्या टू डी इको, कॉम्प्युटराइज्ड स्ट्रेस टेस्ट, ईसीजी इत्यादी आमच्या केलेल्या होत्या, ज्या अगदीच व्यवस्थित होत्या आणि प्रथमदर्शनी आम्ही दोघेही अतिशय फिट दिसत होतो. तरीही मी कोणाचेही न ऐकता स्ट्रेस थॅलियम तपासणी करण्यावर ठाम होतो. संजयचा नाइलाज झाल्यावर त्याने जिथे त्याचा वशिला चालतो तिथे सौ. सुरेखाकडे वशिला लावण्याचा प्रयत्न केला, 'भाभी', मला तर काही त्रास नाही ना. मी एकदम फिट आहे.'

माझ्या जवळपास सगळ्या तपासण्या अगदीच व्यवस्थित आहेत, मग भाऊ मला का त्रास देतो? खरोखर त्या तपासणीची गरज आहे का? तुम्हाला का तो नेत नाही, मलाच का बरे? माझ्याऐवजी तुम्ही जा ना. मला नाही करावयाची ती तपासणी,' असा त्रागा कम संताप कम वशिला लावण्याचा प्रयत्न संजयने करून बघितला; परंतु मी मात्र माझ्या तपासणी करून घ्यावयाच्या निर्णयावर ठाम होतो आणि त्याप्रमाणे संजयला मुंबईला २७ फेब्रुवारी २०१९ ला गेलो आणि तेथे आम्हा दोघा भावांच्या स्ट्रेस थॅलियमची टेस्ट करून घेतली. टेस्ट रिपोर्ट तीन-चार दिवसांनी आले. अपेक्षेनुसार माझा रिपोर्ट व्यवस्थित नॉर्मल आला; परंतु आश्चर्यजनकरीत्या संजयचा रिपोर्ट मात्र पॉझिटिव्ह म्हणजे - इथे त्याचा अर्थ खराब असा होतो - असा आला होता. आता वेळ आली होती पुढच्या तपासण्या करण्याची. मी आमच्या हॉस्पिटलमधील दोन कार्डिओलॉजिस्टशी चर्चा केली. अजूनही ते दोघेही त्यांच्या निर्णयावर ठाम होते. त्यांच्या मते पुढची तपासणी म्हणजेच रेग्यूलर ॲन्जिओग्राफीची गरज नाही, ही तपासणी म्हणजे स्ट्रेस थॅलियम कशी फॉल्स पॉझिटिव्ह येऊ शकते हे मला समजावून सांगण्याचा बराच असफल प्रयत्न केला. मात्र मी माझ्या निर्णयावर ठाम होतो. त्यात काडीचाही बदल झालेला नव्हता. यामुळे एक गडबड नक्कीच झाली होती, ती म्हणजे, आमचे भाऊसाहेबदेखील ॲन्जिओग्राफी न करण्यावर ठाम झाले होते. एका दृष्टीने त्याचेही बरोबरच होते, कारण त्याला कुठल्याही प्रकारचा त्रास नव्हता. त्याचे आतापर्यंतचे सर्व रिपोर्ट्स अगदी नॉर्मल चांगले होते. दोन कार्डियोलॉजिस्ट + दोन फिजिशियन ही सर्व मंडळी छाती ठोकून गरज नाही म्हणून सांगत होती. नाही म्हटले तरी ॲन्जिओग्राफीची भीती व त्यातून होणारा किरणोत्सर्ग.

आणि त्याचा स्वतःचा असलेला तपासण्या न करण्याचा माइंडसेट.

या सगळ्या पार्श्वभूमीवर माझे काम अतिशय अवघड झाले होते. आणि मला नुसतेच संजयला समजावयाचे नव्हते तर आता घरातील सर्व व्यक्तींनादेखील समजावून सांगायला लागणार होते. आता जणू काही माझीच कठीण परीक्षा होती, माझ्यातला सिक्स्थ सेन्स मला आतून काही वेगळ्याच सूचना देत होता.

सुदैवाने संजयने आणि घरातील सर्वांनी माझे समजावून सांगणे ऐकून घेतले व फॉलो करण्याचेदेखील ठरविले. शेवटी एकदाची अॅन्जिओग्राफी आम्ही केली. तुम्हास आश्चर्य वाटेल, आमचे कार्डिओलॉजिस्ट संजयला टेबलावर घेण्याआधीदेखील मला समजावून सांगत होते, की सर, काहीच निघणार नाही, काहीच निघणार नाही, निघाला तर एखादा चिंटू ब्लॉक निघेल. काही टेन्शन घेऊ नका वगैरे वगैरे. असा एवढा मोठा घटनाक्रम घडत घडत शेवटी एकदाची अॅन्जिओग्राफी झाली आणि आता मात्र पाळी होती आश्चर्यचकित होण्याची, ती म्हणजे, आमचे संजूभाऊ स्वतः, दोन्ही कार्डिओलॉजिस्ट, दोन्ही फिजिशियन आणि आमच्या घरातील फॅमिली मेंबर्सची. कारणही तसेच मोठे होते. संजूभाऊच्या हृदयाच्या रक्तवाहिन्यांमध्ये मोठे ब्लॉकेजेस तीन ते चार ठिकाणी होते. ब्लॉकेजेस किती मोठे असावेत बरे? तर संपूर्ण रक्तवाहिनीच ब्लॉक झाली होती. म्हणजेच अॅन्जिओप्लास्टी करण्याचा मार्गदेखील उपलब्ध नव्हता. कारण एवढे मोठाले स्टेंट्स मिळतच नाहीत आणि कोणी टाकूही शकत नाही. एकमेव पर्याय म्हणजे इमर्जन्सी त्वरित बायपास करणे. कारण हार्ट अॅटॅकचा धोका फारसा दूर नव्हता.

आश्चर्यजनकरीत्या संजूभाऊंना कुठलाही त्रास नव्हता. मात्र जर हार्टअॅटॅक आला असता तर मात्र जगण्याची शक्यता फारच कमी होती. पुन्हा एकदा आमच्या ओस्तवाल परिवाराची आनुवंशिकता सिद्ध झाली होती. आमचे वडील, चुलते सर्व अकाली कसे गेले जणू याचे प्रूफच मिळाले होते. सुदैवाने हार्टअॅटॅक येण्याच्या आधी निदान झाले होते आणि ट्रीटमेंट करण्याची पूर्ण संधी मिळाली होती. विद्युत वेगाने पुढच्या हालचाली करीत आम्ही मुंबईच्या एका निष्णात कार्डिओथोरॅसिक सर्जनची अॅन्जिओग्राफी केल्याच्या फक्त तिसऱ्या दिवसाची बायपास सर्जरीसाठी वेळ मिळविली. दुसऱ्याच दिवशी आम्ही संजूभाऊंना मुंबईतील प्रख्यात रुग्णालयात दाखल केले आणि अॅन्जिओग्राफी केल्यानंतरच्या अठ्ठेचाळीस तासांच्या आत संजूभाऊंची बायपास सर्जरीदेखील झालेली होती आणि इतर कुठलेही आजार किंवा रिस्क फॅक्टर नसल्याने संजूभाऊ अगदीच लवकर रिकव्हरदेखील झाले. आम्ही त्यांना कोविडमधील लॉकडाउन सुरू होण्याच्या आधी अॅडमिट केले आणि लॉकडाउन सुरू झाल्या झाल्या घरी आणले. लॉकडाउनचा फायदा असाही झाला, की भेटायला येणारे पूर्णपणे बंद झाले आणि

त्यामुळे पेशंटला आराम मिळून अगदी लवकर छान रिकव्हरी झाली.

आज या सर्व गोष्टींची आठवण जरी झाली तरी अंगावर काटा उभा राहतो. मन भरून समाधान मिळते, कृतकृत्य झाल्यासारखे वाटते, कारण ज्या पद्धतीचे ब्लॉक्स डिटेक्ट केले गेले होते, ते अत्यंत घातक होते. ज्याला आमच्या भाषेमध्ये म्हणजे वैद्यकीय परिभाषेमध्ये ट्रिपल व्हेसल डिसिज म्हटले जाते; परंतु हा नुसता ट्रिपल व्हेसल डिसिज नव्हता तर संजूभाऊंच्या पूर्ण व्हेसलच डिफ्युज्ड झालेल्या होत्या. ज्यांच्यावर ॲन्जिओप्लास्टीदेखील होऊ शकत नव्हती आणि असा हार्टअ‍ॅटॅक म्हणजे मृत्यूची जवळपास गॅरंटीच, ज्यामध्ये वाचण्याची शक्यता फारच धूसर असते. यामध्ये अजून एक गोष्ट फार महत्त्वाची असते, ती म्हणजे, कुठल्याही पेशंटला हार्टअ‍ॅटॅक येण्याच्या अगोदर जर आपणाला अशी ट्रीटमेंट करता आली तर ते फारच महत्त्वाचे आणि उपयुक्त असते. एकदा हार्टअ‍ॅटॅक आल्यानंतर तर आपल्याला ट्रीटमेंट ही करावीच लागते पण त्या वेळेला ती बाय फोर्स असते, नॉट बाय चॉइस आणि एकदा हार्टअ‍ॅटॅक आल्यानंतर आपले हृदय काहीना काही प्रमाणात डॅमेज होते परंतु अ‍ॅटॅक येण्याच्या अगोदर जर आपण अशी मॅनेजमेंट करू शकलो तर धोका बराचसा टळतो. शिवाय अ‍ॅटॅक आल्यानंतरचा मृत्यूचा धोकाही टळलेला असतो. अशा अनेक अर्थाने आमचे संजूभाऊ नशीबवान ठरले होते. माझा नेहमीचा अनुभव असा आहे, की मला काही गंभीर आजार होऊ शकतो आणि ते जर मला माहीत झाले तर ते माझ्यासाठी फारच उपयुक्त असेल, कारण कुठलाही मोठा अवयव डॅमेज होण्याच्या आधी माझी योग्य अशी ट्रीटमेंट झालेली असेल, अशी मानसिकता म्हणजेच मलाही आजार होऊ शकतो हे सकारात्मकतेने स्वीकारण्याची ताकद फार कमी लोकांमध्ये असते. याउलट बहुसंख्य वेळा अशा गोष्टी नकारात्मकतेने स्वीकारल्या जात असतात. डायबेटिस, हार्टअ‍ॅटॅक, उच्च रक्तदाब, इतर कुठलाही आजार मला कशाला होईल? तो याला होईल, तो त्याला होईल, तो अमक्याला होईल, तो फलाण्याला होईल, मी तर इतका फिट आहे माझे सर्व काही कसे चांगले आहे. त्यामुळे मला असला काही आजार होऊच शकत नाही या गोड गैरसमजुतीमध्ये अनेक चांगली चांगली मंडळी अडकलेली असते आणि मग अशा ठिकाणी असे घातक आजार माणसांवर घाला घालत असतात.

येणाऱ्या संकटांवर सकारात्मतेने मात करण्याची आपण शपथच घेऊ या, जेणेकरून आपला स्वतःचा जीव वाचेलच परंतु आपले कुटुंब, आपले नातेवाईक, आपला मित्रपरिवार व समाजामध्ये कुठेतरी कोणाचा जीव वाचविण्यामध्ये नक्कीच आपला खूप मोठा वाटा असेल.

◆◆◆

जसा विचार तसा आजार

कुठल्याही आजाराची वा नकारात्मक प्रसंगाची पहिली लढाई कोणाशी असते तर ती तुमच्या मानसिकतेशी. तुम्ही सकारात्मक असाल तर निदान ५० टक्के लढाई तिथेच जिंकलेली असते. उरलेल्या ५० टक्क्यांसाठी मग फार वेळ लागत नाही. कुठलीही नकारात्मक गोष्टीकडे सकारात्मक रीतीने बघायचे, म्हणजे आजपासून औषधाला औषध न म्हणता 'माझा खाऊ खायचा आहे' असे म्हणायचे आणि कितीही दुखत असले तरी 'किती छान दुखते!' असेच म्हणायचे.

आपण आज अत्यंत वेगळा असा परंतु अत्यंत महत्त्वाचा सकारात्मकतेचा रंग बघणार आहोत. ज्याचा थेट संबंध आपल्या प्रकृतीशी आहे. ही सकारात्मकता एकतर शक्यतो आपल्याला आजारी पडू देत नाही आणि पडलो तरी त्यातून लककर बरे करीत असते. सकारात्मकतेचा आणि आजार बरे होण्याचा काय संबंध असावा बरे? कारण सकारात्मकता म्हणजे काही अँटिबायोटिक नाही, पेनकिलर नाही, मल्टी विटामिन नाही, स्टेरॉइड नाही, अमृताची कुपी तर नक्कीच नाही, तरीपण या सकारात्मकतेने एवढा फरक पडतो? होय. आपण कल्पना करतो त्यापेक्षा कितीतरी पट फरक सकारात्मकतेने पडत असतो.

आज आपण या गोष्टी आपल्या दैनंदिन आयुष्यात घडणाऱ्या घटनांमधून समजावून घेणार आहोत. सगळ्यात आधी आपण रोज म्हणा किंवा कधी प्रासंगिक म्हणा, घ्यायला लागणाऱ्या औषधांबद्दल बोलू या. कित्येकांना साधी एक गोळी घ्यायची म्हटले तरी पोटात गोळा उभा राहतो. औषध घेणे हा एक मोठाच कार्यक्रम होऊन बसतो. घरातील इतर मंडळीदेखील 'तुमचे औषध घ्या, औषध घ्या' अशी वारंवार आठवण करून देत असतात. नाहीतर शुगर वाढेल, रक्तदाब वाढेल, परत तुम्हाला हॉस्पिटलमध्ये ॲडमिट

होण्याची वेळ येईल, यांसारख्या सूचनांचादेखील भडिमार असतो. नकळतपणे आपलाही मेंदू सबकॉन्शस माइंडमध्ये आपल्याला वारंवार आठवण करून देत असतो, 'तू आजारी आहेस औषध घे, औषध घे!' एकूणच काय तर जवळपास सगळाच नकारात्मक कार्यक्रम. याउलट जर आपण वेगळे काही केले तर? कसे ते आपण बघू या. औषधे तर अशीही घ्यायला लागतात अन् तशीही घ्यायला लागतात. मग का नाही त्याचापण छोटासा आनंदोत्सव करायचा? आपल्या लहानपणी खाऊसाठी घरातल्या मोठ्यांकडे भुंगा लावलेला आहे. नुसते घरातच नव्हे, आपल्या घरातील कोणीही वडीलधारे बाहेर निघाले रे निघाले की 'मला खाऊ आणा' हा धोशा आपण नक्कीच लावलेला असायचा. असो, आपल्या प्रत्येकाच्या गावातील जत्रा आणि खाऊ याचा अतूट संबंध असायचा. मग तो गुडीशेवचा खाऊ असो की जिलबीचा खाऊ. असो. आजही आपल्या लहानग्यांना, बच्चेकंपनीला आपण आठवणीने खाऊच आणत असतो. अगदी त्याने अभ्यास करावा म्हणून, कोणी पाहुणे आले तर शांत बसावे म्हणून, वेळेवर अंघोळ करावी म्हणून. थोडक्यात काय, आपणही आपल्या बाळांना खूश करण्यासाठी आजही खाऊच देतो. असा हा खाऊ कुठल्याही वयामध्ये आवडणारा आहे. याच्याभोवती आपल्या खूप सुंदर सुंदर आठवणी गुंफलेल्या आहेत. आता मी काहीशी वेगळी, शक्यतो कधीही असला विचार आयुष्यात न केलेली, पण त्याचबरोबर अत्यंत सकारात्मक अशी छोटीशी गोष्ट करण्यास सांगणार आहे. आपण विश्वास ठेवा, या छोट्याशा गोष्टीचा आपल्या आयुष्यामध्ये खूपच मोठा सकारात्मक फायदा होतो. तर काय करायचे?

एक अत्यंत छोटी गोष्ट करायची, ती म्हणजे, आपल्या औषधांना औषध न म्हणता फक्त खाऊ म्हणायचे! हे फार अवघड आहे का? नाही आणि नुसतेच आपण नाही म्हणायचे तर आपल्या घरातील सर्व सदस्यांनादेखील हीच सवय लावायची. याच्याने कसा काय फरक पडत असेल? सोपी गोष्ट आहे. कोणीही औषध, गोळ्या घ्यायच्या आहेत, असे म्हटले, की मेंदूकडे एक प्रकारे नकारात्मक मेसेज जात असतो. आपल्याला आजारपण आले आहे आणि म्हणून आपल्याला औषध घ्यायचे आहे हा मेसेज मेंदूकडे जात असतो. या मेसेजमध्येच एक प्रकारे नकारात्मकता भरलेली आहे. त्यामुळे या आजारांवर नियंत्रण मिळविणे अवघड होत जाते. कारण आपल्या शरीराला जणू एक प्रकारची सूचनाच वारंवार मिळत असते, की तू आजारी आहेस, तुला अमुक आजार आहे, तुला तमुक आजार आहे. थोडक्यात काय? तर परत परत आपल्यावर नकळत बिंबविले जाते, की 'आपण आजारी आहोत, आजारी आहोत, आजारी आहोत.' याउलट जर आपण औषधाला खाऊ म्हटले तर गोष्ट अगदी छोटीशी आहे; परंतु ती सकारात्मकता आपल्यामधला आजार एकतर फार लवकर बरा करते किंवा कंट्रोलमध्ये तरी ठेवते. कारण

एकतर आपण आजारी असल्याची भावना परत परत येत नाहीत. आणि ज्या गोष्टीमुळे अगदी लहानपणापासून कुठल्याही वयापर्यंत आनंद मिळणारा तो आपण यानिमित्ताने परत परत उपभोगतो. आपल्या मेंदूला वारंवार सगळीकडून सकारात्मक संदेश जात असल्याने आणि आपल्या नकळत आपण त्या आजारांना सहज बाजूला ठेवत असल्याने आपला आजार एकतर लवकर बरा होतो किंवा लवकर आटोक्यात तरी येतो.

चला, खाऊ तर खाऊन झाला! अशीच आपण अजून एक गंमत बघू या. आपल्याला अनेक आजारांमध्ये वेगवेगळ्या प्रकारच्या वेदना होत असतात. कुठल्याही प्रकारचा मार लागणे, मग तो अपघातात असो की अजून कुठला! अगदी छोटा चटका असो की मोठे जळीत, अगदी साधा नखुर्डा असो की एखादा मोठा ॲबसेस, एखादे हेअरलाइन फ्रॅक्चर असो की एखाद्या हाडाचा तुकडा पडलेला असो; वेदना होतातच. ज्या वेळी आपण 'माझं दुखतंय दुखतंय' असे सारखे म्हणत असतो, त्या वेळी त्या 'दुखतंय दुखतंय' असे म्हटल्याने आपल्या वेदना कमी होत असतात का? नाही. खरे सांगायचे तर उलटपक्षी वाढत असतात. कारण आपण आपल्या मेंदूला जणू वारंवार सूचनाच देत असतो, की 'तुला लागलंय, तुला मार लागलाय, तुला खूप वेदना होत आहेत.' जणू काही या गोष्टीचं आपल्या मेंदूवर हॅमरिंगचे काम करीत असतात आणि त्यामुळे आपल्या वेदना कमी होण्याऐवजी वाढतच राहतात. याउलट जर आपण असे म्हणत राहिलो, 'किती छान दुखतंय!, किती छान दुखतंय!!' तर वेदना वाढणार आहेत का? नाही. कदापि नाही. उलट असे जेव्हा आपण म्हणतो, 'छान दुखतंय' त्या वेळी आपल्या मेंदूकडे सकारात्मक संदेश जात असतो. वेदना जरी तशाच असल्या, तरीदेखील आपल्याला त्या कमी होत असल्याच्या किंवा कमी झाल्यासारख्या नक्कीच वाटतात. आहे त्या वेदना स्वीकारण्याची आपली मानसिकता तयार होते. मग त्या वेदना तितक्याशा त्रासदायक राहत नाहीत.

आयुष्यामध्ये कितीही नकारात्मक गोष्टी समोर आल्या तरी त्याला सामोरे कसे जायचे हा छोटासा परंतु अत्यंत महत्त्वाचा विषय आहे. याच विषयाला अनुसरून एक संशोधन आपण बघू या. डॉक्टर बर्नी सीगल हे थोर प्रख्यात कॅन्सर सर्जन आहेत. हे संपूर्ण जगात एक कॅन्सरवरील तज्ज्ञ मानले जातात. सरांचा कॅन्सर या विषयावरचा 'लव मेडिसिन अ‍ॅन्ड मिरॅकल' या नावाचा शोधग्रंथ खूपच प्रसिद्ध आहे. हा शोधग्रंथ काय म्हणतोय हे आपण समजून घेऊ. डॉक्टर सीगल यांनी हजारो कॅन्सरच्या पेशंट्सवर एक संशोधन केले. त्यांनी या हजारो रुग्णांना ज्या वेळी कॅन्सर झाला, त्या वेळी त्या सर्वांच्या आयुष्यामध्ये कोणती गोष्ट जास्तीत जास्त प्रमाणामध्ये आढळते याचा शोध घ्यायचा यशस्वी प्रयत्न केला. त्यांना कोणत्या गोष्टीमुळे कॅन्सर होतो हे शोधायचे होते.

आपल्या सगळ्यांना आश्चर्य वाटेल परंतु जवळपास सर्वच रुग्णांमध्ये एक गोष्ट

खूपच समान आढळली, ती म्हणजे, ताणतणाव, डिप्रेशन, टेन्शन. ते सर्व रुग्ण त्यांच्या त्यांच्या त्यांच्या आयुष्यातील सर्वांत जास्त ताणतणावाच्या कालखंडात होते. इथपर्यंत ठीक आहे, की प्रत्येकाच्या जीवनामध्ये खूप ताणतणाव, टेन्शन होते पण त्याचा आणि कॅन्सरचा काय संबंध, त्याच कालखंडात त्यांना कॅन्सरसारखा जीवघेणा आजार का व्हावा हा प्रश्न डॉक्टर बर्नी सीगल यांना सतावत होता. कदाचित आपल्यापैकी कोणी एखादा असता तर म्हटला असता 'होतंय होतंय, जाऊ द्या. काय विचार करायचा?' परंतु ते डॉक्टर बर्नी सीगल होते. त्यांनी या गोष्टीचा पूर्ण छडा लावायचा, असा ठाम निर्धारच केला होता. आपल्या सगळ्यांना आश्चर्य वाटेल असा निष्कर्ष त्यांच्या संशोधनातून बाहेर आला. काय आहे बरे तो निष्कर्ष?

ज्या वेळी आपण मनाने खचलेलो असतो, निराश असतो, त्या वेळी आपल्या शरीरातील रोगप्रतिकार करणारी पेशीदेखील तेवढीच खचलेली असते. निराश झालेली असते. जसे निराश झालेली व्यक्ती काहीही झाले, की सांगत असते, बोलत असते, 'आता माझं काही खरं नाही. आता माझ्याने काही होत नाही. जाऊ दे बाबा जसं होईल तसं होईल. मी काय करू, माझी ताकद संपली आहे. माझ्यात हिंमत नाही...' वगैरे वगैरे. अगदी हीच मानसिकता या रोगप्रतिकार करणाऱ्या पेशीची होत असते. प्रत्येक श्वासाबरोबर आपल्या शरीरात काही ना काही व्हायरस हे जातच असतात, तसेच आहाराबरोबर काहीना काही बॅक्टेरिया आपल्या शरीरात जातच असतात. मग आपण दरवेळी आजारी का पडत नाही? त्याचे कारण असते २३×३६५ रोगप्रतिकार करणारी ही आपली पेशी. ज्या वेळी आपली मानसिकता सकारात्मक असते त्या वेळी आपल्या या पेशींचीदेखील मानसिकता तेवढीच सकारात्मक असते आणि मग तेवढ्याच ताकदीने रोगांचा प्रतिकार करीत असतात आणि म्हणून आपण रोज रोज आजारी पडत नसतो; परंतु ज्या वेळी आपली मानसिकता नकारात्मक असते मग त्या वेळी रोगांना प्रतिकार करणारी पेशीदेखील नकारात्मक स्थितीत असते आणि मग तीपण म्हणते स्वाइन फ्लू येतोय, येऊ द्या, मलेरिया येतो आहे, येऊ द्या, कोविड येतोय येऊ द्या. कोणताही आजार येतोय, येऊ द्या. थोडक्यात काय, तो कुठलाही आजार आला तर त्या वेळी त्या आजाराशी सामना करण्याची ताकद आपल्या पेशीने आपल्या नकारात्मकतेमुळे गमावलेली असते. त्यामुळे आपण वारंवार आजारी पडत असतो. पडलो तरी लवकर बरे होत नसतो. अगदी आजारी नसतानादेखील आजारी असल्याचे फिलिंग येत राहते. अशा वेळी मधुमेह असो, रक्तदाब असो, हृदयविकार असो, संधिवात असो, इतर कुठलाही आजार असो, लवकर आटोक्यात येत नाही.

मी इथे एक उदाहरण देतो. गोष्ट फार जुनी नाही. नाशिकमधीलच एक प्रथितयश

कुटुंब माझे नियमित फॅमिली पेशंट होते. माझा आणि त्यांचा घरोबाही चांगला होता. योगायोगाने स्वभावाने मियाँ-बीबी दोन्ही नकारात्मक होते. देवाच्या दयेने सामाजिक, आर्थिक, सर्व दृष्टीने उत्तम स्थितीतले असे हे कुटुंब होते. एक मुलगा आठवीला आणि पाचवीला मुलगी अशी दोन अपत्ये होती. त्यांच्या दोघांच्या स्वभावामुळे जगात कुठलीही साथ आली की त्या आजाराची प्रचंड भीती या दोघांना असायची. मग तो कोविड-१९ असो की स्वाइन फ्लू असो; गल्लीत एखाद्याचा हृदयविकाराने मृत्यू झाला की पुढचा महिनाभर या दोघांनाही हृदयविकाराची फसवी चिन्हे असायची. गल्लीत, शहरात, राज्यात, देशात, जगात कुठे काही घडले की त्याची चिंता या उभयतांना असायची. याचा सगळ्यात जास्त त्रास कोविड-१९ मध्ये झाला. भारतात लॉकडाउन झाल्यापासून आतापर्यंत या दोघांना मानसिकदृष्ट्या निदान दहा ते पंधरा वेळा कोविड झाला आहे. सुरुवातीपासून आतापर्यंत कोविडचे पूर्ण प्रोटोकॉल त्यांनी १०० नाही तर २०० टक्के फॉलो केले आहेत. व्हॅक्सिन्सदेखील अगदी वेळेवर घेतली आहेत. गेल्या दोन-सव्वादोन वर्षांत ही मंडळी कुठेही अगदी घरगुती कार्यक्रमांनादेखील गेलेली नाही आणि एवढे करूनही व्हायचे तेच झाले. पहिल्या लाटेमध्ये कुठेही घराच्या बाहेर न गेलेले हे दांपत्य बरोबर कोविड-१९ ला अडकले. सुदैवाने कुठल्याही कोमॉरबॅडिटीज नसल्याने गरज नसतानाही रेमडेसिव्हिर घेऊन उशिरा का होईना, सेटल झाले. खरे सांगायचे तर या दोघांनाही झालेले कोविड-१९ इन्फेक्शन हे अत्यंत अल्प प्रमाणात होते. यांचा स्कोअरदेखील शून्य होता. कुठलाही त्रास नसताना हॉस्पिटलमध्ये भरती झाले आणि निव्वळ आणि निव्वळ नकारात्मक स्वभावामुळे यांचा त्रास वाढत गेला. नशीब एवढेच म्हणायचे, की दोघेही वाचले. कारण या कोविड-१९ मध्ये जे जे लोक खूप घाबरले, ती माणसे या आजाराला लवकर बळी पडली. या दोघांना तर इतके माइल्ड इन्फेक्शन होते, की रेमडेसिव्हिर तर सोडा बाकी कुठल्याही औषधांचीदेखील गरज नव्हती. अशी अनेक उदाहरणे सांगण्यासारखी आहेत.

सारांश एवढाच, की कुठल्याही आजाराची म्हणा अथवा कुठल्याही घडलेल्या नकारात्मक प्रसंगाची पहिली लढाई कोणाशी असते तर ती तुमच्या मानसिकतेशी. तुम्ही तेथे सकारात्मक असाल तर निदान ५० टक्के लढाई तुम्ही तिथेच जिंकलेली असते. उरलेल्या ५० टक्क्यांसाठी मग फार वेळ लागत नाही. कुठलीही नकारात्मक गोष्ट असेल तर तिला आपल्याला आपल्या पद्धतीने सकारात्मक व गोड करून घेणे आहे. जसे की आजपासून औषधाला औषध न म्हणता 'माझा खाऊ खायचा आहे' असे म्हणायचे आणि कितीही दुखत असले तर 'किती छान दुखते!' असेच म्हणायचे.

◆◆◆

मधमाश्यांचा 'प्रसाद'!

एवढीशी मधमाशी... दिसते छोटी, पण तिचा 'प्रसाद' किती भयंकर असतो याची कल्पना ज्याला तो मिळतो, त्यालाच येते. वेळप्रसंगी हा प्रसाद जीवघेणाही ठरू शकतो, मात्र थोडे सकारात्मतेने याकडे बघितले तर संकट जितकेसे जीवघेणे राहत नाही.

ही घटना आहे, २००१ च्या उन्हाळ्यातील. आमच्या सुयश हॉस्पिटलचे उद्‌घाटन ३ फेब्रुवारी २००१ ला झाले. आम्हाला वाटले होते त्यापेक्षा कितीतरी पटीने सर्व गोष्टी चांगल्या घडल्या होत्या. अगदी अपेक्षेपेक्षा खूपच चांगली मोठी प्रशस्त अशी जागा जी अत्यंत मोक्याच्या ठिकाणी होती. आम्हाला अपेक्षित असलेल्या २० ते २५ बेडच्या ठिकाणी ५५ बेड झालेले होते. ठरविल्यापेक्षा भरपूर जास्त लाइफ सेव्हिंग मशिनरीदेखील आणल्या होत्या. उद्‌घाटनाच्या कार्यक्रमाला आम्ही अपेक्षित धरले होते, पंधराशे ते दोन हजार लोक आणि प्रत्यक्षात मित्रांनी, शुभचिंतकांनी भरभरून प्रतिसाद दिला आणि दहा हजारांपेक्षा जास्त लोकांनी उद्‌घाटनाच्या कार्यक्रमास उपस्थिती लावली होती. हॉस्पिटलचे उद्‌घाटन श्री स्वामी समर्थ केंद्र, दिंडोरी दरबाराचे प्रमुख गुरुमाउली अण्णासाहेब मोरे यांच्या हस्ते झाले होते.

अगदी अल्पावधीतच सुयश हॉस्पिटल हे उत्तर महाराष्ट्रातील एक चांगले हॉस्पिटल क्रिटिकल केअर युनिट म्हणून सिद्ध झाले होते. एवढे सर्व अगदी व्यवस्थित झाले म्हणून आमच्या हॉस्पिटलच्या काही संचालकांच्या (डॉ. प्रशांत पाटील, ऑर्थोपेडिक सर्जन, डॉ. भास्कर शेलार, जनरल फिजिशियन आणि मी स्वतः) मनामध्ये आले, की सगळे तर व्यवस्थित झाले आहे. सुरुवात अतिशय छान झाली आहे, तर आपण सप्तशृंगीमातेच्या दर्शनाला जाऊ या. मनामध्ये असा विचार आल्यानंतर आम्ही तिघे

अधिक आमचे कुटुंबीय निघालो. फक्त माझी पत्नी सुरेखा नव्हती. छोटे-मोठे मिळून ११ जण होतो. तीन कार घेऊन आम्ही सकाळी सकाळी रवाना झालो.

गडावर अगदी छान दर्शन झाले. आम्ही सगळे भगवतीच्या चरणी नतमस्तक झालो. जी काही सुंदर अशी सुरुवात झाली होती त्याबद्दल मनःपूर्वक कृतज्ञता व्यक्त केली होती आणि भगवतीच्या चरणी आम्ही प्रार्थना केली, 'आमच्या हातून पीडित रुग्णांची वैद्यकीय सेवा अतिशय चांगल्या पद्धतीने कमी दरामध्ये होऊ दे, त्यांना जीवनदान मिळू दे!' तेथेच आम्ही प्रसाद घेतला आणि अंदाजे साडेअकरा ते बाराच्या दरम्यान आम्ही परतीच्या प्रवासाला लागलो. ओझरखेड डॅमजवळ आल्यानंतर डॉ. प्रशांत पाटलांच्या मनात आले, की आपल्याबरोबर बरीच बच्चेकंपनी आहे. त्यांना धरणाच्या भिंतीवर असलेल्या विश्रामगृहाजवळील बागेमध्ये फिरवून आणू या. खरे सांगायचे तर बच्चेकंपनी सकाळपासून तशी नाही म्हटली तरी कंटाळलेली होती. त्या वेळी ओझरखेड धरणावर असलेला बगीच्या छानच मेंटेन केलेला होता आणि समोर पाण्याचा अथांग असा नजारा सगळ्यांनाच सुखावणारा होता.

आम्ही सगळे अंदाजे दुपारी एकच्या सुमारास ओझरखेडला पोहोचलो. बच्चेकंपनीच्या खुशीला पारावार नाही राहिला. त्यांनी उतरल्या उतरल्या धम्माल-मस्ती सुरू केली. आमच्या आधीच तेथे काही मुले क्रिकेट खेळत होती. आम्ही अजून उतरतच होतो, बच्चेकंपनी जेमतेम उतरली होती, तेवढ्यात क्रिकेट खेळणाऱ्या एका बॅट्समनने चेंडू उंच तडकावला आणि येथेच गडबड झाली. ज्या झाडाखाली आम्ही होतो आणि ही मुलेही पण खेळत होती, त्या झाडावर एक खूप मोठे असे मधाचे पोळे लटकलेले होते. अजून दोन पोळी थोडी बाजूला होती. नेमका या बॅट्समनने तडकावलेला चेंडू बरोबर त्या मोठ्या मधाच्या पोळ्यावर जाऊन आपटला आणि काय सांगावे! 'न भूतो न भविष्यती' असा अनुभव आम्हा सगळ्यांना आला, अनुभव शब्दात सांगणे अवघड आहे, शब्द नक्कीच थिटे पडणार, पण मी सांगायचा प्रयत्न करतो. आम्ही जणू साक्षात मृत्यूच्या गुहेतून त्या दिवशी बाहेर पडलो होतो, एवढे मात्र नक्की.

तर झाले असे होते, की तो चेंडू मधाच्या पोळ्यावर आपटला आणि एकच गोंधळ उडाला. मधाचे पोळे फुटले. त्याच्या बरोबर खाली मी व माझी कन्या शलाका, डॉ. प्रशांत पाटील, सोनिया वहिनी आणि छोटी टीना आणि या वर्तुळाच्या अगदी थोडे बाजूला डॉ. भास्कर शेलार आणि कुटुंबीय, माझी पुतणी जागृती आणि पुतण्या आनंद हे उभे होते.

काहीही कळायच्या आतच वरतून एखाद्या बॉम्बसारख्या सुटलेल्या मधमाश्यांनी आमच्यावर जबरदस्त हल्ला चढविला. आमच्या शरीराचा उघडा असा कुठलाही भाग या

हल्ल्यातून बचावला नव्हता. अगदी कुठेही हात लावायचा आणि मुठीच्या मुठी भरभरून चावत असलेल्या मधमाश्या उपटून फेकायच्या. प्रचंड वेदना सुरू झालेल्या होत्या. टीना छोटी असल्याने तिला डॉ. प्रशांत पाटलांनी आपल्या कुशीत घेऊन अक्षरशः शर्टाच्या आतमध्ये घेण्याचा प्रयत्न केला. तेथे एकच हलकल्लोळ माजला होता. चावणाऱ्या माश्या कितीही वेळा काढून फेकल्या तरी जास्तच पण कमी नाही अशा माश्यांचा थवा परत चावा घ्यायचा. शलाका आणि टीनाने अक्षरशः हंबरडा फोडलेला होता.

जवळ उभे डॉ. शेलार कुटुंबीय आणि जागृती, आनंदने मदत करण्याचा खूप प्रयत्न केला. काहीही उपयोग होत नव्हता. आम्हाला काहीच कळेनासे झाले होते. सुरुवातीला आम्ही सैरावैरा धावत होतो. आम्ही जिकडे जाऊ तिकडे आमच्याबरोबरच मधमाश्यांचा थवा आमच्यावर हल्ला करण्यासाठी येतच होता.

मग आम्ही हल्लाग्रस्त मंडळींनी ओझरखेड धरणाच्या पाण्याकडे म्हणजे पाण्यात जाण्याचे ठरविले. पाण्याकडे गेलोही. पाण्यात पाय टाकले मग विचार आला, आपण असे किती वेळ पाण्यात राहू शकणार आणि पाण्यात बच्चेकंपनी कसे करणार? पाण्यात डुबकी मारू तोपर्यंत ठीक आहे. बाहेर निघालो, की परत हल्ला आहेच. अशा अत्यंत भयावह जीवघेण्या परिस्थितीमध्ये आम्ही सापडलो होतो. आश्चर्य असे होते, की आम्ही पाच जण वगळता मधमाश्या इतर कोणावरही हल्ला करीत नव्हत्या.

आतापर्यंत वर्तमानपत्रांमध्ये वाचलेल्या अनेक बातम्या, कानोकानी ऐकलेल्या मधमाश्यांच्या हल्ल्याच्या गोष्टी आठवायला लागल्या. कितीतरी लोकांचे मधमाश्यांच्या हल्ल्यात जीव गेलेले आठवले. परिस्थिती अगदी तशीच होती, यात तीळमात्रही शंका नव्हती. क्षणाक्षणाला मधमाश्यांचे हल्ले वाढतच होते. वेदनांचा अक्षरशः आगडोंब उसळलेला होता. आम्ही कुठल्याही क्षणाला बेशुद्ध पडू शकत होतो. शॉकमध्ये जाऊ शकत होतो. आमच्याकडे फारच थोडा वेळ होता. आम्ही पाण्याकडून परत एकदा विश्रांतिगृहाकडे धूम ठोकली. अर्थातच मधमाश्यांचे हल्ले अजूनच जास्त तीव्रतेने होतच होते. क्षणाक्षणाला वेदनांची तीव्रतादेखील तेवढीच वाढत होती आणि शलाका, टीना यांचा आक्रोशदेखील वाढत होता. विश्रामगृहाकडे पोहोचलो तर खरे, परंतु पुढे काय, हा प्रश्न अजूनच जास्त तीव्रतेने आमच्यासमोर 'आ' वासून उभा झाला होता.

आम्ही प्रत्येक जण आमच्या अंगावरच्या माश्या मुठी मुठी भरून काढून फेकतच होतो. आमच्या बरोबरीने शलाकाच्या आणि टीनाच्या अंगावरून काढून फेकतच होतो आणि पुन्हा एकदा आयुष्यात आमच्या जीव वाचवायला मदतीला कोण आले असेल, तर ती म्हणजे, फक्त सकारात्मकता. सकारात्मकता आणि सकारात्मकता.

मधमाश्यांचा हल्ला झाल्यापासून प्रत्येक क्षण आम्ही किल्ला लढवत आणला

होता. मात्र आता आमची खरी कसोटी आणि आमच्या सकारात्मकतेची खरी कसोटी लागलेली होती. कारण आम्ही पाच आणि मृत्यू यामध्ये जास्तीत जास्त अर्ध्या ते एक तासाचे अंतर असावे. मृत्यू इतका समीप आल्याचे दिसत होते. धैर्य, समयसूचकता इथे धावून आली. क्षणार्धात आम्हाला सुचले, की आमच्या कार जवळच उभ्या होत्या. क्षणाचाही विलंब न लावता आम्ही आमच्या गाडीमध्ये बसण्यासाठी धाव घेतली. शलाका व मी एका कारमध्ये, डॉ. प्रशांत, सोनिया वहिनी, टीना एका कारमध्ये, डॉ. भास्कर, प्रतिभा वहिनी, तुषार, नीलेश, जागृती, आनंद म्हणजेच ज्यांच्यावर मधमाश्यांचा हल्ला झाला नव्हता ही सर्व मंडळी एका कारमध्ये बसलो. आपणा सर्वांना आश्चर्य वाटेल, कारमध्ये बसण्यासाठी म्हणून जो काही दोन-पाच सेकंद दरवाजा उघडला, तेवढ्या वेळातदेखील कारमध्ये असंख्य मधमाश्या घुसलेल्या होत्या; परंतु आमच्याकडे तेथून पळ काढण्याव्यतिरिक्त दुसरा कोणताही मार्ग नव्हता. आम्ही कार वळविण्याच्या फंदातदेखील पडलो नाही. विश्रांतिगृहापासून अगदी बाहेरच्या रस्त्यापर्यंत कार रिव्हर्स गिअरमध्ये अतिशय जोरात पळवत आणली. पहिले दोनशे-अडीचशे मीटर म्हणजेच साधारणतः वणी-दिंडोरी रस्ता लागेपर्यंत, गाडी रिव्हर्स आणेपर्यंत मधमाश्या आमच्या कारवर पुनःपुन्हा हल्ला चढवीतच होत्या आणि अर्थातच आधीच आमच्या कारमध्ये शेकडोंनी घुसलेल्या मधमाश्या आमचा पुरता खिमा करीतच होत्या. त्या बाहेर निघून जाव्यात म्हणून आम्ही काचा उघड्या ठेवलेल्या होत्या आणि त्यातूनच या नवीन मधमाश्या आमच्यावर नव्या दमाने हल्ला चढवीत होत्या.

एकदाचे आम्ही वणी-दिंडोरी रस्त्याला लागलो. आता कुठे जरा जिवात जीव आला. कारण आता आम्ही गाडी वेगात पळवू शकत होतो. त्याच्याने काय फरक पडत असेल बरं? तर तो फरक फारच महत्त्वाचा होता. आता आम्ही मधमाश्यांच्या गतीपेक्षाही जास्त गतीने चाललेलो होतो, म्हणजेच आता नवीन होणारे मधमाश्यांचे हल्ले थांबले होते; परंतु तरीही आमचे संकट पूर्ण टळले होते का? नाही!

कारमध्ये आधीच शेकडो मधमाश्या आमच्या जिवाचा अंत बघतच होत्या. अत्यंत वाईट अवस्था माझ्या कारमध्ये माझ्या लेकीची आणि डॉ. प्रशांत यांच्या कारमध्ये छोट्या टीनाची होती. आम्ही दोघेही आम्हाला चावत असलेल्या मधमाश्यांना सोडून शलाका आणि टीनाच्या अंगावरच्या मधमाश्या काढून गाडीच्या बाहेर फेकत होतो. जसे दूर गेलो तसा फरक पडू लागला होता. हळूहळू मधमाश्यांचे प्रमाण कमी होत होते. दिंडोरी येईपर्यंत माश्या खूपच कमी झाल्या. आता माश्यांच्या चाव्याचा परिणाम चांगलाच जाणवायला लागला होता. एक संकट टळले होते, तर दुसरे संकट आता आमच्यापुढे 'आ' वासून उभे होते, ते म्हणजे, मेडिकल इमर्जन्सी. सगळ्यात आधी

दिंडोरी आल्यानंतर काय केले असेल, तर ते म्हणजे औषधांचे दुकान शोधून त्यातून आणीबाणीच्या परिस्थितीतील औषधांचा डोस माझ्यासहित आम्ही सर्वांनी घेतला आणि सुसाट वेगाने आमचे हॉस्पिटल म्हणजे सुयश हॉस्पिटल गाठले आणि त्वरित हॉस्पिटलमध्ये ॲडमिट होऊन लाइफ सेव्हिंग ड्रग्स सुरू केली. आता कुठे आमच्या जिवात जीव आला होता.

एवढी भयावह परिस्थिती असतानाही आम्ही कुठेही आमची हिंमत हरलो नाही. त्यामुळे आम्हाला क्षणाक्षणाला पुढचा रस्ता सुचत गेला आणि त्याचीच फलनिष्पत्ती म्हणून आमचा सर्वांचा जीवही वाचला, अन्यथा जसे आजपर्यंत मधमाश्यांच्या हल्ल्यामध्ये शेकडोंनी, हजारोंनी लोक मृत्युमुखी पडलेले आहेत, त्यामध्ये आमचाही नंबर नक्कीच लागला असता!

❖❖❖

प्रथा-परंपरांची 'कॅप्सूल'

सकारात्मता आणि जीवनमूल्ये यांचा विचार करताना, प्रश्न पडतो की, ही सकारात्मता नेमकी येते कुठुन? आईवडिलांकडून? मग त्यांच्याकडे कुठून येते... हा शोध थेट इतिहासात घेऊन जातो आणि लक्षात येते की, आपल्या रूढीपरंपरांमध्ये ह्याचे मूळ दडलेले आहे.

हे समजून घेण्याकरिता आपणास आपल्या पूर्वजांनी घालून दिलेल्या अनेक रूढीपरंपरांचा अभ्यास करायला लागणार आहे. चातुर्मास संकल्पना, चातुर्मासातील अनेक व्रतवैकल्ये, उपवास, पोथ्यांचे वाचन, भजने, कीर्तन इत्यादी. दुसरी परंपरा म्हणजे स्त्रियांना मासिक पाळीमध्ये चार दिवस बाजूला बसविणे. तिसरी परंपरा आमच्या जैन समाजातील आहे ती, पाणी उकळून गार करून पिणे, रात्री भोजन न करणे इत्यादी. चौथ्या परंपरेमध्ये वेगवेगळ्या वेळी येणारे सण, त्या वेळचे खानपान यांचा समावेश होतो. पाचव्या परंपरेमध्ये लग्नकार्य, इतर मंगलकार्य यांचे मुहूर्त यांचा समावेश आहे. वेगवेगळ्या प्रदेशांमध्ये वेगवेगळे मुहूर्त असतात. सहावी परंपरा बघितली तर खासकरून उन्हाळ्यामध्ये कोणी बाहेर निघाले किंवा कोणी बाहेरून आले, की त्याला हातावर गुळाचा खडा आणि पाणी देण्याची अतिशय उपयुक्त पद्धत. सातवी परंपरा बघायची म्हटली, तर परीक्षेला जाताना आई, आजी, काकू, आत्या किंवा ताई हमखास दही-साखर भरविणार. आठव्या परंपरेचा विचार करायचा म्हटला, भौगोलिक परिस्थितीप्रमाणे पेहराव. अशा किती रूढी-परंपरा सांगायच्या! काही रूढी-परंपरा मात्र विज्ञानाच्या कसोटीवर ज्या टिकल्या नाहीत त्या आपोआपच नामशेष होत गेल्या; परंतु आजही चांगल्या उपयुक्त अशा अक्षरशः शेकडो परंपरा आहेत.

या सगळ्या परंपरांचा, रूढींचा अभ्यास करावयाचा म्हटला, तर अगदी एक जन्मदेखील कमी पडू शकतो. एका लेखात या सर्वांचा समावेश अवघडच आहे. रूढी-परंपरा पूर्वजांनी बहुतांश वेळा धर्माच्या कॅप्सूलमधून म्हणजेच आवरणामधून आपल्याला खाऊ घातल्या होत्या आणि आपण त्या आजही विनातक्रार, बिनदिक्कतपणे पाळतो आहोत, अन्यथा नैसर्गिक मानवी स्वभावानुसार जे करायला सांगितले त्याच्याविरुद्ध आपण कृती करत असतो. आपण स्वतःवरून विचार करा, की जेव्हा कोणी आपल्याला असे कर म्हणून ऑर्डर करतो, हुकूम सोडतो, तेव्हा आपली मनःस्थिती काय असते? आपले मन बंडखोरी करते. सांगितलेले करण्याची आपली इच्छा, तयारी नसते. त्याऐवजी कोणी छोटीशी विनंतीवजा सूचना जरी केली तरी आपण ती बऱ्यापैकी पाळत असतो. आपल्या या बंडखोर स्वभावाची आपल्या पूर्वजांना चांगलीच कल्पना असल्यामुळे त्यांनी या रूढी-परंपरांना वेगवेगळ्या प्रकारच्या कॅप्सूल्समध्ये आपणास दिलेल्या आहेत. आपले पूर्वज खरोखरच खूपच विचारी, सकारात्मक वृत्तीचे, अभ्यासू होते. त्या काळी त्यांना विज्ञान, वैद्यकीय शास्त्रे, सामाजिक शास्त्रे, भूगर्भशास्त्रे, आरोग्यदायी वातावरण, मानसशास्त्र इत्यादी सर्वच शास्त्रांचा त्यांचा गाढा अभ्यास होता.

सकारात्मकता आणि रूढी-परंपरांचा संगम, कसा झाला ते बघू या.

चातुर्मास म्हणजे चार महिने :

चातुर्मास हा आपल्या सगळ्यांच्या आस्थेचा, जिव्हाळ्याचा, श्रद्धेचा विषय. चातुर्मास हा येतो बरोबर पावसाळ्यामध्येच. पावसाळ्याचाच कालखंड चातुर्मासासाठी का निवडण्यात आला असेल? हे सर्व समजून घेण्यासाठी आपणास चाकाचा शोध लागण्याआधीच्या काळाचा विचार करायला लागेल. त्या वेळची भौगोलिक परिस्थिती, सामाजिक परिस्थिती, मानसशास्त्र आणि वैद्यकीय परिस्थिती इत्यादी या सगळ्यांचा भौगोलिक परिस्थितीचा नीट अभ्यास करावा लागेल. त्या काळात पावसाचे प्रमाण प्रचंड असायचे. महिना महिना घराबाहेर पडणे अशक्य होत होते. चाकाचा शोध लागण्याअगोदर कुठल्याही प्रकारच्या गाड्या, वाहनांचा विषयच येत नव्हता. सूर्यदर्शन होत नव्हते. कुठलेही कामकाज करणे अत्यंत अवघड होत असे. एकंदरीत या परिस्थितीमध्ये माणूस रिकामा घरी बसायचा, भौगोलिक परिस्थिती अशी होती.

तत्कालीन मानसशास्त्र नेमके कसे होते?

माणूस कामाव्यतिरिक्त जर रिकामा घरी बसून राहिला, तर? 'रिकामे मन सैतानाचे घर' ही फार जुनी म्हण आपणा सर्वांना माहितीच असेल आणि ती तंतोतंत खरीही आहे. जेव्हा जेव्हा माणूस रिकामा बसतो त्या वेळेस त्याला जास्तीत जास्त सुचत असतं.

सकारात्मक विचार, काही चांगले करावयाचे असे काही चांगले विचार शक्यतो सुचत नाहीत. माणूस रिकामा बसला की भूक नसली तरी निव्वळ वेळ घालवायला खात बसतो. जिभेचे चोचले पुरवतो. फारशी हालचाल न केल्यामुळे वेगवेगळ्या रोगांना आमंत्रण देतो. चटपटीत खाण्याबरोबर दारू, तंबाखू, इतर अमली पदार्थांचे व्यसनही त्याला खुणावत असतेच. आपल्या पूर्वजांचा माणसांच्या मनःस्थितीचा अभ्यासदेखील तेवढाच चांगला होता. त्यांना समाजाला या सर्व गोष्टींपासून वाचवायचे तर होतेच, परंतु मानवी स्वभाव सरळ सरळ ऐकणार होता का? नक्कीच नाही. याची त्यांना पुरेपूर कल्पना होती, मग त्यांनी अत्यंत सकारात्मकतेने या सर्व गोष्टींचा सर्वांगाने पुरेपूर विचार केला. अत्यंत सुंदररीत्या धर्माच्या आवरणामध्ये म्हणजेच कॅप्सूलमध्ये या सर्व गोष्टींना बंदिस्त केले आणि चातुर्मास नावाची संकल्पना अत्यंत यशस्वीरीत्या प्रत्यक्षात आणली. जी आजतागायत चालू आहे. अत्यंत दूरगामी विचार करून पावसाळ्यातले चार महिने आपल्या पूर्वजांनी देवधर्म, व्रतवैकल्ये, उपवास, पोथीवाचन इ. नेम लावून दिले. जे आपण चातुर्मासात करतो तेवढे वर्षभरात करतो का? या चातुर्मासातच जवळपास सर्व धार्मिक कार्यक्रम गुंफण्याचा जो अत्यंत सकारात्मक कार्यक्रम आपल्या पूर्वजांनी केला आहे, त्याचे कारण काय?

धार्मिक कार्यक्रमांच्या निमित्ताने आपले मन, शरीर गुंतून राहते. उपवासामुळे अन्नसेवन नियंत्रणात राहते. त्यामुळे आपल्याला आजारपणही येत नाही. स्थूलपणा येत नसतो, आपण व्यसनाधीन होत नाही, आपल्या हातून कुठलेही चुकीचे गुन्हेगारी प्रवृत्तीचे काम होत नाही. यासाठी त्यांनी छानपणे उपवासांची संकल्पना आणली आणि ती विज्ञानाने आज सिद्धही केली आहे. जर आपण २४ तासांहून जास्त वेळ संपूर्णपणे उपाशी राहिलो म्हणजे उपवास केला तर आपल्या शरीरात निर्माण होणारे आजार यामध्ये अगदी कॅन्सरसारखे आजारदेखील बरे करण्याचे काम आपल्या शरीरातील पेशी चोवीस तासांच्या उपवासानंतर स्वतः करायला लागतात. याबरोबरच पावसाळ्यातील वातावरणाचा विचार करा. पण त्या काळी जोरदार पावसाळा होता. जेथे महिनोन्महिने सूर्यदर्शन होत नसे, वातावरण कुंद असे, त्या वातावरणात आपली पचनक्रियादेखील मंद होत असते. आपल्या शारीरिक हालचालींनादेखील मर्यादा आलेली असते आणि म्हणूनच त्या काळात लंघन, उपवास करणे हे आरोग्यासाठी अत्यंत महत्त्वाचे होते आहे. म्हणून धर्माच्या आवरणामध्ये पावसाळ्यामध्ये उपवासच उपवास असतात. जसे की निर्जळी एकादशी. आमच्या जैनांमधील वास, बेला, तेला इत्यादी. शरीराला विश्रांती, मनाला ऊर्जा हे सर्व धार्मिक कार्यक्रम केल्याने आपल्याला मिळत असते. मानसिक शांती, आधार, आत्मविश्वास मिळत असतो आणि सगळ्यात महत्त्वाचे आपल्यातील

सकारात्मकतादेखील अतिशय चांगल्या पद्धतीने वाढत असते. जरा विचार करा, जर पूर्वजांनी आपल्याला सरळ सरळ सांगितले असते, की हे करू नका, ते करू नका, हे केल्याने असा असा प्रॉब्लेम होऊ शकतो. खरंच आपण ऐकले असते का हो? जसे सिगारेटच्या पाकिटावर अत्यंत भयावह असे चित्र तर असतेच सोबत त्या अर्थाचा मजकूरदेखील छापलेला असतो. त्या चित्राने, त्या मजकुराने किती लोक सिगारेट, तंबाखू सेवनापासून दूर राहतात किंवा राहू शकतील? याउलट जसे मी आधी लिहिलेय त्याप्रमाणे नको करू म्हटले की आपण अजून मुद्दामहून त्या गोष्टी जोराने करतो आणि करा म्हटले, की बंडखोर मनाची तयारी असते का ते करण्याची?

आपण आता दुसरे उदाहरण बघू या. दर महिन्याला येणारी स्त्रियांची मासिक पाळी. मासिक पाळी सुरू झाल्यापासून तर पाळी बंद होईपर्यंत दर महिन्याला पाळी आली की चार दिवस त्या स्त्रीला बाजूला बसविले जाते. तिला स्वयंपाक करू दिला जात नाही की कुठलीही महत्त्वाची कामे तिने करावयाची नाहीत. इतरांनी तिला शिवायचेदेखील नाही. चार दिवसांनंतर तिने संपूर्ण स्वच्छ स्नान करूनच कामाला लागायचे ही आहे आपली रूढी-परंपरा जी आजतागायत शेकडो पिढ्यांनी पाळली आहे. या विषयांमध्ये आपल्या पूर्वजांना मनापासून सलाम करावासा वाटतो, त्यांना मानाचा मुजरा करावासा वाटतो. हा विषय समजून घेण्यासाठीदेखील आपल्याला बरीच बरीच वर्षे परत मागे जायला लागेल.

शेकडो, हजारो वर्षे आधी आपल्याकडे बालविवाहाची प्रथा होती. इतकेच कशाला, आपल्या देशातच अजूनही अगदी थोड्या प्रमाणात का होईना पण होय आजही बालविवाह होतातच. या विषयाला अगदी त्या काळापासूनच्या नजरेतून आपल्याला बघायला लागेल. समजून घ्यायला लागेल. त्या काळी बालविवाह पाच ते सात वर्षांची मुलगी होत असतानाच होत असत; पण लग्न झाल्याझाल्या मुलीला सासरी मात्र पाठविले जात नसे. साधारणतः अकरा-बारा-तेरा या कुठल्याही वर्षी पाळी आली की ज्याला अनेक प्रदेशांमध्ये 'गौना आया' असे म्हणतात. मुलीला अगदी समारंभपूर्वक सासरी रवाना केले जायचे. किती वय असायचे मुलीचे त्या वेळी सरासरी? बारा-तेरा वर्षे, आठवा तो काळ. त्याकाळी जॉइंट फॅमिली ही संकल्पना त्या वेळी सर्रास होतीच, म्हणून घरातील ज्येष्ठांची संख्या भरपूर असायचीच. नवीन छोटी सून म्हणजे त्या काळातील वेठबिगारापेक्षाही तिची अत्यंत वाईट दयनीय अवस्था असायची. सगळ्यांनी तिला कामाला जुंपायचे. तो काळ पुरुषप्रधान संस्कृतीचा. हे आधीच सगळे कमी की काय, म्हणून नवऱ्यानेही आपला रुबाब क्षणोक्षणी दाखवायचा. मारहाण झाली नाही म्हणजे नशीब, अशी परिस्थिती. बिचारी ही अक्षरशः अबला नारी असायची. त्या काळामध्ये मोबाईल होते ना लँडलाइन, ना टेलिग्राम, ना पत्र, ना कुरिअर. कुठल्याही पद्धतीने एकदा सासरी गेल्यानंतर त्या

मुलीच्या माहेरचे कोणी आल्यागेल्याचा अपवाद वगळता संपर्क व्हायचा नाही. मन मोकळे करायचे तरी कुणाकडे? किती हतबल असतील त्या काळातील या कोवळ्या वयातील मुली. कोवळे वय, सासूप्रधान, इतर सीनिअर्स प्रधान, पुरुषप्रधान अशा संस्कृतीमध्ये या बारा-पंधरा-वीस वयोगटांतील कोवळ्या मुलींची ही भयानक अवस्था या आपल्या सकारात्मक, हुशार अशा पूर्वजांच्या लक्षात आली आणि तेथूनच जन्म झाला या सुंदर अशा चार दिवस बाजूला बसण्याच्या प्रथेचा.

आता आपण याची दुसरी बाजू म्हणजे वैद्यकीय विज्ञान समजून घेऊ या. खरेतर ही मासिक पाळी म्हणजे ईश्वराने मानवाला दिलेले वरदानच आहे. जर मासिक पाळी नसती तर आपल्या पुढच्या पिढ्या दिसल्या असत्या का? ते जाऊ द्या. आपणही स्वतः दिसलो असतो का? नाही ना? आणि हे आपणा सर्वांनादेखील माहीत आहेच. आपण आता अगदी साध्या, सरळ, सोप्या भाषेमध्ये अगदी थोडक्यात मासिक पाळीबद्दल समजून घेऊ या. जेव्हा कुठल्याही स्त्रीला गर्भधारणा होते तेव्हा जे काही बाळ मोठे होते ते काही आपोआप होते का? हवेतून होते का? नाही. याबद्दलच आपल्याला थोडक्यात समजून घ्यायचे आहे. ज्या वेळी पाळी येते म्हणजे पहिल्याच दिवशी आधी तर मागच्या महिन्यातील हिशेब निसर्ग पूर्ण करीत असतो, म्हणजे काय? बघू या निसर्ग आपले काम किती चोख, काटेकोर, सुंदररीतीने पार पाडीत असतो. निसर्ग प्रत्येक महिन्याला एक स्त्रीबीज म्हणजेच ओव्हम प्रत्येक स्त्रीमध्ये तयार करीत असतो आणि त्याच वेळी तिकडे पुरुषांमध्ये वीर्याच्या एका थेंबामध्ये कोट्यवधी शुक्रजंतू म्हणजेच स्पर्म्स तयार होत असतात. बघा, निसर्ग किती हिशेबी आहे. ते इकडे कोट्यवधी शुक्रजंतू आणि तिकडे मोजून एकच स्त्रीबीज म्हणजे कितीही प्रयत्न केला तरी गर्भधारणेची संधी प्रत्येक महिन्याला मोजून एकच असते. स्त्रीबीज पाळीच्या साधारणतः मध्यंतरी निर्माण होत असते. खरेतर हा एक संपूर्णतः वेगळा मोठा विषय आहे. आपण इथे अगदीच तोंडओळख असल्यासारखाच समजून घेतो आहोत. स्त्रीबीज पाळीच्या मध्यंतरी तयार होत असते तरीपण निसर्ग प्रत्येक महिन्याला गर्भधारणा होणारच आहे, याच हिशेबाने आपल्या तयारीला लागलेला असतो. म्हणून गर्भाशयामध्ये पाळीच्या पहिल्या दिवसापासूनच बाळाच्या वाढीकरिता संपूर्णपणे पोषक असे वातावरण, इन्फ्रास्ट्रक्चर निसर्ग तयार करायला लागतो. त्यामध्ये मग बाळाचे अस्तर असते, त्याच्या भरणपोषणाकरिता योग्य त्या अस्तराबरोबरच निर्मिती होत असते. ही निर्मिती स्त्रीबीज तयार होईपर्यंत चालू असते. स्त्रीबीजाचे आयुष्य मोजून अठ्ठेचाळीस तासांच्या आसपास असते. त्यादरम्यान जर तिकडून शुक्रजंतू आलेत तर स्त्रीबीजाचा आणि शुक्रजंतूचा मिलाप होतो आणि गर्भधारणा होते. तोपर्यंत निसर्गाने केलेली तयारी ही कामाला येते.

गर्भाची वाढ चालू होते म्हणूनच तेथून पुढे स्त्री बाळंत होईपर्यंत परत पाळी येत नाही. केलेली तयारी ही गर्भधारणेकरिता वापरली गेली आणि बाळ गर्भाशयात असेपर्यंत त्याची वाढ करण्याचे काम गर्भाशयाचे असते म्हणून पाळी येत नाही अन्यथा एकदा स्त्रीबीज ४८ तासांचे होऊन मृत पावले की निसर्ग ही केलेली तयारी बाहेर टाकून देण्याच्या तयारीला लागतो. जेवढे दिवस तयारीला तेवढे दिवस आवराआवरीला लागतात आणि एकदा आवराआवरी झाली, की निसर्ग हे सर्व मृत झालेले मटेरियल फेकून देतो आणि पुनश्च एकदा येणाऱ्या महिन्यात होणाऱ्या गर्भधारणेची तयारी करायला लागतो. हे चक्र पाळी आल्यापासून तर पाळी बंद होईपर्यंत चालूच असते आणि मग सांगा यात कुठला आलाय विटाळ? कसलं आलंय बाजूला बसण्याचं?

हे चक्र जर निसर्गाने बंद केले तर? नवीन मानवाची निर्मिती होईल काय? यात अजून एक भाग आहे तो म्हणजे कुठल्याही मुलीला, स्त्रीला पाळी सुरुवात झाल्यावर साधारणतः पाळीच्या पहिल्या-दुसऱ्या दिवशी खालच्या ओटीपोटात खूप दुखत असते. तिला मानसिक व शारीरिकदृष्ट्या खूप अस्वस्थपणा आलेला असतो. मनानेदेखील ती अस्वस्थ असते. याला वैद्यकीय भाषेमध्ये डिस्मेनोरिया असे म्हटले जाते. या प्रामुख्याने पहिल्या दोन दिवसांत तर तसे बघितले तर चारही दिवस त्या मुलीला, स्त्रीला विश्रांतीची फारच गरज असते. तिला पडून राहावेसे वाटत असते. त्या काळी या सगळ्या सासू, नणंदप्रधान, पुरुषप्रधान संस्कृतीमध्ये कितीही ओरडून सांगितले असते- अरे नका रे त्रास देऊ त्या कोवळ्या जिवाला, तिला विश्रांतीची गरज आहे. विश्रांती घेऊ द्या तिला. औषध द्या. तर कोणी ऐकले असते का? आणि म्हणूनच अत्यंत सकारात्मकतेने आपल्या पूर्वजांनी या मानवी जीवन तयार होण्याच्या अत्यंत महत्त्वाच्या विषयाला बेमालूमपणे धर्माच्या आवरणामध्ये, कॅप्सूलमध्ये टाकल्यावर किती सहजपणे आपल्या अनेक पिढ्यांनी ही कॅप्सूल अगदी छानपणे गिळलेली आहे.

आपण अजून काही प्रथा-परंपरा यांचा सखोल अभ्यास करू या. जैन धर्मातील काही रूढी-परंपरांचा मागोवा घेऊया. जैन धर्मातदेखील चातुर्मासाची संकल्पना बरोबर पावसाळ्यातच राबविली आहे. चातुर्मासाबद्दल सविस्तर विवेचन झालेले आहेच. अशाच अजून काही वेगळ्या परंपरांचा अभ्यास करू या .

पाणी उकळून गार करून पिणे. एवढे चांगले अत्याधुनिक पाण्यासाठी फिल्टर्स वापरत असतांनादेखील जर कोणी आजारी पडले तर? आजही अनेक रुग्ण हे फिल्टर्स मधून फिल्टर झालेले पाणी उकळून पीत असतात. जसे जसे विज्ञान प्रगत होत गेले तसं तसे संशोधकांच्या लक्षात येत गेले की बहुतांश आजार हे पाण्यामुळेच होतात. ज्यांना आम्ही वैद्यकीय भाषेमध्ये वॉटर बॉर्न डिसीज असं म्हणतो. टायफाईड, कावीळ, गॅस्ट्रो

एंट्रायटीस, कॉलरा इत्यादी लक्षात येण्यासाठी हजारो वर्ष लागून गेलीत. जशीजशी प्रगत साधने त्यांना उपलब्ध होत गेली, तसंतसं यावरती शिक्कामोर्तब होत गेलं. आपल्या पूर्वजांना हजारो वर्षांआधी कुठल्याही प्रकारची साधने हाताशी नसताना कसं बरं त्यांना कळले असेल? किती हुशार, दूरदृष्टी, सकारात्मकता, कुठल्याही गोष्टीला अमलात आणण्याची पद्धत, मानसशास्त्राचा अभ्यास असलेली आपली पूर्वज मंडळी होती. आपल्या पूर्वजांना एवढे तर नक्कीच कळले होते की पाण्यामध्येच गडबड आहे. पाण्यामुळेच बरेचसे आजार होतात आणि त्या काळातील सर्वात चांगला उपायदेखील त्यांनी शोधून काढला, हा पाणी उकळून गार करून पिण्याचा. माझी आजी, आई आयुष्यभर उकळून गार केलेले पाणी पितात आणि त्यांनी कधीच पाण्यातून होणाऱ्या रोगांची बाधा झाली नाही. जैन समाजाचे सर्व धर्मगुरू तर पाणी उकळून पितातच सोबत अनेक श्रावकदेखील पाणी उकळून गार करून पीत असतात आणि अर्थातच त्यामुळे त्या सर्वांना पाण्यापासून होणाऱ्या आजारांपासून आपोआपच संरक्षण मिळत असते.

जैन धर्मामध्ये अजून एक सुंदर प्रथा आहे ती म्हणजे सूर्यास्तानंतर जेवण करायचे नाही. काहीही खायचे नाही. जैन धर्मामध्ये संध्याकाळी सूर्य असेपर्यंतच जेवायचं आणि नंतर दुसऱ्या दिवशी सकाळीच तेही उशिरात उशिरा जेवायचं हे पुण्यप्रद मानलं जातं आणि हेच डॉक्टर श्रीकांत जिचकार आणि आत्ता आत्ता डॉक्टर जगन्नाथ दीक्षित यांनी ह्या गोष्टी आरोग्याकरता हे किती उत्तम आहेत हे साधार सिद्ध केलं. यामुळे वजन तर कमी होतंच आणि त्यामुळे आपोआपच अनेक मधुमेहाच्या रुग्णांच्या शर्करेची पातळी आटोक्यात येते. आयुर्वेदानेही हेच सांगितले. जसा सूर्य मावळतीला जातो त्याच पद्धतीने आपली पचन क्षमतादेखील संध्याकाळी उशिरा रात्री कमी होत जाते. हे झालं विज्ञान परंतु त्या वेळची परिस्थिती ही अजून काही वेगळीच होती. त्या काळी वीज नव्हती. त्या काळातील घरे ही साधी, शक्यतो मातीची छोटी असायची. त्यात स्वयंपाक घर हेही छोटेसेच असायचे. वीज नसल्याने एकदा दिवस मावळला ही त्यानंतर कंदील किंवा चिमणी किंवा टेंभा अशी काहीशी प्रकाशासाठी साधने असायची, की ज्यांचा उजेड क्षीण असायचा, त्यामुळे किडा-मुंगी विषारी कीटकांचा अन्नामार्फत संसर्ग होऊ शकत होता. त्याबरोबरच त्या वेळी सूर्य मावळला की गावांमध्ये फार लवकर सामसूम होत असे. त्यामुळे रात्री उशिरा खाल्लं की लगेच झोपणे हा जवळपास एकच कार्यक्रम असायचा आणि अर्थातच त्याचा परिणाम तब्येतीवर व्हायचा.

आपल्या पूर्वजांना हे सगळं कुठलीही वैद्यकीय साधनं नसताना बरोबर लक्षात आलं होतं आणि म्हणून त्यांनी बरोबर या गोष्टींना धर्माच्या कॅप्सूलमध्ये टाकून आजपर्यंत व्यवस्थित दिली आहे, जे काम आता विज्ञान करतं आहे. जे लोक ह्या गोष्टींचं पालन

करतात, त्यांच्यामध्ये मधुमेहाचं, इतर आजारांचदेखील प्रमाण लक्षणीयरीत्या कमी आहे.

सणांचा आपण कधी कोणी क्वचितच विचार केला असेल. आपले सण ते कोणत्या दिवशी यावेत त्या काळी कोणी कसे ठरविले असेल? तशी काही सण-वारांची निर्मिती हे सगळे सण वार आपल्या पूर्वजांनी कुठल्या विशिष्ट दिवसांमध्ये करायचे, हे त्याबरोबरच त्या त्या सणावाराला कुठल्या प्रकारचे गोड-धोड करायचे, कुठल्या कुठल्या पूजा करायच्यात, घर कसे सजवायचे, आपला पोशाख कसा असावा, अशा अगदी बारीक-सारीक गोष्टी कशा करायच्या याचा संपूर्ण अभ्यास समाविष्ट करून आपल्याला प्रथा परंपरेच्या रूपात हे सण-वार आखून दिलेले आहेत.

हे जे सगळे आपण आजही साजरे करीत असतो. गुढीपाडवा, रक्षाबंधन म्हणजेच नारळी पौर्णिमा, गणेशोत्सव, नवरात्री, दीपावली, मकर संक्रांत, होळी हे मुख्य सण. यावर प्रातिनिधिक स्वरूपात नजर टाकू या, अभ्यास करू या. यातला मोठा आणि महत्त्वाचा सण म्हणजे ज्याला आपण सणांचा राजा म्हणतो तो म्हणजेच दीपावली. हा सण पावसाळा बरोबर संपल्यावरती येतो. ज्या वेळी शेत-शिवारामधली खरिपाची पिके कापून झालेली असतात. शेतकऱ्यांच्या हातात दोन पैसे आलेले असतात आणि आपण आजही आपला देश शेतीप्रधान म्हणतो. त्या वेळी तर आजच्यापेक्षाही कितीतरी जास्त पट लोक शेतीवरती अवलंबून होते. खरिपाचा हंगाम संपून शेतकऱ्यांच्या हातात दोन पैसे असतात. वातावरण अगदी स्वच्छ सुंदर असते. हिवाळ्याची सुरुवात व्हायची असते. खूप ऊन वा खूप थंडी नसते. आणि पावसाळा तर संपलेलाच असतो. असे स्वच्छ सुंदर वातावरण या वेळी असते. त्या काळी पडत असलेल्या जोरदार पर्जन्यमानामुळे मातीची घरे लवकर गळायला लागायची, त्यामुळे घराच्या भिंतींना ओलावा येऊन बुरशी पकडीत असे. घराघरांमध्ये कुंद असे वातावरण राहत असे जे आरोग्यासाठी घातक असायचे. दीपावलीच्या निमित्ताने घराघरांमध्ये रंग-रंगोटी केली जाते. ज्याच्याने घर, घरातील वातावरण सुंदर तर बनतेच सोबत आरोग्यदायीही बनते कारण रंग दिल्यामुळे पेस्ट कंट्रोलही आपोआपच होऊन जात असे. रंगरंगोटीपासून आकाश कंदिलपासून फटाक्यांपर्यंत सर्व गोष्टींची तयारीही जोरात असते. घरातील प्रत्येक व्यक्तीला नवीन कपडे केले जातात. अनेक घरांमध्ये नवीन वाहने, नवनवीन गोष्टींची खरेदी केली जाते. थोडक्यात काय आपण जर नीट विचार केला तर संपूर्ण समाजाचे अर्थकारण एकमेकांवर अवलंबून असते पण ज्याची खरी सुरुवात त्या काळी शेतीपासून होत असे. या निमित्ताने अनेक लोकांना कामधंदादेखील मिळायचा. रंगकाम करणारे, साफ सफाई करणारे, फटाकडे बनविणारे, त्यांचा व्यापार करणारे. किराणा मालाचा धंदा तर सगळ्यात जोरात चाललेला असायचा आणि आजही चाललेला

असतो. कपड्यांच्या व्यापारापासून तर कपडे शिवणाऱ्या शिंप्यापर्यंत. पूजा सांगणारे भटजी अशी कितीतरी उदाहरणे देता येतील. ह्या निमित्ताने सामाजिक बांधिलकीदेखील जोपासली जावयाची. भाऊबीजेच्या निमित्तानं बहीण भावांची भेट व्हायची. भाऊबीजेला लेक, बहीण माहेरी यायची. दीपावलीच्या निमित्त अनेक प्रकारच्या पूजा अर्चा होतात. त्यातून सगळ्यांना मनःशांती मिळून पुढे जाण्यासाठी सकारात्मक ऊर्जा मिळते. असा हा प्रकाशाचे पर्व असलेला दीपावलीचा सण. एव्हाना वरील विवेचनावरून आपल्या सर्वांच्या नक्कीच लक्षात आले असेल की आपले पूर्वज किती हुशार, किती दूरदृष्टी असलेले, काळाची पावले ओळखणारे, आरोग्याची चिंता वाहणारे, आपल्या कामाची-हिताची गोष्ट बरोबर धर्म-रूढी परंपरेच्या कॅप्सूलमध्ये अत्यंत सकारात्मकतेने टाकत होते यात काहीच शंका नसावी... किती विचारपूर्वक यांनी दीपावली साठी दिवस निवडले. प्रकाश पर्व दीपावली.

आता एक छोटासा पण अत्यंत वेगळा पूर्वजांच्या दूरदृष्टीची सकारात्मकतेची साक्ष देणारा विषय लग्नांचे मुहूर्त. मी जेव्हा या विषयांमध्ये सखोल अभ्यास करायला लागलो, त्या वेळी मला खरोखरच खूप आश्चर्य वाटायला लागले की खरोखरच सलाम आहे आपल्या पूर्वजांना, त्यांच्या दूरदृष्टीला, त्यांच्या सकारात्मकतेला. सगळ्यात आधी त्यांनी विचार केला असेल तो म्हणजे अर्थशास्त्राचा की कोण कोणत्या वेळी लोकांकडे पैसा असणार आहे. त्यानंतर त्यांनी विचार केला असणार शेती आणि शेतीतील पीक पाण्याचा. ज्या ज्या वेळी पीक पाणी हातात आलेले असेल ज्या वेळी शेतात फारशी कामे नसतील बरोबर त्या त्या वेळी येणारे मुहूर्त, ज्या वेळी वातावरण स्वच्छ सुंदर असेल ती वेळ मुहूर्त आणि त्यामुळेच आपल्या भारतासारख्या खंडप्राय देशामध्ये वेगवेगळ्या राज्यांमध्ये, वेगवेगळ्या हवामानामध्ये, आपल्याला वेगवेगळे मुहूर्त सापडतील. आपल्या महाराष्ट्रामध्ये दीपावलीच्या पंधरा दिवसानंतर साधारणतः तुलसी विवाहापासून लग्नकार्य सुरू होतात. अंदाजे महिना-दोन महिने ते मुहूर्त चालतात. रब्बी हंगामाचे पीक पाणी काढायची वेळ येते आणि बरोबर लग्नाचे मुहूर्त बंद होतात. एकदा पीक पाणी काढून झाले की बरोबर दोन अडीच महिने लग्नकार्य चालतात. आणि एकदा की पावसाळा सुरू झाला मुहूर्त बंद. हे झाले महाराष्ट्रातील. हेच आपण उत्तरेला किंवा उत्तर पूर्व राज्यांमध्ये जाऊ या, जसे की कश्मीर लडाख सिक्किम थोडक्यात जेथे-जेथे साधारणतः ऑक्टोबर ते फेब्रुवारी मार्चपर्यंत बर्फ पडतो. तेथे कुठेही या महिन्यांमध्ये लग्नाचे मुहूर्त नसतात. लग्नच काय इतर कुठल्याही महत्त्वाच्या कामांचे मुहूर्त नसतात, कारण तिथे ज्या वेळेला बर्फ पडत असतो त्या वेळी तिथले जीवनमानदेखील बऱ्यापैकी गोठलेले असते. कुठल्याही प्रकारच्या सेवा मिळणं या

काळामध्ये दुरापास्त असते आणि आपल्याकडे मात्र ह्याच दिवसांमध्ये खूप छान मुहूर्त असतात. हेच आपण जसजसं दक्षिणेकडे सरकू तसा आपल्या इथल्यापेक्षा हे मुहूर्त काहीसे लवकर सापडतील एवढं नक्की आणि हेच आपण जसं जसे उत्तरेकडे किंवा उत्तर पूर्वेकडे सरकायला लागू त्या वेळेला आपल्याला आढळून येईल की आपल्यापेक्षा इथले मुहूर्त उशिरा सापडतील. म्हणजेच थोडक्यात काय त्या काळी त्या त्या प्रदेशांमधले हवामान, पाऊसपाणी, पीक काढण्याची वेळ, तेथील भौगोलिक परिस्थिती अशा अनेक बारीकसारीक गोष्टींचा आपल्या पूर्वजांनी अत्यंत सकारात्मकपणे विचार करून हे मुहूर्त काढून दिले आहेत एवढे नक्की.

अगदी आत्ता आत्तापर्यंत म्हणजे चाळीस-पन्नास वर्षे अगोदर पर्यंत जर कोणी घरातून बाहेर जात असेल किंवा घरात बाहेरून येत असेल, त्या त्या वेळी त्याच्या हातावर एक गुळाचा खडा ठेवायचे आणि सोबत पाण्याचा तांब्या भरून देत असत. जाताना जो गुळाचा खडा दिला जायचा त्याला जैनांमध्ये मंगलिक असं म्हणायचे म्हणतात. काय असेल बरे ही प्रथा! अतिशय सोप्पं आहे, जाताना किंवा येताना त्याला एनर्जीसोबत हायड्रेशन दिले जाते, जेणेकरून बाहेर कुठेही कामाला जाताना एनर्जी कमी पडू नये आणि बाहेरून येत असेल तर त्याचा आलेला थकवा निघून जावा. कारण जुन्या काळी आजच्या एवढ्या खानपानाच्या एवढ्या सुविधा नक्कीच बाहेर उपलब्ध नव्हते. एवढ्या हॉटेल्स नव्हती. म्हणून आपल्या पूर्वजांनी घेतलेली ही काळजी, जिला रूढी प्रथेमध्ये टाकून दिलं .. तेही अगदी सकारात्मकतेने

आपण आपल्या देशाच्या प्रथा-रूढी-परंपरा यांच्यात डोकावून बघितले, तर आपणा सर्वांच्या लक्षात नक्कीच येईल की त्या काळी आपल्या पूर्वजांनी अत्यंत अभ्यासपूर्वक सकारात्मकतेने मेडिकल सायन्स, सोशल सायन्स, जिऑग्राफिकल सायन्स, ह्यूमन सायकॉलॉजी अशा अनेक गोष्टींचा समावेश रूढी-परंपरा मध्ये करून त्यांना धर्माच्या कॅप्सूल च आवरण देऊन आपल्याला जास्तीत जास्त सगळ्या अर्थाने निरोगी ठेवण्याचा सकारात्मक प्रयत्न केलेला आहे . गरज आहे ती या सगळ्या गोष्टींचा डोळे उघडून अभ्यास करण्याचा, त्यातले मर्म समजून घेऊन त्यानुसार आपण चाललो पाहिजे. मात्र त्या गोष्टींचे अवडंबर करून पूर्वजांचा मूळ उद्देश धुळीला मिळवता कामा नये.

...अन् आत्महत्येपासून एक कुटुंब वाचले

ही घटना साधारणतः आजपासून पाच वर्षांपूर्वीची म्हणजे २०१७ मधील आहे. अतिशय कमी काळात जास्त पैसे कमविण्याचा ध्यास आयुष्याला संपूर्ण कुटुंबाच्या आत्महत्येपर्यंत नेऊ शकतो आणि तीच गोष्ट सकारात्मकतेने घेतल्यास त्यातून सहीसलामत कसे सुटता येते, हे आपल्याला लक्षात येईल.

माझे एक अत्यंत जवळचे मित्र, स्नेही, फॅमिली पेशंट, ज्यांचे माझे ३०-३५ वर्षांपासून घरगुती संबंध आहेत, अशा माझ्या मित्राच्या मुलाची ही गोष्ट... याचे नाव प्रवीण. छोटा-मोठा व्यापार करतो. एक मुलगा, एक मुलगी असा हा सुंदर सुखी छोटासा परिवार. प्रवीण माझा १९९० पासूनचा पेशंट. पुढे त्याचे १९९२ मध्ये श्रद्धा या सुस्वरूप सुशिक्षित अशा मुलीशी त्याचे लग्न झाले. त्यांना अंकुर आणि अंकिता ही अपत्ये झाली. अंकुर पुढे इंजिनिअरदेखील झाला. अंकिता अकरावी सायन्सला होती. सर्व काही छान चाललेले असताना अचानक प्रवीणची आणि श्रद्धा वहिनींची तब्येत वारंवार बिघडायला लागली. सुरुवातीला फारसे काही गंभीर वाटले नाही; परंतु जेव्हा तब्येत वारंवार बिघडायला लागली, तेव्हा मात्र मी प्रवीणशी आणि श्रद्धाशी बोलायचा प्रयत्न केला, हे नेमकं काय चाललं आहे? परंतु दोघेही बोलायला तयार नव्हते. आजतागायत म्हणजे २०१७ पर्यंत असे कधी घडले नव्हते. माझ्या लगेच लक्षात आले, की ही दोघेही खूपच तणावात आहेत. काहीतरी गडबड आहे. याबरोबरच अंकुर आणि अंकिताही, विशेषतः अंकुर जास्त तणावात दिसत होता. पहिल्यांदाच असे घडत होते, की मला कोणीही काहीही सांगायला तयार नव्हते. मला कळायलाही काहीही मार्ग नव्हता. असाच जवळपास सहा महिन्यांचा कालावधी गेला.

एके दिवशी मी सायंकाळी प्रवीणला लाँग ड्राइव्हवर जेवणासाठी सोबत घेऊन जायचे ठरविले. रात्री दहाला ओपीडी आटोपून मी प्रवीणला घेऊन लाँग ड्राइव्हवर निघालो. बराच वेळ त्याच्याशी बोलत होतो. त्याचे कौन्सिलिंग करत होतो; पण उपयोग होत नव्हता. म्हणता म्हणता आम्ही शहापूरला पोहोचलो. तरीही प्रवीण तोंड उघडायला तयार नव्हता. शेवटी एका ढाब्यावर आम्ही थांबलो आणि जेवण केले. परतीच्या प्रवासात माझे प्रयत्न पुन्हा एकदा सुरू झाले आणि घाटनदेवी, इगतपुरी येईपर्यंत प्रवीण ओक्साबोक्शी रडायला लागला. रडणे चालू होते. मी शांतपणे गाडी एका बाजूला लावली. त्याला आधी पोटभर रडू दिले आणि मग प्रवीणला बोलता केला. मला एकामागोमाग आश्चर्याचे प्रचंड धक्के बसायला लागले. आम्ही रात्री अंदाजे साडेबारा-पाऊणच्या सुमारास गाडी थांबविली होती आणि एकाच ठिकाणी आम्ही तब्बल अडीच तास थांबलो होतो.

साधारणतः सव्वादोनच्या सुमारास आम्ही तेथून निघून तीनच्या सुमारास नाशिकला पोहोचलो होतो. आपणा सर्वांना आता उत्सुकता लागली असेल, की एक तर एवढा वेळ जवळ जवळ तीन तास प्रवीण काय बोलला आणि त्याला एका वाक्यात काय उत्तर दिले. आधी मी म्हणालो, "बस्स, एवढंच ना, २४ तासांच्या आत आपण हे प्रकरण निपटून टाकू, हे माझे वचन आहे. तू आता सर्व जबाबदारी माझ्यावर टाकून निवांत झोप."

हे माझे उत्तर होते, आपणा सर्वांना आश्चर्य वाटेल, ते प्रकरण २४ तासांच्या आत आम्ही सोडविलेही. आधी प्रकरण काय होते आणि मग थोडक्यात ते प्रकरण कसे निपटवले, हे बघूया. प्रवीणने जेव्हा बोलायला सुरुवात केली, तेव्हा त्याच्या पहिल्याच वाक्याने मीदेखील प्रचंड हादरलो. त्याचे पहिले वाक्य होते, 'आम्हाला पूर्ण कुटुंबाला आत्महत्या करावीशी वाटते.' होय. तुम्ही वाचता आहात ते खरे आहे. आता विचार करा, जो माणूस २५-२७ वर्षांपासून तुमचा अत्यंत जवळचा मित्र आहे आणि त्याच्यावर असे काही संकट आले आहे, की आत्महत्या तेही एकट्याने नव्हे, तर संपूर्ण कुटुंबाने करावीशी वाटते; किती गंभीर असेल ती घटना... काही मिनिटे तर मलाही काय बोलावे ते सुचेना. काही वेळ आम्ही दोघांनीही शांत होण्यासाठी घेतला. मी तर शांत झालो; परंतु प्रवीणचे रडणे काही थांबायचे नावच घेत नव्हते. काही मिनिटांनी प्रवीण बोलता झाला आणि मग एकेक बाँब फुटायला लागला. घटना चक्रावणारी, विचार करायला लावणारी होती.

अंकुर मुंबईला एका चांगल्या कंपनीमध्ये काम करत होता. त्याचे पहिले पॅकेज प्रतिवर्ष चार लाखांचे होते आणि आत्ता अंकुर दुसऱ्या अजून एका चांगल्या कंपनीमध्ये रुजू झाला होता, जेथे त्याचे पॅकेज प्रतिवर्ष साडेसहा लाख रुपयांपर्यंत गेले होते.

गोष्ट अंकुरचीच होती. एके दिवशी संगमनेरचे एक गृहस्थ आमच्या प्रवीणला शोधत सायंकाळी त्याच्या घरी गेले. प्रवीण त्यांना ओळखतही नव्हता. सुरुवातीला त्यांनी स्वतःची ओळख करून दिली. त्या गृहस्थाचे नाव रमाकांत देशमुख होते. जवळपास तेही प्रवीणच्याच वयाचे होते. रमाकांत काय बोलले होते, हे त्यांच्याच शब्दात सांगतो. 'प्रवीणजी, आपण मला ओळखत नाहीत हे मला चांगलं माहीत आहे. आपला मुलगा अंकुर आणि माझा मुलगा निशिकांत हे दोघे मुंबईला एकाच कंपनीत कामाला आहेत. ते दोघेही चांगले मित्र आहेत. अंकुरचं सध्या काय चालू आहे?' सुरुवातीला प्रवीणला फारसे काही गंभीर असेल असे वाटले नाही. उलट बरेच वाटले, की आपल्या मुलाच्या मित्राचे वडील आपल्याला सहज भेटायला आले आहेत. प्रवीणने त्यांना उत्तरही दिले, की अगदी सर्व काही व्यवस्थित चालले आहे, मजेत आहे. रमाकांतही थोडे गोंधळून गेले, की प्रवीणशी आता काय आणि कसे बोलावे? थोडा वेळ रमाकांतनी इकडच्या-तिकडच्या गप्पा मारल्या आणि पुन्हा एकदा ते अंकुरच्या मुद्द्यावर आले. आधी तर त्यांनी प्रवीणला बसणाऱ्या धक्क्यासाठी छानशी वातावरणनिर्मिती करायला सुरुवात केली. जसजसे रमाकांत बोलत होते, तसतसा प्रवीणचा धीर संपून डोक्यामध्ये तणाव वाढायला सुरुवात झाली होती. रमाकांत अजून बोलतच होते.

'चालायचंच. मुलं आहेत, या वयामध्ये सगळ्यांकडूनच अनेक प्रकारच्या चुका होतच असतात. आपण नाही सांभाळून घ्यायचं, तर कोण घेणार! आपल्या लेकरांच्या चुका आपल्यालाच पदरात घ्यायला लागतील ना!' वडीलधाऱ्या माणसासारखेच रमाकांत बोलत होते. आता प्रवीणचा संयम सुटला. थोडेसे चिडूनच त्याने रमाकांतला सांगितले, ''अहो, ते सगळं ठीक आहे, परंतु काय झालं हे तर सांगाल ना!''

एक दीर्घ श्वास घेऊन रमाकांतने बोलायला सुरुवात केली. ''काही कारणांमुळे तुमचा अंकुर कर्जबाजारी झाला आहे. त्याच्यावर काही लाखांचं कर्ज आहे.'' हे ऐकल्यावर प्रवीणला आणि श्रद्धाला आश्चर्याचे धक्के बसले. ''साधारणतः तीन महिन्यांपासून माझी स्कॉर्पिओ गाडी जी निशिकांत वापरत होता, जी जेमतेम सहा महिने आधीच घेतली आहे, ती स्कॉर्पिओ अंकुरने येथेच नाशिकला कुणाकडे तरी गहाण ठेवली आहे. कोणाकडे ठेवली आहे हे मात्र मला माहीत नाही. पाच रुपये शेकडा व्याजाने त्याच्याकडून अंकुरने सात लाख रुपये घेतले आहेत आणि आता त्याच्या व्याजाची रक्कमदेखील खूप वाढत आहे. अंकुर त्याच्या परीने हे प्रकरण निस्तरण्याचा खूप प्रयत्न करत आहे; परंतु हे सर्व काही त्याच्या आटोक्यात आहे, असे वाटत नाही. त्याने कंपनीमध्येदेखील काही लोकांकडून पैसे उसने घेतलेले दिसतात.'' हे ऐकता-ऐकताच श्रद्धाचा आणि बाहेरचे कुणी येऊन आपल्याला सांगतेय, आणि आपल्याला

काहीच माहीत नाही, या गोष्टीने प्रवीणचा खूपच प्रचंड संताप झाला होता. दोघेही संतापाने लालबुंद झाले होते.

रमाकांत हे सद्गृहस्थ होते. त्यांनी परत एकदा प्रवीण आणि श्रद्धाशी बोलायला सुरुवात केली. ''तुम्ही माझ्या गाडीची चिंता करू नका. सगळ्यात आधी आपण सर्व मिळून ही सगळी काय भानगड आहे ती समजावून घेऊ आणि नंतर त्यातून अंकुरला आपण सहीसलामत बाहेर काढू. राग, संताप, खंत या कुठल्याही गोष्टींनी हा प्रॉब्लेम सुटणार नाही, तर आपल्या सगळ्यांना व्यवस्थित शांतपणे समजून घेऊन मग सुटकेचा 'प्लॅन ऑफ ॲक्शन' तयार करायला लागेल.'' प्रवीणला आणि श्रद्धाला त्यांनी शांत केले. दोघेही शांत झाले; पण त्यांना प्रचंड टेन्शन आले होते. नेमके काय झाले आहे? काय घटना घडली आहे? त्यांनी तातडीने अंकुरला फोन केला आणि त्याला नाशिकला बोलावले. निदान तीन दिवसांची रजा टाकून ये, असेही सांगितले. लगोलग दुसऱ्या दिवशी सकाळी दहा-साडेदहाच्या दरम्यान तो नाशिकला पोहोचला. रमाकांतने केलेल्या समुपदेशनामुळे आल्या आल्या प्रवीण-श्रद्धाने कुठलाही विषय काढला नाही. आक्रस्ताळेपणा केला नाही. आधी अंकुरला जेऊखाऊ दिले. फ्रेश होऊ दिले आणि मग शांतपणे त्याच्याशी बोलायला सुरुवात केली. त्यांनी अंकुरला सांगितले, ''निशिकांतचे वडील रमाकांतजी आम्हाला भेटून गेले. आम्हाला अर्धवट कळलंय, तू न घाबरता, कुठल्याही प्रकारचं टेन्शन न घेता आम्हाला सर्व सविस्तर सांग. काहीही असू दे, कितीही मोठा असू दे, आपण सर्व मिळून जो काही प्रॉब्लेम असेल तो सोडवूया.''

दोघांनी मिळून अंकुरला विश्वासात घेऊन आश्वस्त केले आणि बघता बघता अंकुरचा बांध फुटला. अंकुर ओक्साबोक्शी रडायला लागला. आणि मग रडत रडतच अंकुरने कर्मकहाणी सांगायला सुरुवात केली. अंकुरच्या कंपनीतील त्याचा एक मित्र शेअर मार्केटमध्ये छोटे-मोठे ट्रेडिंग करत होता. बऱ्यापैकी पैसाही कमवत होता. दोन-चार वेळा अंकुरची आणि त्याची भेट झाली आणि अंकुरलाही आपणही भरपूर पैसा कमवावा, असे वाटू लागले. अंकुरने त्याच्याकडून शेअर मार्केटमधील काही जुजबी ज्ञान घेतले. बाकी ज्ञान द्यायला गुगल महाराज होतेच आणि अशा रीतीने तुटपुंज्या ज्ञानावर अंकुरने आपला शेअर मार्केटमधील व्यापार सुरू केला. त्या वेळी जोरदार तेजी असल्याने सुरुवातीच्या दिवसांमध्ये अंकुरला बऱ्यापैकी फायदाही झाला. जसजसा फायदा होऊ लागला, तसतशी अंकुरची अजून जास्त नवा पैसा गुंतवणूक करण्यामागची हिंमत वाढायला लागली.

अंकुर एफएनओ म्हणजेच फ्यूचर ॲन्ड ऑप्शन्स खेळायला लागला. हा शेअर मार्केटमधील झटपट पैसे कमविण्याचा आणि गमविण्याचादेखील प्रकार आहे. यामध्ये

शेअर मार्केटमधील जबरदस्त अनुभव, अभ्यास असलेला, कसलेला, जोरदार हिंमत असलेला खेळाडू लागतो. अंकुर हा तर खूपच नवशिक्या, अपरिपक्व होता. शेवटी भल्याभल्या, कसलेल्या, खेळाडूंचेही जे कधी कधी हाल होतात, तेच अंकुरचे झाले.

अंकुरला शेअर मार्केटमध्ये तब्बल पाच लाखांहून जास्त तोटा झाला. तो प्रचंड निराश झाला होता; पण नुकसान भरून काढण्यासाठी पुन्हा एकदा शेअर मार्केटमध्ये मोठी खेळी खेळण्याचा प्रयत्न केला आणि इथेही दुर्दैवाने त्याची पाठ सोडली नाही. पाच लाखांचा तोटा भरून काढण्यासाठी खेळली गेलेली खेळी, अजून नऊ लाखांचा तोटा करून गेली. म्हणजे एकूण चौदा लाखांचा तोटा झाला. आता मात्र अंकुर उरलीसुरली सर्व हिंमत हरला होता. त्याने झालेले कर्ज फेडण्यासाठी वाट्टेल त्या व्याजाने पैसे घेण्यासाठी प्रयत्न सुरू केला. अंकुर खूपच टेन्शनमध्ये आला होता. त्याची ही अवस्था बघून निशिकांतने त्याला मदत करायचे ठरविले. मग दोघांनी मिळून निशिकांतच्या वडिलांची स्कॉर्पिओ गहाण ठेवायचे ठरविले. मुंबईमध्ये हे शक्य नसल्याने त्यांनी नाशिकमध्ये काही मित्रांच्या मदतीने वाहने गहाण ठेवून घेणारा व त्या बदल्यात व्याजाने पैसे देणारा गाठला.

खरंतर हा संपूर्णतः बेकायदा व्यवहार होता. त्या माणसाने नव्या करकरीत, बारा लाखांच्या स्कॉर्पिओवर फक्त पाच लाख रुपये दिले, तेही पाच रुपये शेकडा व्याजाने. देतानाच पहिल्या महिन्याचे व्याजाचे पंचवीस हजार रुपये काढून घेतले. अजूनही अंकुर तणावातच होता. आत्ताशी जमवाजमवी ही साडेसात-आठ लाखांची झाली होती. दिवसेंदिवस शेअर मार्केटच्या त्या ऑफिसकडून दबाव वाढतच होता. दुश्मनावरही येऊ नये अशी बिकट परिस्थिती आली होती. परिस्थिती दिवसेंदिवस बिकट होत हाताबाहेर गेली होती.

निशिकांतच्या वडिलांना जणू देवानेच ही घटना प्रवीणला सांगण्याची सुबुद्धी दिली. अशा रीतीने आणि हा संपूर्ण घटनाक्रम प्रवीण आणि श्रद्धाला कळला. संपूर्ण घर सुन्न झाले. कोणालाही काहीही सुचत नव्हते. मग सुरू झाले या सगळ्या संकटातून सावरण्याचे प्रयत्न. अगदी पुढच्या आठ दिवसांतच त्यांनी स्कॉर्पिओचे कर्ज वगळता अंकुरच्या सर्व प्रकारच्या कर्जांची परतफेडसुद्धा करून टाकली. श्रद्धाने त्यासाठी तिचे सोने बँकेत गहाण टाकले आणि आता खरी लढाई सुरू झाली ती स्कॉर्पिओसाठी. श्रद्धा आणि प्रवीणला अंकुरच्या हातून जे घडले त्याबद्दल खूप वाईट वाटत होते. परंतु, हिमतीने जे झाले त्याचा स्वीकार करूनच कामाला लागले होते. ते स्कॉर्पिओ गहाण ठेवून घेणाऱ्या एजंटकडे गेले. त्याने जो व्याजाचा हिशेब काढला होता तो आणि प्रवीणच्या हिशेबात जवळपास पन्नास हजारांचा फरक होता.

खरेतर प्रवीण आणि श्रद्धाचा हिशेब अगदीच बरोबर होता. खूपच जास्त असलेल्या व्याजासाठी शेवटी प्रवीण आणि श्रद्धा अंकुरला वाचविण्यासाठी तयार झाले. 'गाडी द्या आणि पैसे घ्या', असे त्याला सांगितले. मात्र समोरचा सराईत गुंड असल्याने तो काही तयार होईना आणि गाडीही दाखवेना. या सगळ्या भानगडीमध्ये महिना निघून गेला. शेवटी त्याचे व्याजाचे पैसे देऊन टाकले आणि मूळ रकमेसाठी गाडी परत देण्याचे ठरले आणि मग हळूच तो कबूल झाला, की त्याने ती गाडी नाशिक रोडच्या एका एजंटकडे सहा लाख रुपये घेऊन गहाण ठेवलेली आहे.

आता अजूनच एक नवीन भानगड समोर आली होती. प्रवीण आणि श्रद्धा कामाला लागले. नाशिक रोडचा तो एजंट शोधून काढला. तो तर या आधीच्या माणसापेक्षाही मोठा सराईत गुंड निघाला आणि खरी पंचाईत तर अजून पुढेच होती; ती म्हणजे, त्याचे व्याजाचे पैसे आणि त्याने नाशिकवाल्या व्यापाऱ्याला दिलेले सहा लाख रुपये. पुन्हा तीच भानगड. गाडीचा पत्ता नाही. मोठ्या मिनतवारीने त्याचेदेखील व्याजाचे पैसे देऊन गाडी मिळाल्यावर बाकीचे पैसे देऊ, असे सांगून त्याला तयार केले. प्रकरण तेवढ्यावरच संपत नव्हते. तर या कलाकाराने ती गाडी पुढे साडेसात लाख रुपये व्याजाने घेऊन लष्करातील एका जवानाला सुपूर्द केलेली होती.

आता मात्र कुठेतरी प्रवीण आणि श्रद्धा यांची हिंमत तुटायला लागली होती. हे सगळे होता होता दोन महिने होऊन गेले होते. लष्करातील त्या जवानाला देवळाली कॅम्प येथे शोधून काढून भेटल्यानंतर उरलीसुरली सर्व हिंमत प्रवीण आणि श्रद्धा घालवून बसले. कारणही तसेच होते. या जवानाने कोल्हापूरच्या एका राजकारणी अशा पहिलवान आणि गुंड अशा माणसाकडे आठ लाखांना स्कॉर्पिओ गहाण ठेवली होती.

प्रवीण आणि श्रद्धाला भीती वाटत होती, की रमाकांत देशमुखांची स्कॉर्पिओ गुन्ह्यांमध्ये वापरली तर जाणार नाही ना? तर तसे झाले तर अंकुरला जेल होईल, याची चिंता त्यांना आता सतवायला लागली होती. शेवटी हिंमत करून प्रवीण, अंकुर आणि एजंटसोबत कोल्हापूरला गेला. आधी तर ते सद्गृहस्थ ताकाला तूर काही लागू देईना. कोणीही गर्भगळीत होईल इतक्या भयानक धमक्या प्रवीणला फोनवर मिळाल्या. प्रवीण आणि श्रद्धाच्या आठ-दहा दिवसांच्या अखंड प्रयत्नांनंतर, कित्येक फोन कॉल्सनंतर, प्रचंड मनधरणीनंतर, गयावया केल्यानंतर यश आले. यश आले; परंतु तेही कसे, तर जी स्कॉर्पिओ त्याने आठ लाख देऊन गहाण ठेवून घेतली होती, ती स्कॉर्पिओ परत देण्याकरिता दहा लाख रुपये अधिक पाच रुपये शेकडा व्याजाचे असे ७० हजार रुपये घेऊन, तीन दिवसांनी कोल्हापूरला सकाळी सातची भेटायची वेळ दिली. ठरलेल्या वेळेअगोदर प्रवीण आणि अंकुर पोहोचले होते.

समोरच्याचा पत्ता नव्हता. आठपासून त्याला फोन करायला सुरुवात केली. सायंकाळचे सात वाजले तरीही तो आला नाही. शेवटी समोरचा मोबाईल बंद झाला. तेथेच त्यांना दिवसभरात त्या गृहस्थाबद्दल बरीच माहिती मिळाली. जी गुन्हेगारी पार्श्वभूमीची असलेली, त्याच्यावर असलेल्या अनेक गुन्ह्यांमध्ये, साडेतीन मर्डरचे गुन्हेदेखील नोंदविले होते, प्रवीण आणि अंकुर दोघांचाही धीर खचला. आणि अत्यंत दुःखी-कष्टी, निराश मनाने रात्रभर प्रवास करून सकाळी सकाळी नाशिकला पोहोचले. त्याच्या दुसऱ्याच दिवशी रात्री माझी आणि प्रवीणची भेट झाली होती आणि याच भेटीत प्रवीणने मला संपूर्ण कुटुंबासहित आत्महत्या करावीशी वाटते, असे सांगितले होते.

प्रवीणच काय, प्रवीणच्या जागी कोणीही असते तरीही त्याला कदाचित असेच वाटले असते. कारण प्रचंड पैसा खर्च करूनदेखील त्यांना आलेला प्रॉब्लेम सोडवायचा मार्ग दिसत नव्हता. शेवटी संपूर्ण कुटुंब आत्महत्येच्या विचारापर्यंत पोहोचले होते. मी वर सांगितल्याप्रमाणे प्रवीणला वचन दिले होते २४ तासांच्या आत त्याचा प्रॉब्लेम सोडवेन. येथे कामाला आली अर्थातच फक्त सकारात्मकता, सकारात्मकता आणि सकारात्मकता...

या सर्व गोष्टींचा मी शांतपणे विचार केला आणि हे प्रकरण मला अत्यंत सोपे वाटायला लागले. डोक्यात 'प्लॅन ऑफ ॲक्शन' तयार झाला आणि मी सकाळी सकाळी कामाला लागलो. सुदैवाने सगळीकडेच असलेले, चांगले संबंध कामाला आले. त्या वेळचे सरकारवाडा पोलीस ठाण्याचे ज्येष्ठ पोलीस निरीक्षक माझे अत्यंत घनिष्ठ मित्र होते. त्यांना फोन केला. त्यांच्या भेटीची वेळ मागितली. त्यांनी ताबडतोब मीच तुमच्याकडे सुयश हॉस्पिटलला येतो, असे सांगत अर्ध्या तासाच्या आत माझे हे मित्र हॉस्पिटलला आलेदेखील. संपूर्ण घटनाक्रम त्यांना सांगितला आणि त्याबरोबरच माझ्या डोक्यातील 'प्लॅन ऑफ ॲक्शन'देखील सांगितला. त्यांनादेखील तो पटला आणि त्याचप्रमाणे कार्यवाही करू या, असे त्यांनी सांगितले. आम्ही असे ठरविले होते, की सगळ्यात आधी अंकुर आणि प्रवीण यांच्याकडून एक तक्रार अर्ज सरकारवाडा पोलीस ठाण्याला द्यायचा.

त्यात आपली गाडी गहाण ठेवून घेणाऱ्या पहिल्या व्यक्तीच्या नावे तक्रार दाखल करायची. त्यात कोणत्या तारखेपासून स्कॉर्पिओ त्यांच्याकडे दिली होती, याचा उल्लेख करावयाचा, म्हणजेच ती स्कॉर्पिओ त्यादरम्यान देशमुखांकडे, निशिकांतकडे, अंकुरकडे नव्हती हे रेकॉर्डवर येणार होते. म्हणजेच त्यांची स्कॉर्पिओ कुठल्याही गुन्ह्यात वापरली गेली असती तरीही अंकुर, देशमुख सर्वच जण सुरक्षित राहिले असते. तसेच आमच्या तोंडी बोलण्यामध्ये एक प्लॅन ठरला होता. नाशिकवाला, नाशिक रोडवाला आणि कोल्हापूरवाला ही सर्व मंडळी गुन्हेगारी पार्श्वभूमीची असल्याने किती प्रतिसाद

देतील याबद्दल साशंकता होती; परंतु देवळाली कॅम्पचा लष्करातील जवान हा त्याची सरकारी नोकरी वाचविण्याकरिता १०० टक्के प्रयत्न करेल, अशी आम्हाला खात्री होती. मूळ काम त्याचेच होते. त्यानेच कोल्हापूरला स्कॉर्पिओ गहाण ठेवली होती. मग आमचे मित्र पोलीस पुढच्या कामाला लागले. प्रवीण, अंकुरचा तक्रार अर्ज ताबडतोब दाखल केला आणि पोलिसांची गाडी लगोलग पहिल्यांदा गहाण ठेवून घेणाऱ्या नाशिकवाल्या व्यक्तीला घ्यायला रवानादेखील झाली. गुन्हेगारी पार्श्वभूमीचे लोक किती निगरगट्ट असतात याची प्रचीती त्या दिवशी आली. साधी सरळ भाषा त्याला कळलीच नाही. त्याला कळली ती पोलिसांची थर्ड डिग्री आणि मग तो पोपटासारखा बोलायला लागला. त्याचा जबाब ताबडतोब लिहून घेतला. त्याआधारे दोन नंबरचा नाशिकरोडवाला उचलून आणला, त्यालाही थर्ड डिग्रीच लागली. त्याचाही जबाब लिहून घेतला आणि लगोलग उचलून आणला लष्करातील जवान.

त्याला या गोष्टीचे गांभीर्य लक्षात आणून दिले आणि या सगळ्या प्रकरणामुळे त्याची लष्करातील नोकरी कशी धोक्यात येऊ शकते. सुदैवाने याचे गांभीर्य त्याच्या लक्षात आले, आणि तोही कामाला लागला. पोलिसांनी त्याला मुदत दिली, की २४ तासांच्या आत त्याने स्कॉर्पिओ परत आणून दिली तर त्याच्याविरुद्ध कुठलीही कारवाई केली जाणार नाही. तो कामाला लागला आणि आमचा सगळ्यांचा जीव भांड्यात पडला. २४ तासांच्या ऐवजी ३६ तासांनी स्कॉर्पिओ एकदाची परत नाशिकमध्ये आली. स्कॉर्पिओ लगोलग देशमुखांच्या ताब्यातदेखील प्रवीण आणि अंकुरच्या दाखल केलेल्या तक्रार अर्जाच्या प्रतीसह दिली, जेणेकरून त्यांना भविष्यात कुठलीही अडचण येऊ नये. नाशिकच्या पहिल्या व्यापाऱ्याने कबुलीजबाब देताच अंकुर, देशमुख सुरक्षित झाले होते. कारण या जबाबाने हे सिद्ध होत होते, की अमुक अमुक तारखेपासून स्कॉर्पिओ या व्यापाऱ्याच्या ताब्यात होती. मग ती गुन्हेगारी पार्श्वभूमीकरिता वापरली जावो की अजून कुठल्या गोष्टीकरता. सोबत माझे वचनही पूर्ण झाले होते.

ही सर्व गोष्ट वाचल्यानंतर आपणा सर्वांच्या लक्षात येईल, की कुठलीही गोष्ट सकारात्मकतेने, शांतपणे समजावून घेऊन सोडविण्याचा प्रयत्न केला तर अशक्य काहीच नाही. घडलेली घटना अत्यंत भयानक होती, यात कुठलीही शंका नाही. परंतु जेव्हा त्याच भयानक घटनेकडे शांतपणे बघितले आणि त्यामुळे ती चुटकीसरशी सुटलीदेखील. त्यामुळे कदाचित एक संपूर्ण कुटुंब आत्महत्या करणार होते ते वाचले. सर्वांचा जीव वाचला. ही कहाणी येथे संपत नाही. अंकुरला अचानक श्रीमंत व्हावे असे का वाटले? त्याला एवढ्या जास्त पैशांची निकड का वाटली? हा अजूनच इंटरेस्टिंग विषय आहे.

अंकुर आणि त्याच्या कुटुंबीयांचा जीव कसा वाचला, सकारात्मकता आयुष्याच्या

प्रत्येक वळणावर आपले जीवन कसे सुरक्षित, आनंददायी, निरोगी करते, हे आपण लक्षात घेतले.

अंकुरला झटपट पैसा कमवावासा वाटला आणि त्यासाठी त्याने अयशस्वी प्रयत्नदेखील केला. ज्याचे रोजचे दैनंदिन कामकाज व्यवस्थित चालले होते, चांगल्या ठिकाणी कामालादेखील होता आणि याआधी त्याने असे काहीही केले नव्हते. की ज्यामधून त्याचा पैसे कमविण्याचा स्वभाव, अट्टाहास समोर येईल, मग अचानक असे त्याला का वाटू लागले असावे?

अंकुरच्या मित्राची स्कॉर्पिओ आम्ही परत मिळविली. सर्व काही आम्ही पोलीस ठाण्याला ऑन रेकॉर्ड आणले. ज्यामुळे अंकुर, निशिकांत, निशिकांतचे वडील रमाकांत हे सर्व जण सुरक्षित झाले. अंकुरने जिथे स्कॉर्पिओ गहाण ठेवली होती, ती व्यक्ती आणि पुढील व्यक्तींपैकी एक लष्कराचा जवान असे अपवाद वगळता, दोन्ही मोठे गुंडच होते. अंकुर आणि बाकी सर्व परिवाराची गाठ अशा माणसांशी पडली होती. त्यामुळेच प्रवीण, रमाकांत यांना वाटणारी भीती खरी होती. आता मात्र सर्व सुरक्षित, शांत झाले होते. मात्र अंकुरने असे का केले असावे, हा विषय माझ्या मनातून जात नव्हता. अंकुरला मी त्याच्या जन्मापासून ओळखत होतो. त्यामुळे अचानक असे काय झाले, की ज्यामुळे अंकुरला झटपट श्रीमंत व्हावेसे वाटले! याच विषयात मी अंकुरशी बोलायचे ठरविले. दोन-तीन वेळेला मी प्रयत्न केला; परंतु अंकुर ताकास तूर लागू देईना.

'नाही काका, काही खास नाही! मी असाच प्रयत्न करून बघत होतो. भरपूर लोक पैसे कमवतात, मग आपण का नाही कमवायचे, असा विचार माझा होता. याच्या पलीकडे काही नाही, काही नाही.' मला मात्र अंकुर सांगतोय एवढेच नाही तर, अजूनही काहीतरी नक्की आहे, असे वाटत होते. जे अंकुर काही सांगायला तयार नव्हता. दहा-पंधरा दिवस अजून जाऊ दिले. मग एका रविवारी सकाळी अंकुशला म्हटले, ''चल, घोटी-इगतपुरीजवळ महामार्गावर एका धाब्यावर अख्खा मसूर आणि पराठा खूपच छान मिळतो. आपण रविवार सकाळचा लाँग ड्राइव्ह आणि नाश्ता करू या.'' अंकुरला ही कल्पना खूपच आवडली आणि तो क्षणार्धात तयार झाला.

या प्रकरणातून त्याला बाहेर काढण्यासाठी केलेले प्रयत्न बघता तो चटकन तयार झाला, तसाही तो मला मानत होताच. आम्ही लाँग ड्राइव्ह, नाश्ता करायला असे बाहेर निघालो. मी पुन्हा एकदा अंकुरकडून त्याच्या झटपट श्रीमंत होण्याचा प्रयत्न समजून घेण्याचा प्रयत्न सुरू केला. या वेळी मात्र मला यश आले. झाले असे होते, की अंकुरला कारखानदार व्हायचे होते. त्याने या विषयात बराच अभ्यासही करून ठेवला होता. त्यांनी पिण्याच्या शुद्ध पाण्याची म्हणजे मिनरल वॉटरची इंडस्ट्री टाकायची ठरविले

होते. त्यासाठी त्याला बराच पैसा लागणार होता. पंचवीस ते तीस टक्क्यांपर्यंत घरून भागभांडवल उभे करायला लागणार होते आणि उरलेले कर्ज घ्यावयाचे, असे एकंदरीत अंकुरचे नियोजन होते.

मलाही ऐकून आनंद झाला, की अगदीच तरुणवयात अंकुरला कारखानदार व्हावेसे वाटत होते. मग मी त्याच्या बरेच खोलात गेलो. त्यांनी केलेला अभ्यास बघितला, अभ्यासला. त्याला आश्वासन दिले, की 'चिंता करू नकोस, मी प्रवीण आणि श्रद्धाशी बोलतो आणि आपण सर्व मिळून तुझा हा प्रोजेक्ट करण्याकरिता प्रयत्न करू.' अशा रीतीने आमचा नाश्ता +लाँग ड्राइव्ह यशस्वी झाला होता. त्या रविवारी सायंकाळी प्रवीण, श्रद्धा, अंकुर, अंकिता आणि मी आम्ही सर्व जण अंकुरच्या कारखानदारीवर विस्तृत चर्चा करण्यासाठी बसलो आणि या विषयाचा सखोल अभ्यास प्रवीण आणि अंकुरने माझ्या मदतीने करावयाचा ठरला. या क्षेत्रातील काही मंडळी माझी मित्रकंपनी असल्याने, माझा सहभाग अर्थातच महत्त्वाचा होता.

आधी प्रवीण आणि अंकुरला या विषयाचा प्रोजेक्ट रिपोर्ट तयार करायला लावला. दोघांनीही व्यवस्थित मेहनत करून प्रोजेक्ट रिपोर्ट बनविला. कागदावर तरी सर्व चित्र गुलाबी गुलाबी दिसत होते. मग मी दोघांनाही घेऊन ज्यांच्या मिनरल वॉटरच्या इंडस्ट्री होत्या, अशा माझ्या काही मित्रांकडे त्यांना घेऊन गेलो. योगायोगाने दोघांनीही सुरुवात सारखीच केली. आमचीच मिनरल वॉटरची इंडस्ट्री घेऊन टाका! अगदी स्वस्त देऊ. आम्हाला आमचेच गुंतविलेले पैसे मिळाले तरी खूप झाले.

खरेतर आम्ही सगळे तेथे वेगळ्याच अपेक्षेने गेलो होतो, की येथून मार्गदर्शन घेऊन आपण लवकरात लवकर मिनरल वॉटरची इंडस्ट्री सुरू करू. झाले मात्र उलटेच. 'दुरून डोंगर साजरे' या म्हणीचा प्रत्यय आम्हाला त्या दिवशी आला. त्यांनी आम्हाला अगदी सद्यःस्थितीची वास्तव परिस्थिती सांगितली. कित्येक इंडस्ट्रीवाले तोट्यात होते. मिळाला तरी बाटलीमागे पाच-दहा पैसे नफा मोठ्या मुश्किलीने मिळत होता. त्यासाठी आधी प्रचंड मेहनत आणि भरपूर गुंतवणूकदेखील होती. बराच वेळदेखील लागणार होता आणि एवढे करूनही यश मिळेलच याची शाश्वती अजिबातच नव्हती. त्यामुळेच अगदी या भावात अनेक मिनरल वॉटरच्या इंडस्ट्रीज मिळत होत्या. अंकुरच्या नशिबात चांगले योग सुरू झाले होते म्हणून पहिल्या मोठ्या संकटातून वाचला.

कारण अंकुरला शेअर बाजारामध्ये भरपूर पैसा मिळाला असता, तर त्याने तो अधिक त्याच्या तिप्पट कर्ज घेऊन या मिनरल वॉटरच्या इंडस्ट्रीमध्ये गुंतविला असता आणि अर्थातच तोट्यात गेला असता. भले मोठे कर्ज आयुष्यभर अंकुर फेडत बसला असता, यात तीळमात्रही शंका नाही. कारण ना अंकुरला या विषयातील काही अनुभव

होता, ना परिपक्वता होती, ना या मिनरल वॉटरच्या बाजारामध्ये काही ओळख-परिचय होता, ना त्याची स्वतःची कुठल्याही प्रकारची मार्केटिंग सिस्टिम होती. कशातच काही नसताना निव्वळ काही पैसा हाताशी आला म्हणून इंडस्ट्री सुरू केली, असे झाले असते.

एवढे सगळे ऐकल्यानंतरही अंकुर मात्र आपल्या मिनरल वॉटरचा कारखाना सुरू करण्यावर ठाम होता. प्रवीण, मी आणि श्रद्धा आम्ही कारखाना करायचा नाही, या निर्णयाप्रत आलेलो होतो. अंकुरला कसे समजावून सांगायचे, हा मात्र अवघड प्रश्न होता. आम्ही त्याला समजावून सांगायला गेलो तर तोच उलट आम्हाला कन्व्हिन्स करायला लागला, की तुमचे मित्र कसे चुकीचे आहेत, त्यांना धंदा करता येत नाही. मी शंभर टक्के नफ्यामध्ये हा कारखाना चालवून दाखवेन. बऱ्याचदा समजावल्यानंतरही अंकुर काही ऐकायला तयार नव्हता. त्याच्या हट्टापायी आम्ही पुन्हा एकदा सर्व अभ्यास करावयाचा ठरविला. आम्ही प्रोजेक्ट रिपोर्ट बनवायचा ठरविला. दोन-चार ठिकाणी आधी आम्ही जागा बघितली. अर्धा एकर ते एक एकर अशी जागा आम्ही बघितली. मशिनरीची किंमत काढली.

इतर सर्व खर्च बघितला. खेळते भागभांडवल किती लागेल याचा अभ्यास केला. थोडक्यात, सर्व विषयांचा सखोल अभ्यास झाला. गुंतवणूक किती लागेल, हे लक्षात आले. मग आम्ही आपले पाणी कुठे कुठे कसे कसे विकले जाईल, याला उठाव किती? आपल्याला काय किंमत मिळू शकते? बाजारामध्ये नावाजलेले ब्रँड्स सोडून अजून फक्त आपल्याच जिल्ह्यामध्ये किती ब्रँड्स स्पर्धेमध्ये आहेत, याचीदेखील लिस्ट तयार केली. मागणीच्या तुलनेमध्ये पुरवठा कसा आहे, याचा अभ्यास केला. पैसे रोखीने मिळतात की पाणी उधार द्यायला लागते का आणि पैसे मिळायला किती दिवस लागतात, याचादेखील अभ्यास झाला. हा सर्व अभ्यास तीन-चार महिने चालला होता. एकंदरीत मिनरल वॉटरचा कारखाना टाकणे हा एक आतबट्ट्याचाच व्यवसाय ठरला असता, हे आम्हाला - अंकुर वगळता सर्वांना समजून चुकले होते.

अंकुर अजूनही ऐकत नव्हता. त्याउलट तो आम्हास परत परत काउन्सिलिंग करण्याचा प्रयत्न करीत होता, की मिनरल वॉटरच्या कारखान्यामध्ये आपले सर्वांचे भविष्य किती उज्ज्वल आहे. अंकुर स्वतः मिनरल वॉटरचा कारखाना काढण्याच्या ध्येयाने प्रेरित झालेला होता. आम्ही सर्वांनी पुनःपुन्हा समजावून सांगण्याचे प्रयत्न केले. अंकुरने जणू काही कारखाना काढण्याची शपथच घेतली होती. त्याने एकच धोशा लावला होता. हा मोठा अवघड प्रश्न तयार झाला होता. कारण स्कॉर्पिओच्या भानगडीमध्ये, शेअर मार्केटच्या भानगडीमध्ये प्रवीण, श्रद्धाने आता आत्ताच जवळपास १७-१८ लाख रुपये भरले होते. ते उभे करण्यासाठीदेखील त्यांनी कर्ज काढले होते. ते

तर अजून फेडायचेच होते आणि अंकुर हट्टाला पेटला होता. पुनश्च एकदा चेंडू माझ्या कोर्टात आला, अंकुरला समजावून सांगण्याचा, त्याला या वेडापासून परावृत्त करण्याचा.

मी काही दिवस शांत बसण्याचे ठरविले. त्याचवेळी समजावयाचे प्रयत्न करणे म्हणजे पालथ्या घड्यावर पाणी असे होते. यादरम्यान माझ्या मनातही विचार सुरूच होते, की कुठलीही पार्श्वभूमी नसताना, कुठलाही अनुभव नसताना, कुठलेही कारखानदारीचे स्किल नसताना, कुठलीही पदवी (सिव्हिल इंजिनिअरिंग) नसताना, कुठलेही आर्थिक पाठबळ नसताना अंकुरला का बरे हे धडस करायचे होते? का त्याला एवढी घाई झाली होती? त्याने शेअर मार्केटमध्ये केलेली एवढी मोठी गडबड, ज्यामध्ये सर्व कुटुंबच आत्महत्या करता करता वाचले, असे का, असे सगळे विचार माझ्या मनामध्ये घोळू लागले आणि मला वाटायला लागलं, की हे प्रकरण दिसते तेवढे सरळ नक्कीच नाही. मग मी पुन्हा एकदा कामाला लागायचे ठरविले. मोठा अवघड टास्क दिसत होता. याचे उत्तर अर्थातच फक्त आणि फक्त अंकुरकडेच होते. पुन्हा एकदा लाँग ड्राइव्ह, पुन्हा एकदा धाब्यावरचे जेवण, पुन्हा एकदा लाँग काउन्सिलिंग आणि पुन्हा एकदा भावनिक रडारड. अर्थातच त्यामागचे कारण होते ते म्हणजे बाप-मुलामधील सुसंवादाचा अभाव.

जेव्हा सर्व संपूर्ण सत्य बाहेर आले तेव्हा मात्र हसावे की रडावे हेच कळेना. सत्य फारच वेगळे, उत्कंठावर्धक, गमतीशीर होते.

आमच्या अंकुररावांना खूप मोठे कारखानदार वगैरे व्हायचे होते, खूप पैसेवाले व्हायचे होते, असली काहीही भानगड नव्हती, तर ही होती प्रेमाची भानगड.

आमच्या अंकुरची एक मैत्रीण होती, जी इंजिनिअरिंगला कॉलेजची चारही वर्षे त्याची वर्गमैत्रीण होती. कॉलेजला जाताना एकाच बसने दोघेही जायचे-यायचे. या मैत्रिणीवर म्हणजेच पूर्वावर अंकुरचा जीव जडला. प्रेमाच्या आणाभाका घेऊन झालेल्या होत्या, 'साथ जियेंगे-साथ मरेंगे' ही शपथ घेऊन झालेली होती. पूर्वाच्या वडिलांची एक स्मॉल स्केल इंडस्ट्री होती. बऱ्यापैकी उच्चभ्रू कुटुंब होते ते. तिला एक भाऊ होता. शहरातील उच्चभ्रू वस्तीमध्ये त्यांचा बंगलाही होता आणि त्या मानाने अंकुरच्या घरची परिस्थिती मात्र तेवढी चांगली नव्हती. खाऊनपिऊन सुखी कुटुंब होते. पूर्वाच्या घरची परिस्थिती खूपच चांगली होती आणि येथेच मेख होती. आर्थिकदृष्ट्या आपण पूर्वाच्या तोडीचे नाही. म्हणून तिचे वडील त्यांची मुलगी आपल्याला देतील का, ही चिंता अंकुरला सतावायला लागली.

ते त्यांच्या तुल्यबळ असाच मुलगा शोधतील, अंकुरला तर काहीही करून पूर्वाशी लग्न करायचेच होते. घरच्यांशी सुसंवादाअभावी या सर्व गोष्टी त्याने सर्वांपासून

लपविल्या. त्याने ना तर त्याच्या प्रेमाबद्दल काही सांगितले, ना तर पुढच्या या सर्व गोष्टी घरी कोणाला सांगितल्या! आणि आता अंकुरराव निघाले होते कारखानदार व्हायला. आपण कारखानदार झालो तर पूर्वाचे वडील तिचा हात आपल्या हातात द्यायला लवकर तयार होतील ही भाबडी, वेडी आशा अंकुरला होती. या भोळ्याभाबड्या आशेपोटीच अंकुर वेगळे प्रकार करून कारखानदार होण्याचा प्रयत्न करीत होता. हे सर्व ऐकल्यावर मला हसावे की रडावे, हेच कळेनासे झाले.

पण प्रेमामध्ये सर्व काही क्षम्य असते, या न्यायानुसार मी सर्व गोष्टी बाजूला ठेवल्या. पुन्हा एकदा माझी आणि माझ्या सकारात्मकतेची ड्यूटी सुरू झाली. अर्थातच पहिले काम होते ते श्रद्धा आणि प्रवीणला समजावून सांगण्याचे. कारण या विषयामध्ये त्यांची मते काय आहेत, याची मला चांगलीच कल्पना होती, त्यामुळे हे काम किती अवघड आहे हे मला माहिती होते. पण अर्थातच मुलांवरच्या प्रेमापोटी आई-वडिलांना आपली मते, आपली निवड असे सर्व काही बाजूला ठेवायला लागत असते. येथेही शेवटी तसेच झाले. आधी बरीच आदळआपट झाली. 'खानदान का नाम मिट्टी में मिला दिया' असेही संवाद झाले.

शेवटी मात्र प्रवीण आणि श्रद्धाकडून होकार मिळाला; परंतु खरा अवघड किल्ला हा पुढेच होता, तो म्हणजे, पूर्वाच्या घरच्यांची परवानगी मिळवण्याचा. तेथेही कामी आली ती सकारात्मकता. हे आता कसे घडले हे न सांगता एवढेच सांगतो, पूर्वाच्या घरच्यांना या लग्नासाठी राजी करण्यासाठी तब्बल दीड ते दोन वर्षे लागली. आम्ही सकारात्मकतेने आम्ही प्रयत्न करीत राहिलो आणि शेवट अर्थातच हिंदी सिनेमाप्रमाणेच गोड झाला.

याच सकारात्मकतेने वाटचल केल्यामुळे आज अंकुर एक प्रथितयश कारखानदार झालेला आहे. पूर्वा, प्रवीण, श्रद्धा या सर्वांची त्याला सक्रिय मदत आहे. मार्गदर्शन आणि इतर सर्व सहकार्य अर्थातच पूर्वाच्या वडिलांचे आहे. आज पूर्वा आणि अंकुरचा संसार अतिशय सुखाने चालला आहे.

◆◆◆

'फिअरलेस स्टडी' हाच यशस्वी शिक्षणाचा कानमंत्र

आजच्या शिक्षण पद्धतीमुळे आणि शिक्षणाच्या सध्याच्या जीवघेण्या स्पर्धेमध्ये विद्यार्थ्यांची काय परिस्थिती होते? आजकालच्या मुला-मुलींची अक्षरशः दया येते. ही पिढी अतिशय मानसिक ताणतणावात असते. पालकांच्या अपेक्षादेखील खूपच जास्त असतात. यशासाठी विद्यार्थ्यांवर सर्व बाजूंनी दबाव असतो. आशा-अपेक्षा जास्त असतात, तेव्हाच अपेक्षाभंगाची तीव्रताही अधिक असते. निसर्गाचा नियमही असेच सांगतो, की ज्या वेळी आपण कुठल्याही गोष्टीची खूप जास्त अपेक्षा ठेवतो, त्या वेळी आपल्या मनामध्ये नैसर्गिकरीत्या तेवढीच भीतीही आपोआपच येत असते, वाढत असते. या सर्व आशा-अपेक्षांच्या जंजाळात आपण आपल्याच नव्या पिढीला लोटत असतो. यासाठी 'भीतीमुक्त शिक्षण' म्हणजेच 'फिअरलेस स्टडी' हा विषय समजून घ्यायला हवा. या सर्व विषयाच्या मुळाशी नेमके काय आहे ज्यामुळे फिअरलेस स्टडी, भीतीमुक्त शिक्षण कसे शक्य आहे हे समजून घ्यायचे आहे.

लहान बाळांना अगदी नर्सरी, ज्युनिअर केजी, सीनिअर केजी म्हणजेच बालवाडीपासूनच आपण जवळपास सर्व नकारात्मकरीत्या अभ्यास करण्यास सांगत असतो. प्रत्येक नकारात्मक गोष्टीमध्ये 'तू असं कर, तू तसं कर, तू असा अभ्यास कर, तू इतका अभ्यास कर आणि असं नाही केलं तर...!' अशी भीती घालत असतो. पुस्तकी ज्ञानाचा, त्यावर अवलंबून असणाऱ्या मार्कांचा बालकांवर अवास्तव दबाव आपण टाकत असतो. आपला पाल्य अगदी दहावी, बारावी, कॉलेजमध्ये कुठेही असला, तरी आपला धोशा हाच असतो. 'अभ्यास कर, अभ्यास केला म्हणजे असे होईल, तसे होईल, चांगल्या ठिकाणी प्रवेश मिळेल, चांगल्या कोर्सला प्रवेश मिळेल.

शेजारच्या निखिलला इतके मार्क मिळाले, पलीकडल्या संजनाला इतके मार्क मिळाले, आत्याच्या मुलाला असा प्रवेश मिळाला, मावशीच्या मुलाचे असे झाले, मित्राच्या मुलाला इतके मार्क मिळाले...' असे सारखे सारखे बालकांवर, विद्यार्थ्यांवर आपण वारंवार बिंबवीत असतो. एवढे करूनही मार्क कमी मिळालेच तर जी परिस्थिती उद्‌भवते, ती विचारूच नका.

पालक स्वतः तर प्रचंड ताणतणावात येतातच, बरोबरच आपल्या मुलाला, मुलीला तेवढेच ताणतणावात आणतात. त्यानंतर त्या घरामधील परिस्थिती अजूनच बिकट बनते. चांगले मार्क मिळविणे, सीईटी प्रवेश परीक्षा हा मुद्दा अत्यंत वॉर फ्रंटवर परंतु नकारात्मकरीत्या घेतला जातो. मग मुलांच्या शिक्षणासाठी आपले घर सोडून दुसऱ्या शहरांमध्येदेखील रूम भाड्याने घेतली जाते. कुटुंबातील सदस्यांची यामुळे ताटातूट होते. मुलांवर याचे अनेकदा त्रासदायक परिणाम होतात. मुले आपला सर्वोत्तम परफॉर्मन्स देऊ शकत नाहीत. अर्थातच त्यामुळे चांगले मार्क्स मिळू शकत नाहीत, कित्येक वेळा याचा परिणाम त्यांच्या स्वतःच्या तब्येतीवर तर होतोच होतो, त्या बरोबरीने घरातील इतर सदस्यांच्या तब्येतीवरदेखील परिणाम होतो. तब्येत खराब म्हणून परफॉर्मन्स अजूनच खराब हे चक्रच जणू सुरू होते. याउलट आपण आपल्या मुला-मुलींना फिअरलेस स्टडी म्हणजे 'भीतीविना शिक्षण' या संकल्पनेतून अभ्यास करायला लावला तर? सगळ्यात पहिले, आपणास स्वतः हे समजून घ्यावे लागेल, की प्रत्येक मुलाचा मेंदू वेगळ्या क्षमतेचा आहे. प्रत्येक मुलाचा आयक्यू हा वेगळा आहे. प्रत्येक मुलगा हा अभ्यासात हुशार असेलच असे काही गरजेचे नाही.

दहावी-बारावीला टॉप येणारी मुले डॉक्टर-इंजिनिअर बनतात. त्यांच्यानंतरची मुले रेग्युलर ग्रॅज्युएट होऊन यूपीएससी, एमपीएससी परीक्षा देऊन आयएएस, आयपीएस किंवा कुठलेही क्लास वन म्हणजेच प्रथम वर्ग अधिकारी होत असतात. त्याखालोखालची मुले शिक्षक, प्रोफेसर, कारकून होत असतात, अगदीच काठावर पास होणारी मुले ही कुठेतरी शिपाई, सेल्समन इत्यादी जागांवर काम करीत असतात आणि नापास होणारी मंडळी ही छानपैकी राजकारणामध्ये जाऊन ग्रामपंचायत सदस्य ते खासदार आणि त्यातली सगळ्यात खोडकर मंडळी कितीतरी वेळेला मंत्री वगैरेदेखील बनतात. अशा कुठल्याही पोस्टवर जातात आणि विद्यार्थिदशेमध्ये, अभ्यासामध्ये याच विद्यार्थ्यांच्या पुढे असणाऱ्या विद्यार्थ्यांवर ती अधिकार गाजवतात, जी अभ्यासामध्ये अगदीच 'ढ' असतात आणि कित्येक वेळेला हे सर्व बघून या टॉपर विद्यार्थ्यांना अक्षरशः नैराश्य येत असते. असेही कित्येक वेळा आढळते, की शिक्षणात मागे असणारी मुले उद्योगधंद्यांमध्ये, कारखानदारीमध्ये खूप पुढे असतात. आयुष्यात यशस्वी असतात. अभ्यासात हुशार

म्हणजेच यशस्वी हे जे समीकरण आपल्या समाजात रूढ झाले आहे, असे कधीच नसते. वर्गामध्ये शिक्षक पन्नास-साठ विद्यार्थ्यांना एकच प्रकारचे शिक्षण देत असतात. क्लासेसमध्ये तीच परिस्थिती असते. मग असे असूनही का बरे एखादाच विद्यार्थी पहिला येतो, दुसरा येतो, दहावा येतो...आणि शेवटी राहतो? असे का? त्याचे कारण अगदी सरळ स्वच्छ आहे. वर सांगितल्याप्रमाणे प्रत्येक विद्यार्थ्याच्या मेंदूची क्षमता ही वेगवेगळी आहे. हे समजून घेण्यासाठी आपण एक छोटेसे उदाहरण बघू या.

शेतकरी जेव्हा शेतात कुठलेही पीक लावत असतो, तेव्हा सगळी बीजे सारखीच असतात. सर्व झाडांना, पिकाला शेतकरी सर्व प्रकारचे खतपाणी सारखेच देत असतो. तरीदेखील प्रत्येक झाडाला सारखीच फळे येतात का? प्रत्येक कणसाला सारखेच दाणे येतात का? नाही ना! हाच निसर्गाचा नियम मानवालादेखील लागू असतोच ना! त्याच न्यायाने गरज असते ती आपला मुलगा-मुलगी कुठल्या विषयांमध्ये हुशार आहे, त्याची कुठल्या विषयामध्ये रुची आहे हे समजून घेण्याची. आपण हे डोळसपणे स्वीकारले, तर आपण आपल्या मुलांना, मुलींना त्याच प्रकारचे शिक्षण देतो आणि त्यातच मुला-मुलींचेही आणि घरच्यांचेही कल्याण चांगले होत असते. अगदी त्यांची आवडनिवड बघून योग्य त्या शाखेचे शिक्षण दिल्यावरही कधी-कधी मुले त्यात अपयशी ठरतात. कित्येक वेळा यामागे असलेल्या अपेक्षांचा रेटादेखील कारणीभूत असतो. जसजसा अपेक्षांचा रेटा वाढत असतो, तसतशी नकारात्मकतादेखील आपोआपच वाढत असते.

याउलट आपण आपल्या मुला-मुलींना एका वेगळ्याच पद्धतीने घडविले, शिकविले तर नक्कीच याचा परिणाम वेगळा होत असतो. आपण सुरुवातीपासूनच मुला-मुलींच्या मनावर बिंबवले, की कुठल्याही प्रकारच्या मार्कांची किंवा इतर कुठलीही चिंता न करता अभ्यास करावयाचा आहे. अभ्यास करताना फक्त तुमच्यातील १०० टक्के तुम्ही द्यायला शिका, मग निकाल काहीही येऊ देत, त्याची अजिबात चिंता करायची नाही. अगदी नापास झालात तरीही घाबरायचे काम नाही. या प्रकारे या गोष्टी पाल्यांच्या मनावर जर आपण यशस्वीरीत्या बिंबवू शकलो तर आपणास आश्चर्य वाटावे इतके चांगले निकाल, कुठल्याही ताणतणावविरहित पाल्यांचे दिसतात.

मी स्वतः माझ्या दोन्ही लेकींबाबत अगदी असेच केले आहे. मी स्वतः याहीपुढे जाऊन अगदी इथपर्यंत सांगायचो, की बेटा, तुम्ही नापास झालात तर आपण तो दिवस खरोखर मनापासून पार्टी करून साजरा करू या. मात्र माझ्या दोन्ही लेकींनी मला पार्टी करण्याची संधी दिली नाही! याउलट मोठी डॉक्टर पूजा ही मुंबईतील नामवंत केईएम हॉस्पिटलमधून स्त्रीरोगतज्ज्ञ झाली आहे, तर दुसरी शलाका फ्रेंच भाषेमध्ये, फ्रेंच युनिव्हर्सिटीमधून पीएच.डी. झाली आहे. दोघी अतिशय चांगल्या पद्धतीने शिकून,

त्यांच्या आयुष्यामध्ये अत्यंत निर्भयपणे सकारात्मकतेने स्थिरावून आपले आयुष्य आनंदाने जगत आहेत. याचे कारण म्हणजेच भीतीमुक्त शिक्षण.

शलाका आणि पूजा मला नेहमी त्यांच्या मैत्रिणींच्या घरचे उदाहरण द्यायच्या. त्यांना कसे प्रेशराइज केले जायचे, एकेक एक मार्कावरून त्यांना धारेवर धरले जायचे. जसजसा निकाल लागायची वेळ जवळ यायची, तसतशी पूजा आणि शलाकाच्या मैत्रिणींच्या आणि त्यांच्या पालकांच्या मनामधली घालमेल वाढायची. त्यांचे टेन्शन वाढायचे, निव्वळ त्यांचे नव्हे तर त्यांच्या सर्व घरच्यांचे टेन्शन वाढायचे. अगदी याउलट पूजा, शलाका आणि आम्ही सर्व अगदी रिलॅक्स, तणावमुक्त आनंदात असायचो. कारण आम्हाला खात्री असायची की दोघींनीही आपली शंभर टक्के मेहनत केलेली आहे, मग टेन्शन कशासाठी?

याच कारणासाठी मला '३ इडियट्स' हा सिनेमा आजही खूप आवडतो. रेंचो आणि चतुर यांच्यामधील शिक्षण घेण्याची पद्धत बघितली तर आपल्याला सर्व काही लक्षात येते. रेंचो शिक्षणातून आनंद घ्यायला सांगतोय, आपल्याला जे आवडते त्या विषयाचे शिक्षण घ्यायला सांगतोय आणि त्यानंतर 'सक्सेस तो झक मार के तेरे पिछे आयेगी' असे सांगतोय. हे नक्कीच शंभर टक्के सत्य आहे. जर आपण आपल्या आवडत्या विषयात, ज्यात आपल्याला खरोखर मनापासून आनंद मिळतो, त्या विषयात शिक्षण घेतले तर पुढे आपण जेव्हा आयुष्यात त्याच विषयांमध्ये काम करीत असतो त्या वेळी ते काम काम राहत नाही, त्या प्रत्येक गोष्टीतून, प्रत्येक कामातून आपल्याला आनंद मिळत असतो. अर्थातच पैसा आणि बरोबर यशही मिळत असते आणि मग जगणे नुसतेच जगणे न राहता एक आनंदोत्सव होऊन जातो. आपण आपल्या पाल्याला भीतीमुक्त शिक्षण देऊन आयुष्यभर सुखी करायचे, सकारात्मक करायचे की आयुष्यभर ताणतणावात ठेवून नकारात्मक करायचे हे आपल्याला ठरवायचे आहे. मला खात्री आहे, आपण सर्व नक्कीच सकारात्मकतेची कास धरून पाल्यांना 'भीतीमुक्त शिक्षण, फिअरलेस स्टडी' द्याल.

◆◆◆

सकारात्मकतेचे धगधगते अग्निकुंड

आज मी माझ्या बाईचा, म्हणजेच आईचा, म्हणजेच श्रीमती सुशीला पवनलाल ओस्तवाल यांच्या आयुष्याचा प्रवासच जणू उलगडतोय. बाईच्या आयुष्यातील साधारणतः २३, २४ वयापर्यंतच्या सगळ्या गोष्टी मला माझ्या बाईकडून, नानाजी म्हणजे (स्व.) बाबूलालजी अमोलकचंदजी पारख, नानीजी म्हणजे (स्व.) सूरजबाई बाबूलालजी पारख, तसेच माझ्या चार मावश्यांकडून, बाईच्या इतर नातेवाइकांकडून माहीत पडलेल्या आहेत. वयाच्या २३, २४ पासून तर आजतागायत, आता आमची बाई ८०-८१ वर्षांची आहे, म्हणजे जवळपास ५६-५७ वर्षांपासून तर मी स्वतःच या सर्व गोष्टींचा साक्षीदार आहे.

आमच्या बाईचा जन्म स्वातंत्र्यापूर्वी, १५ जुलै १९४३ ला झाला. मोठ्या दोन बहिणी, छोट्या दोन बहिणी, जन्म रेडगाव मिरचीच्या पालखेडजवळ (ता. निफाड, जि. नाशिक) येथे झाला. त्या वेळी आजोबांची आर्थिक परिस्थिती चांगली नव्हती. छोटेसे किराणा दुकान आणि थोडीशी शेती. आमची बाई चार वर्षांची असताना आजोबांनी खडकजाम (ता. चांदवड) येथे स्थिरस्थावर होण्याचा प्रयत्न केला. या सगळ्याबरोबरच बाईची वयाच्या पाचव्या वर्षी शाळा सुरू झाली. खडकजाम येथे चौथीपर्यंतची एकशिक्षकी शाळा होती. खऱ्या अर्थाने बाई फक्त पहिले तीन महिने शाळा शिकली. बाई जात्याच खूप हुशार असल्याने त्या वेळचे चौथीपर्यंतचे शिक्षण तिने जवळपास पहिल्या तीन महिन्यांतच संपविले. उरलेली इतर पावणेचार वर्षे बाई कुठल्यातरी एका वर्गाला शिकवीत असे. खडकजाम येथेही छोटेसे किराणा मालाचे दुकान टाकले. आजोबांची प्रकृती तितकीशी चांगली राहत नसल्याने, जास्त वेळ ही दुकानदारी बाई व

तिच्या इतर बहिणी करत असत. अगदी किराणा दुकानाची सामान खरेदीदेखील, बाई पाच किलोमीटरवरील वडाळीभोईला पायी जाऊन करीत असे.

एकीकडे गुरुजी, तर एकीकडे आमची बाई असे त्या शाळेत शिक्षण सुरू असे. म्हणता म्हणता चौथीची वार्षिक परीक्षा आली. त्या काळी आज जसे दहावी-बारावीला बोर्डाची परीक्षा असते, तसे त्या वेळी चौथी, सातवी आणि अकरावीला बोर्डाची परीक्षा असे. बोर्डाच्या परीक्षेकरिता विशिष्ट केंद्र असे. ज्यामध्ये तालुक्यातील अनेक शाळांचा समावेश असे. बाईला त्या वेळी वडाळीभोई केंद्र बोर्डाच्या परीक्षेकरिता मिळाले आणि आमची बाई वडाळीभोई केंद्रामध्ये त्या वेळी दुसरी आली होती. अर्थातच पुढे गावात शिक्षणाची सोय नसल्याने आणि बाहेर कुठे पाठविण्यासाठी आर्थिक ताकद नसल्याने बाईचे शिक्षण तेथेच थांबले. यादरम्यान आमच्या आजोबांची प्रकृती जास्तच बिघडत चालली होती म्हणून आता बाईने किराणा दुकान चालविण्याबरोबरच, अक्षरशः शेतांमध्ये रोजंदारीने कामाला जायला सुरुवात केली होती. बरोबरच गावातील इतर छोटी-मोठी कामेही ती करायला लागली होती.

ज्या वेळी कामे मिळत नसत त्या वेळी बाईने अक्षरशः जंगलातून लाकूडफाटा, गोवऱ्यादेखील वेचून आणलेल्या आहेत, विकलेल्या आहेत. भाव किती असावा, तर एक रुपयाला एक पोतेभर गोवऱ्या या भावाने बाई द्यावयाची. ही सर्व कामे करण्याची हिंमत, हुशारी, धीटपणा इतर बहिणींमध्ये फारसा नव्हता. बाईमध्ये या सर्व गोष्टी ठासून भरलेल्या होत्या. इतर बहिणी म्हणजे छोट्या लीलाबाई आणि कंचनबाई. मोठ्या झंकारबाई आणि कौशल्याबाईचे लग्न खडकजामला येतानाच झालेले होते.

अशा खडतर परिस्थितीमध्ये बाईचे आयुष्य एवढ्या छोट्या वयामध्ये सर्व घर सांभाळून चालून चालले होते. म्हणता म्हणता बाई १४ वर्षांची झाली आणि त्या वेळच्या रिवाजाप्रमाणे लग्नाचे विषय सुरू झाले. त्या काळी मुलांना फारच जास्त मागणी होती. हुंड्याचे प्रमाण खूप होते. आजोबांची आर्थिक स्थिती तर अत्यंत कमकुवत होती. घर जवळपास बाईच्या मेहनतीवरती सुरू होते आणि त्यामुळे बाईला स्थळे सांगून यायला तर लागलीच, परंतु ती सर्व दुजवर, तीजवर किंवा कुठले तरी वैगुण्य असलेला मुलगा अशा प्रकारची स्थळे येऊ लागली.

एक घडलेली घटना येथे सांगण्यासारखी आहे. बाईला त्या वेळी पिंपळगाव बसवंत येथील एक दुजवर मुलगा बघायला आला. प्राप्त परिस्थितीमध्ये आजोबांनाही तो पसंत पडला. गावातील चार ओळखीच्या लोकांनीही होकार दर्शविला आणि बाईला हे कळताच तिने काय केले असेल? बाईने स्वतःला एका खोलीमध्ये कोंडून घेतले आणि तिथूनच सांगून टाकले, 'मी भलेही कुवारी राहीन, परंतु मी आयुष्यात दुजवर-तीजवर

अशा कुठल्याही मुलाशी लग्न करणार नाही. करेन तर फक्त सुशिक्षित आणि ज्याचं हे पहिलं लग्न असेल अशाच मुलाशी मी लग्न करेन.'

आजोबांनी, ओळखी-पाळखीच्यांनी आईला आहे त्या परिस्थितीबद्दल बरेच काही समजून सांगण्याचा प्रयत्न केला, तरीदेखील बाईने त्यांचे काहीही ऐकले नाही. खोलीचा दरवाजा तेवढा मजबूत नव्हता. तो उघडू नये म्हणून बाईने काय केले असेल बरे! चक्क किराणा मालाचे जे डबे होते ते दरवाजाला लावून वरती स्वतः बसली आणि दरवाजा उघडू नये म्हणून पुरेपूर काळजी घेतली. शेवटी आजोबांचा नाइलाज झाला. आजोबांनी त्या पाहुण्यांना परत पाठवून दिले, मगच बाईने दरवाजा उघडला. अशी बाई अत्यंत सकारात्मक, अतिशय योग्य निर्णयक्षमता, अर्थातच बाईच्या अशा अनेक पैलूंवर आपण पुढे नजर टाकणार आहोतच. गाव अत्यंत छोटे असल्याने झालेल्या प्रकाराची वाच्यता फार पटकन पूर्ण गावामध्ये झाली. गावातील मुलांची नजर बदलली आणि आजोबांच्या तब्येतीला मर्यादा असल्याने आजोबांनी आणि बाईने गाव सोडण्याचा निर्णय घेतला. अशा रीतीने बाईच्या वयाच्या चौदाव्या वर्षी ते चांदवडला राहायला आले. आजोबांनी जाऊन-येऊन, कधी बाईबरोबर, तर कधी एकटे जाऊन खडकजामचे किराणा दुकान काही वर्षे चालविले. धंदा असा फार जास्त नव्हताच.

हळूहळू तोही जवळपास बंदच पडला. प्रकृतिअस्वास्थ्यामुळे आजोबांचे काम करणे जवळपास बंद पडले. त्यांना अगदी चालणेही शक्य होत नव्हते. जवळ असलेले पैसे थोडेफार व्याजाने देऊन आणि बाई जे काही कमवेल त्यावरच सर्व कुटुंब अवलंबून झाले. बाई तिच्या सख्ख्या मावसा-मावशी म्हणजे श्री. हरकचंदजी डुंगरवाल यांच्या घरी दिवसभर काम करायची आणि मावशीकडेच खाणेपिणेही व्हायचे. वर्षातून दोनदा कपडेही मिळायचे. सोबतच बाईच्या मावस भावाचा म्हणजे ताराचंदजी डुंगरवाल यांचा प्रिंटिंग प्रेसदेखील होता. त्या प्रिंटिंग प्रेसची कामे बाई करायची. पावती पुस्तक छापलेले असले तर त्याच्यावर नंबर्स मारायचे. अशा प्रकारची कामे बाई करायची. सोबत गावामध्ये कोणाच्याही घरी काही काम निघाले तर हमखास बाईला बोलावणे येणार. मग बाई जाऊन ती कामे करायची. त्या काळी मासिक पाळीच्या वेळी चार दिवस अतिशय कडक पद्धतीने बाजूला बसविले जायचे. मग त्यांच्या घरी जाऊन स्वयंपाक करून दे, अजून काही इतर कामे करून दे. थोडक्यात काय, कुठलीही कामे असली तर बाई जाऊन करून द्यायची. त्यातून मिळणाऱ्या तुटपुंज्या कमाईवर आजोबांचे घर चालत होते. दिवस चालले होते आणि जो खेळ खडकजामला सुरू झाला होता तोच चांदवडलादेखील सुरूच होता. लग्नासाठी दुजवर-तीजवर मुलांची स्थळे येत होती.

बहुतेक वेळा बाई मावशीच्या घरातील कामे करीत असायची, धुणं-भांड्यांपासून

सर्व कामे त्यात असायची. बाई अगदी त्या अवस्थेत त्या मुलांच्या समोर यायची आणि स्पष्टपणे त्यांना तोंडावर सांगायची, 'मी लग्न करीन तर सुशिक्षित, पहिल्यांदा लग्न करणाऱ्या मुलाशी. मला तुमच्याशी लग्न करायचं नाही. कृपया आपण जावं,' असे उत्तर बाईने कित्येक वेळा दिले. बाईचा तो आवेश, ती हिंमत, तो अवतार बघून ती पाहुणेमंडळी अक्षरशः अवाक् होऊन जायची. म्हणता म्हणता बाईला विसावे वर्षं लागले. त्या वेळी बाईच्या कामसू, सकारात्मक, धाडसी, योग्य वेळी योग्य निर्णय, सर्वांना मदत करण्याच्या स्वभावाची चर्चा पूर्ण चांदवड गावात, पंचक्रोशीत व्हायला लागलेली होती. त्या वेळी चांदवडच्या श्री नेमिनाथ जैन ब्रह्मचर्याश्रम या संस्थेमध्ये बिनायक्या नावाचे गृहस्थ व्यवस्थापकपदावर कार्यरत होते. त्याच वेळी आमचे भाऊसा म्हणजे माझे वडील श्री. पवनलालजी चंदुलालजी ओस्तवाल शिक्षक म्हणून संस्थेच्या श्री नेमिनाथ जैन हायस्कूलमध्ये नुकतेच रुजू झाले होते. वडिलांचीही कष्ट करण्याची कामसू वृत्ती, सकारात्मकता, सगळ्यांना सोबत घेऊन चालण्याचा स्वभाव, वडिलांच्याही घरची गरिबी हे सर्व त्यांच्या नजरेत आले होते. त्यामुळे त्यांनी आमच्या नानाजींशी बोलणी करून नुसता बाईकरिता प्रस्ताव न आणता, बाई आणि तिची लहान बहीण लीलाबाई म्हणजे माझी मावशी या दोघींकरिता वडील आणि त्यांचे मोठे भाऊ असा प्रस्ताव आणला. भाऊसांचे भाऊ म्हणजे श्री. पूनमचंदजी ओस्तवाल हे त्यांच्या मानाने खूप अशिक्षित होते. फक्त चौथी पास होते. हे जसे बाईला कळले तसा बाईचा पुनश्च एकदा संताप झाला.

बाई खूप चिडली. नानाजींना म्हणाली, की मी तुम्हाला किती वेळा समजून सांगितले, की मी भले तर कुवारी राहीन परंतु अशिक्षित, दुजवर, तीजवर इत्यादी कुणाशीही लग्न करणार नाही, मग आपण असे का करता आहात? मला हे लग्न करायचे नाही, असे बाईने नानाजींना निक्षून सांगितले. शेवटी नानाजींनी परत बिनायक्या यांना बोलावून, त्यांना स्पष्ट सांगितले, की मी एकच मुलगी देईन, तीही फक्त शिक्षक असलेल्या पवनलालजी यांना. अशा रीतीने आमच्या बाई आणि भाऊसांचे लग्न, नाशिकच्या गोदातीरी त्या काळी पन्नास रुपयांमध्ये, म्हणजे १९६३ मध्ये लागले. आर्थिक स्थितीबद्दल दोन्हीकडे अगदी आनंदीआनंद होता. लग्नामध्ये स्वतःचे घालण्याचे कपडेदेखील दोघांकडेही नव्हते, ते दुसऱ्यांचे घातले होते. याच्यातच सर्व काही आले. अशा प्रतिकूल परिस्थितीतून जीवनामध्ये संघर्ष करीत बाई आणि भाऊसांनी त्यांच्या संसाराची सुरुवात केली होती. हा सर्व संघर्षमय सकारात्मक इतिहास खासकरून बाईचा (भाऊसांच्या जीवनातल्या संघर्षमय सकारात्मकतेबद्दल आपण स्वतंत्र लेखांमध्ये अनुभवणारच आहोत.) मला माझ्या आयुष्याच्या वेगवेगळ्या वळणावरती,

माझ्या सर्व जवळच्या नातेवाईक, बाईच्या माहेरच्या मित्रमंडळींमधून अनुभवायला मिळालेला आहे. हे सर्व सांगण्याचा उद्देश एवढाच आहे, की बाईने किती प्रतिकूल परिस्थितीतून आपले आयुष्य घडविले आहे, याची जाणीव आपणा सर्वांना व्हावी.

याच्या पुढचा बाईच्या आयुष्याचा सकारात्मक प्रवास हा माझ्यासमोरच अत्यंत स्फूर्तिदायक, प्रेरणादायी घडत आहे, घडलेला आहे. या सर्व आणि यापुढील बाईच्या आयुष्यातील घटनांमधून सकारात्मकता अधोरेखित करण्यासाठी मी बाईच्या आयुष्यातील घडलेल्या घटनांना सात भागांमध्ये विभागतो आहे आणि हे सर्व सात गुण जगातील सात आश्चर्यांपेक्षा कमी नाहीत,

ते असे :

१) शिक्षण, २) निर्मोही कष्ट, ३) निडरता, ४) मध्यवर्ती भूमिका, ५) समाजसेवा, ६) त्याग, ७) धर्म

या विषयांकडे जेव्हा आपण बारकाईने बघतो तेव्हा अक्षरशः आपण आश्चर्यचकित होतो, की एकाच व्यक्तीमध्ये एवढे सर्व गुण कसे शक्य आहेत? आणि म्हणूनच मी यांची तुलना जगातील सात आश्चर्यांशी केली आहे. कारण यातला एखादाही गुण कोणत्याही व्यक्तीमध्ये असला, तरी आपण त्याला चांगली व्यक्ती असे संबोधतो. चला, तर बघू या या एकेक गुणविशेषाकडे!

शिक्षण : बाईने स्वतः लहानपणी किती कष्ट करून आणि तेही खऱ्या अर्थाने फक्त तीन महिने शिक्षण घेऊन आणि पावणेचार वर्षे इतर वर्गांना शिकवून, चौथीपर्यंतची शाळा शिकली. त्यातही घरचे किराणा दुकान सांभाळणे, इतर रोजंदारीवरची कामे करणे इत्यादी इत्यादी सुरूच होते. एवढे करूनही बाईने त्या वेळी वडाळीभोई केंद्रात दुसरा नंबर मिळविला होता. नाइलाजाने आर्थिक स्थितीअभावी आणि गावात चौथीपर्यंतच शाळा असल्याकारणाने बाईचे पुढील शिक्षण दुर्दैवाने होऊ शकले नव्हते. ज्याची खंत बाईला आयुष्यभर, अगदी आजही आहे. तथापि, त्या काळी आणि त्यानंतर अगदी आजतागायतदेखील, आयुष्याच्या शाळेमध्ये पूर्णपणे सकारात्मकतेचे जे शिक्षण तिने घेतले आहे, ते फार क्वचित कोणी घेत असेल एवढे नक्की. एवढ्या प्रतिकूल परिस्थितीतही बाईने केंद्रामध्ये दुसरा नंबर घेऊन आपल्या हुशारीची चमक नक्कीच दाखविली होती. असो. हे सर्व झाले बाईच्या स्वशिक्षणाबद्दल; परंतु याहीपलीकडे तिला आमच्या शिक्षणाची काळजी तर होतीच, परंतु स्वतःची ऐपत नसताना, घरची प्रतिकूल परिस्थिती असतानाही तिने अनेक नातेवाईकांच्या मुला-मुलींचे शिक्षण चांदवडला आमच्या घरी ठेवून पूर्ण केले. त्यांना सुसंस्कारित केले. आयुष्यभरासाठी शिक्षणाचा, संस्कारांचा ठेवा दिला. तिने हे फक्त नातेवाइकांसाठीच केले का? नाही.

ज्यांना ज्यांना म्हणून मदत करणे शक्य आहे, त्यांना आईने फार मोठ्या प्रमाणामध्ये नेहमीच मदत केली. आज अनेक मुले, मुली आपापल्या आयुष्यात, अनेक उच्च पदांवर कार्यरत आहेत. उद्योगधंद्यांमध्ये अग्रेसर आहेत. फार लांब जाण्याची गरज नाही, अगदी माझेच उदाहरण घ्या ना. मी जे डॉक्टर झालेलो आहे याचे संपूर्ण श्रेय बाईलाच जाते. 'माझ्या हेमंतला डॉक्टरच करीन' हे संपूर्णपणे तिचे स्वप्न होते. खरे सांगायचे तर माझी आवड एनडीएमध्ये जाऊन देशसेवा करायची होती. हे माझे स्वप्न होते. आज जे काही मी डॉक्टर झालोय, यशस्वी डॉक्टर झालोय याचे खरे श्रेय आमच्या बाईलाच जाते. अशा अनेकांच्या आयुष्याची बाई शिल्पकार आहे.

आता वळू या बाईच्या पुढच्या गुणाकडे, तो म्हणजे **निर्मोही कष्ट** : आपण बाईच्या आयुष्यातील लहानपणातील कष्टांची एक फक्त झलक बघितली. बाई आणि कष्ट तेही नुसते कष्ट नाहीत, तर निर्मोही कष्ट. म्हणजे काय? बाईला जेथे म्हणून संधी मिळेल, कुठेही, कुणाकरिताही काहीही करायची संधी मिळाली, अगदी समोरची व्यक्ती बाईशी बोलत नसली तरीही बाईला त्या व्यक्तीकरिता कष्ट करण्याकरिता कधीही अडचण आली नाही. आपणास आश्चर्य वाटेल, पण बाई कुठल्याही कष्टापासून, कामापासून कधीही मागे सरकलेली नाही. काही उदाहरणे मी इथे देऊ इच्छितो. मला आठवते, माझी लहान बहीण ज्योतीचे लग्न होते, वर्ष १९९१. लग्न आधी नाशिकला करायचे ठरविले होते, आपणा सर्वांना आठवत असेल, तर त्याचदरम्यान कुवेत युद्ध सुरू झाले. सर्वत्र डिझेल-पेट्रोल इंधनाची टंचाई सुरू झाली आणि त्यामुळे नाइलाजास्तव नाशिकला ठरवलेले लग्न आम्ही मुंबईला बोरिवलीला करायचे ठरविले. आपल्या सगळ्यांमध्येच गावजेवणाची पद्धत असते, तसे आम्हालाही गावजेवण द्यायचे होते. आमच्या जैनांमध्ये अशा वेळी शक्यतो कुंकुमच्या दिवशी गावजेवणाचा कार्यक्रम ठेवतात. मुंबईला लग्न ठेवल्यामुळे आमच्या बजेटचे अगोदरच तीन तेरा झालेले होते. मुळात लग्नाचा खर्च मुंबईला गेल्यामुळे वाढला होता.

ट्रान्स्पोर्टेशनचाही खर्च वाढला होता आणि त्यात अजून नाशिकच्या गावजेवणाचा खर्चदेखील वाढत होता. त्या वेळी आमची आर्थिक स्थिती नक्कीच तेवढी चांगली नव्हती. काय करावे, मोठा अवघड प्रश्न आमच्या ओस्तवाल परिवारासमोर त्या वेळी उभा ठाकला होता आणि त्यातून मार्ग आमच्या बाईनेच काढला. त्या वेळी त्रिमूर्ती चौकातील माझ्या ओपीडीच्या बाजूचा एक फ्लॅट रिकामा होता. बाईने चक्क घरच्या घरी अडीचशे-पावणेतीनशे लोकांचा स्वयंपाक केला होता. आम्ही सर्व, आमचे काही मित्र, असे सर्व मिळून बाकीचे कामकाज केले. अगदीच अशक्य वाटत असलेले गावजेवणदेखील घरच्या घरी स्वयंपाक करून केले होते. आपणास आश्चर्य वाटेल,

नियोजन केले होते दीडशे लोकांचे आणि जेवले जवळपास पावणेतीनशे लोक. कुठेही अडचण आली नाही. काहीही कमी पडले नाही. कारण तर फक्त बाईची सकारात्मकता. मला भीती वाटत होती. हे कमी पडेल, ते कमी पडेल, पण बाई मात्र निश्चिंत होती. 'काही चिंता करू नकोस, काहीही कमी पडणार नाही', हे बाईचे उद्गार होते. आमची बाई म्हणजे खरोखर साक्षात अन्नपूर्णाच आहे. मी फक्त मोठी मोठी उदाहरणे घेतो आहे. अजून एक उदाहरण म्हणजे माझे वडील म्हणजे पवन सर हे अकाली, वयाच्या ४६ व्या वर्षी, स्वर्गवासी झाल्यानंतर आमच्या घरची परिस्थिती अत्यंत बिकट झाली होती. वडील शिक्षक होते.

ज्या दिवशी मृत्युमुखी पडले होते त्याच दिवशी वडिलांचा पगारही बंद झाला होता. मुळातच भाऊसा मृत्युमुखी पडतानाच काही कारणाने आमच्यावर बऱ्यापैकी कर्ज होते आणि त्यात अजून घरातली संपूर्ण कमाई ठप्प झालेली होती. अक्षरशः खायचे काय? कसे? ही परिस्थिती आमच्यावर उद्भवलेली होती. माझे वैद्यकीय शिक्षण त्या वेळी नुकतेच पूर्ण होऊन मी पुणे येथील लोकमान्य हॉस्पिटलमध्ये रेसिडेंट मेडिकल ऑफिसर म्हणून कार्यरत होतो. माझीही ओपीडी वगैरे काहीही सुरू नव्हती. इतर कुठलाही उत्पन्नाचा मार्ग त्या वेळी आमच्याकडे नव्हता. पतीचे अकाली म्हणजे वयाच्या ४६ व्या वर्षी झालेले निधन बाईने सकारात्मकरीत्या स्वीकारून, लगेच घरगुती खानावळ-मेस सुरू केली. हाताखाली कुठलेही नोकरचाकर नसताना आमच्या नानीजी व लहान भाऊ संजय यांच्या मदतीने सुरू केली होती. थोडीथोडकी नव्हे तब्बल शंभर माणसे त्या वेळी आमच्याकडे जेवायला येत असत आणि या १०० माणसांच्या खानावळीवरच त्या वेळी आमचे घर चालले. मलाही ओपीडी टाकण्याकरिता त्यातूनच बाईने पैसा दिला. अशी आमची बाई जी कष्टाला कधी हरली नाही. ही मोठी मोठी उदाहरणे झाली.

याहीपलीकडे चांदवड गावामध्ये आणि आजदेखील नाशिकमध्ये कोणाकडेही काही प्रसंग उभा राहिला तर आमची बाई तेथे हमखास उभी असायची किंवा असते. त्या वेळी अक्षरशः अनेक घरांचे लोणचे घालण्याचे काम, थंडीचे लाडू करण्याचे काम, मकरसंक्रांतीचे तिळगूळ, बोरबण्याचा लाडू अशी नानाविध कामे बाई न चुकता, अव्याहतपणे, न थकता करत असे आणि हेच आजही सुरू आहे. तिला या सगळ्या कष्टांच्या बाबतीत कसल्याही आशा-अपेक्षा अजिबात नाहीत. स्वार्थ नाही, कोणी परत काही करावे, अशीही अपेक्षा नाही. अशा या आमच्या बाईचे निर्मोही कष्ट.

बाईच्या पुढच्या गुणवैशिष्ट्याबद्दल बोलू या, तो म्हणजे **निडरता** : निडरता बाईच्या आयुष्याच्या प्रत्येक क्षणाक्षणामध्ये आपल्याला अनुभवायला येते. बाईच्या अगदी लहानपणी किराणा दुकान चालविणे असो, जंगलामध्ये जाऊन गोवऱ्या वेचणे असो,

बाईच्या आयुष्याच्या प्रत्येक वळणावर आपल्याला निडरता सापडते.

अगदी चौदाव्या वर्षी स्वतःला एका खोलीमध्ये कोंडून घेऊन बघायला आलेल्या मुलाला, त्याच्या वडिलांना, स्वतःच्या वडिलांना, परिवारातील सदस्यांना, नातेवाइकांना अत्यंत निडरपणे बाईने उत्तर दिले होते. बघायला आलेल्या सर्वांना एवढ्या हिमतीने निडरतेने निर्णय सांगणे म्हणजे अक्षरशः आश्चर्यच नव्हे का? आणि वयाच्या विसाव्या वर्षांपर्यंत अशा अनेक प्रसंगांना निडरतेने सामोरे जाऊन स्वतःच्या आयुष्याला सुंदर असे वळण बाईने त्या वेळी दिले होते.

लग्नानंतरच्या आयुष्यातदेखील बाई कधी कुठल्या गोष्टीला, कुठल्या प्रसंगाला घाबरली आहे आणि तिला आता काय करावे हे सुचत नाही, असे मी माझ्या उभ्या आयुष्यात एकदाही अनुभवलेले नाही. या संदर्भातील १९९७ मधील एक प्रसंग मला आजही आठवतो. भाऊसांच्या (वडिलांच्या) १९८६ मधील मृत्यूनंतर बाईने १९९७ पावेतो संपूर्ण घर स्थिरस्थावर करून स्वतःला संपूर्णपणे धार्मिक विषयाला वाहून घेतले होते.

याविषयी आपण सविस्तर नंतर बोलणार आहोतच, पण निडरतेसंदर्भात घडलेला एक किस्सा येथे सांगावासा वाटतो. त्या वेळी बाईने समाजातील काही महिलांच्या मदतीने त्रिमूर्ती चौकातील धर्मस्थानक बनविण्यास सुरुवात केली होती.

जैन समाजामध्ये दानशूरता हा मोठा गुण आहे आणि ज्या वेळी असे धर्मस्थानक कोणी बनवीत असते, त्या वेळी सर्व समाज अत्यंत सढळ हाताने आर्थिक व इतर मदत करीत असतो; परंतु आजवरच्या भारताच्या इतिहासामध्ये नेहमी पुरुषमंडळी या कामांमध्ये भाग घेत असतात आणि अगदी ९९ नव्हे, तर १०० टक्के पुरुषमंडळीच धर्मस्थानक बनवीत असतात.

येथे मात्र बाई आणि त्रिमूर्ती चौकातील काही स्त्रिया धर्मस्थानक बनवायला निघालेल्या होत्या. त्या सर्वजणी त्या वेळी नाशिकजवळील एका मोठ्या बाजारपेठेच्या गावी धर्मस्थानकासाठी वर्गणी गोळा करायला गेल्या होत्या. त्या वेळीही आणि आजही आमच्या जैन समाजामध्ये पद्धत रूढ आहे, ती म्हणजे, कुठल्याही गावामध्ये कुठल्याही श्री संघामध्ये वर्गणी गोळा करायला गेल्यानंतर त्या श्री संघाच्या अध्यक्षांकडे आधी जायला लागते.

ते जी काही वर्गणी देतील त्यापेक्षा समाजातील इतर सदस्य कमीच वर्गणी देतात. या परंपरेनुसार बाई आणि इतर महिला त्या गावातील श्री संघाच्या अध्यक्षांकडे वर्गणी घेण्यासाठी गेल्या. कदाचित समोरच्या अध्यक्षांचा महिला आल्यामुळे तेवढा विश्वास त्यांच्यावर बसला नसेल. त्यांनी मोजून फक्त पन्नास रुपये वर्गणी देऊ केली. हे बघून

सर्व महिला अवाक् झाल्या. कारण त्या सर्वांच्या लगेचच लक्षात आले होते, की आता त्या गावामध्ये काहीही वर्गणी जवळपास गोळा होणार नव्हती. बाईने काही सेकंद विचार केला आणि स्वतःच्या पर्समधून एक हजार १९५१ रुपये काढले आणि त्या अध्यक्षांना देऊ केले.

तेही त्यांना सांगून, की आपण जर फक्त ५१ रुपये दिले तर इतर लोक एकतर काहीच वर्गणी देणार नाहीत आणि फार झाले तर फक्त ११, २१ अशी वर्गणी देतील, मग इतके फिरून काय उपयोग होईल, असे म्हणून त्यांच्या हातावर १९५१ रुपये टेकवले आणि सांगितले, आता आपण आम्हास दोन हजार एक रुपये द्या, म्हणजे इथले सर्व काम व्यवस्थित होईल. समोरचे सद्गृहस्थ अत्यंत खजील झाले.

त्यांना त्यांची चूक पूर्णपणे उमगली आणि त्यांनी बाईने देऊ केलेले पैसे न घेता स्वतः पाच हजार एक रुपयांची वर्गणी दिली आणि त्यामुळे त्या गावातील जैन समाजातील लोकांनी भरभरून वर्गणी दिली. अत्यंत निडरतेने बाईने ही गोष्ट केली होती आणि त्याची फलनिष्पत्ती आपणा सर्वांसमोर आहेच. आयुष्यातील स्वतःच्या खासगी जीवनातील गोष्टी असो, नातेवाइकांच्या बाबतीत असो, आई-वडिलांच्या बाबतीत असो, आम्हा मुला-मुलींच्या बाबतीत असो, समाजाबाबत असो; बाई कुठल्याही गोष्टीला, घटनेला अत्यंत निडरतेनेच सामोरे गेलेली आहे.

बाईच्या आयुष्यातील अत्यंत महत्त्वाचा गुण **मध्यवर्ती भूमिका** : बाईने आपल्या आयुष्यात अगदी लहानपणापासून तर आतापर्यंत संपूर्ण घरामध्ये मग ती माहेरी असो की सासरी, मध्यवर्ती भूमिका निभावली आहे. लहानपणी बाईला खडकजामला आल्यानंतर एक प्रकारे अकाली प्रौढत्व आले होते. कारण आजोबांची ढासळत असलेली प्रकृती आणि बाईहून मोठ्या दोन्ही बहिणींचे झालेले लग्न या दोन्ही कारणांमुळे अगदी लहान वयामध्ये बाईवर जणू संपूर्ण घराची जबाबदारीच आलेली होती.

शाळेतदेखील ज्या वेळी इतर मुले-मुली शिकत होती, त्या वेळी बाई चार वर्षांपैकी पावणेचार वर्षे इतर मुला-मुलींना शिकवत होती. बाई मोठी झाल्यानंतर, लग्न झाल्यानंतर सासरीदेखील मध्यवर्ती भूमिका निभावत होती, निभावत आहे. बाई आणि भाऊसाने अत्यंत प्रतिकूल परिस्थितीत संसार सुरू केला, हे आपण वाचलेच आहे. अशा परिस्थितीतदेखील खंबीरपणे स्वतःच्या घराचे स्वप्न बघत ते पुरेदेखील केले. त्याबरोबरच मला डॉक्टर बनविण्याचा निर्णयदेखील तिचाच.

असे अनेक निर्णय तिने मध्यवर्ती भूमिकेतून आयुष्यभर घेतले आहेत, घेत आहे. मला दोन मोठ्या मावश्या आणि दोन छोट्या मावश्या. आमची बाई मधली; आम्हाला सख्खे मामा नाहीत. म्हणजेच बाईला सख्खा भाऊ नाही. आयुष्यभर बाईनेच नानाजी-

नानीजींचा म्हणजेच तिच्या आई-वडिलांचा सांभाळ, देखभाल, सर्व प्रकारची काळजी घेतली.

आयुष्यभर नानाजी-नानीजी आमच्याकडेच राहिले. म्हणायला नानाजी-नानीजींचे चांदवडला असेपर्यंत स्वतंत्र घर होते; परंतु ते आमच्या जवळच राहत असत. नानीजी तर १०-१०-१० रोजी वयाची शंभरी गाठून संथारा व्रतामध्ये आमच्याकडेच स्वर्गवासी झाल्या. आमच्या नानाजी-नानीजींना मुलगा नसल्याची कमतरता बाईने कधीही जाणवू दिली नाही.

जी काही म्हणून मुलांची कर्तव्ये असतात मग ती आई-वडिलांप्रति असू देत किंवा छोट्या-मोठ्या बहिणींप्रति असू दे, मुलाची किंवा भावाची किंवा मामाची सर्व प्रकारची कर्तव्ये बाईने मध्यवर्ती भूमिका निभावत पार पाडली, पार पाडते आहे.

एवढेच नव्हे, तर मी म्हणजेच संपूर्ण ओस्तवाल परिवार आज जे काही नाशिकला स्थिरस्थावर होऊन प्रगतीच्या वाटेवर राहून यशाची फळे चाखत आहोत ते निव्वळ आणि निव्वळ बाईच्या मध्यवर्ती भूमिकेतून चांदवडहून नाशिकला सेटल होण्याच्या निर्णयामुळे शक्य झाले आहे. वडिलांच्या निधनाच्या दुःखातून बाई स्वतः आणि आम्हीदेखील कोणीही सावरलेलो नसताना भाऊसा गेल्याच्या सव्वा महिन्यानंतर बाईने हा निर्णय घेतला होता, अन्यथा आम्ही आमच्या मूळ गावी चांदवडला स्थायिक झालो असतो.

घरातच नव्हे तर समाजकार्य, धार्मिक कामांमध्येदेखील बाईने अत्यंत मोलाची मध्यवर्ती भूमिका आयुष्यभर निभावली, निभावते आहे. याची साक्ष त्रिमूर्ती चौक, नाशिक येथे उभे असलेले धर्मस्थानक देते आहे. त्रिमूर्ती चौकात धर्मस्थानक उभारावे हा संपूर्ण निर्णय बाईने आधी घेतला होता, नंतर तिने समाजातील काही स्त्रियांना (पुरुष नव्हे) यासाठी तयार केले होते. समाजामध्ये मध्यवर्ती भूमिका निभावत बाईने संपूर्ण समाजामध्ये इतिहास घडवत धर्मस्थानक उभे केले.

बाईच्या आयुष्यातील आणखी एक अत्यंत महत्त्वाचा गुण म्हणजे **समाजसेवा**: अगदीच लहानपणापासून तर अगदी आज या क्षणापर्यंत समाजसेवा बाईच्या रोमारोमांत भिनलेली आहे. समाजसेवेची सुरुवात बाईने अगदी पहिलीत असतानाच इतर मुलांना शिकवून केली होती. कुणाच्याही घरी अडचण असेल तर बाई जाऊन स्वयंपाक वा इतर कामे करायची, हे जणू समीकरणच चांदवड, खडकजाम येथे ठरलेले होते.

बाईने घरोघरी जाऊन कित्येक बाळंतपणे केलेली आहेत, जणूकाही बाई म्हणजे त्या काळातील उत्कृष्ट दाईच. त्यातील अनेक बाळे आज अत्यंत मोठमोठ्या स्थानांवर आहेत. कोणाच्याही घरी कुठलेही आजारपण आले तरी बाई त्यांच्या सेवेला तत्पर. आमचे भाऊसा म्हणजे पवन सर हे नेमिनाथ जैन ब्रह्मचर्याश्रम या संस्थेत शिक्षक व

सुपरिंटेन्डेंट असल्याने अनेक विद्यार्थ्यांची जबाबदारी त्यांच्यावर असायची.

त्यामुळे कित्येक वेळा वसतिगृहातील विद्यार्थी आजारी पडल्यावर त्यांची सेवाशुश्रूषा बाईने घरी केलेली आहे. कित्येक मुलांना बाईने शिक्षणासाठी मदत केलेली आहे. ज्या कोणा गरिबाच्या घरात चूल पेटलेली नसेल त्या वेळी बाई-भाऊसांनी तत्परतेने त्याला मदत करून त्याच्या पोटापाण्याची सोय केली असेल.

बाईचा सहावा गुण **त्याग** : त्याग आणि बाई म्हणजे जणूकाही अतूट समीकरण. बाईने जीवनामध्ये वेगवेगळ्या प्रकारचे स्वतःपासून इतर अनेकांसाठी मोठमोठे त्याग केलेले आहेत. बाईने अगदी लहानपणी इतर मुलांना शिकविण्याकरिता स्वतःच्याच शिक्षणाचा त्याग नाही का केला? बाईचे बालपण सगळे घर सांभाळण्यासाठी, सगळ्यांची काळजी घेण्यासाठी गेले. जणू बालपणाचा बाईने त्यागच केला आणि बाई अकाली प्रौढ झाली.

बाईने इतरांसाठी सेवा करताना स्वतःच्या सुखांचा त्यागच केला. कधी तहानभूक बघितली नाही न बघितला कधी वेळ-काळ आणि आता या वयातदेखील बाईच्या त्यागाची असंख्य उदाहरणे देता येतील. एखादी स्त्री जेव्हा अकाली विधवा होते, तिचा आयुष्याचा आधार जीवनसाथी निघून जातो, त्या वेळी ती स्त्री स्वतःला खूप असुरक्षित समजायला लागते.

तिला उतारवयाची चिंता भेडसवायला लागते. मला कोणी सांभाळेल का, ही चिंता तिच्या मनामध्ये घर करून बसते आणि म्हणून ती तिच्या गाठी जास्तीत जास्त पैसा जमवून ठेवण्याचा प्रयत्न करते आणि दुर्दैवाने हे असे करणे कित्येक वेळा खरोखर प्रॅक्टिकल ठरते. असे पैसे जवळ असल्याने कित्येक वेळा मुलगा, सून, इतर नातेवाईक त्या स्त्रीकडे लक्ष देत असतात.

अशी कितीतरी उदाहरणे माझ्या नजरेसमोर आहेत; परंतु आमची बाई या सगळ्या जगरहाटीला नक्कीच अपवाद आहे. तिने तिच्या आयुष्यात जे काही पैसे भाऊसांच्या मृत्यूनंतर हातात आले, ते कधीही तिने तिच्या गाठी बांधून ठेवले नाहीत. तिला आजही भाऊसा शाळेत शिक्षक असल्याकारणाने फॅमिली पेन्शन मिळते. सुरुवाती-सुरुवातीला तिने तो पैसा संपूर्ण कुटुंबासाठी वापरला आणि जसे एकदा कुटुंबातील सर्व जण स्थिरस्थावर झाले त्या वेळी तिने त्यातील बराचसा पैसा धर्मकार्यासाठी, समाजकार्यासाठी वापरला. आजही वापरते आहे.

तिचा हात नेहमी दान करण्यासाठी तत्पर राहिला, मग ती कितीही कठीण प्रतिकूल परिस्थिती असू दे की आजची स्थिरस्थावर झालेली परिस्थिती असू दे, आमच्या बाईचा हात नेहमी देण्यासाठी तत्पर राहिला. बाईच्या आयुष्यावरून माझ्या मनावर एक गोष्ट

कायमची ठसली, ती म्हणजे, जेव्हा आपण कोणासाठीही दान देण्यासाठी हात वर ठेवतो त्या वेळी भगवंतदेखील आपणास भरभरून देतो.

आमच्या एवढ्या कठीण परिस्थितीमध्येदेखील बाईला कधीही पैशांची कमतरता जाणवली नाही. ज्या ज्या वेळी म्हणून बाईला पैसे लागायचे त्या त्या वेळी कुठून ना कुठून ते बाईकडे येऊनच जायचे. बाईला कधीही कमी पडले नाही. आपणास आश्चर्य वाटेल, आमची बाई कधीच स्थितप्रज्ञ झालेली आहे. गेल्या कित्येक वर्षांपासून बाई स्वतःकडे गरजेव्यतिरिक्त - जसे की कुठे जायचे असेल तर भाड्याला लागणारे तेवढेच पैसे किंवा रिक्षाला लागणारे मोजकेच पैसे, याव्यतिरिक्त - बाई स्वतःकडे कुठलेही पैसे ठेवत नाही. बाईकडे एक मिलिग्रॅमदेखील सोने ना चांदी ना कुठली स्थावर मालमत्ता आहे. बाई नवे कपडे वापरत नाही. बाईला अत्यंत कमीत कमी कपडे लागतात.

थोडक्यात काय, तर बाईला कुठल्याही गोष्टीची आसक्ती नाही. बाईच्या गरजा अत्यंत मर्यादित आहेत. खाण्यापिण्याचा विषय पुढच्या मुद्द्यांमध्ये येणार आहेच म्हणून खाण्यापिण्याच्या त्यागाबद्दल मी येथे लिहीत नाही. बाई गादीवरदेखील झोपत नाही. बाईला कुठल्याही लक्झरिअस सोयीसुविधा देऊ केल्या तरीही बाई त्या स्वीकारत नाही. बाई रोज धर्मस्थानकात जाते.

बाईला मी रोज ड्रायव्हर आणि कार घेऊन जा, असे सांगत असतो; परंतु बाई कधीही कार घेऊन जात नाही. ती नेहमी सांगते, 'खासकरून माझ्यासाठी अजिबात कार पाठवायची नाही.' कित्येक वेळा ती चार-पाच किलोमीटर अंतर सहज आजही या वयात पायी पायी सहज चालत जाते.

इतर गावीही बाई कुठे जाणार असेल तर ती स्वतःसाठी कार नेत नाही. आपण कोणी जाणार असू तरच बाई त्या गाडीमध्ये बसते. स्वतःसाठी म्हणून तिने या सर्व गोष्टींचा कधीच त्याग केला आहे. थोडक्यात काय, तर बाई म्हणजे त्यागाचे मूर्तिमंत प्रतीकच आहे.

आता वळू या बाईच्या शेवटच्या म्हणजे माझ्या लेखी शेवटचा सातवा गुण म्हणजे **धर्म** : या मुद्द्यामध्येही आपणास दोन प्रकार करायला लागतील. पहिला म्हणजे स्वतःकरिता करणारा धर्म आणि इतरांकरिता करावयाचा धर्म. पहिले आपण बाईच्या स्वतःच्या धर्माबद्दल बोलू या. आमची बाई अगदी लहानपणापासूनच खूप धार्मिक.

खडकजाम हे गाव मुंबई-आग्रा महामार्गावर असल्याकारणाने तेथे नेहमी गुरू-महाराजांची ये-जा सुरू असायची आणि ज्या ज्या वेळी तेथे गुरू-महाराज असायचे, बाई स्वतःला संपूर्णपणे धार्मिक कार्यामध्ये गुंतवून घ्यायची. जैन समाजातील सर्व धार्मिक विधी बाईला अगदी लहानपणापासूनच मुखोद्गत होते. तिच्या आवडीच्या कितीतरी

खाण्याच्या वस्तू न खाण्याच्या शपथा तिने लहानपणापासूनच घेतलेल्या होत्या.

या सर्व गोष्टींमध्ये ना तर चांदवडला आल्यानंतर ना लग्नानंतर काही खंड पडला होता. बाई अखंडपणे धार्मिक कार्य करत आली, आजही करते आहे. उपवास म्हणजे खाऊन-पिऊन होणारे उपवास नव्हे, तर आमच्या जैनांमधील अत्यंत कडक असे उपवास. त्यातली अत्यंत मोठी मोठी व्रते जसे की रत्नावली तप, वर्षी तप अशी जी काही म्हणून मोठी, अवघड उपवासाची व्रते आहेत, ती बाई अगदी सहजपणे, अखंडपणे करतेच आहे.

जेव्हा आम्ही डॉक्टर मंडळीसुद्धा सांगायचा प्रयत्न करतो, की बाई एवढे उपवास चांगले नाहीत. तर बाई आम्हालाच उलट शिकवते. एवढे उपवास करते म्हणूनच मी फिट आहे. नाहीतर तुम्ही स्वतःकडे बघा, असे म्हटल्यानंतर आम्हीसुद्धा निरुत्तर होतो. कारण बाई बोलते ते अक्षरशः खरे असते. या उपवासाच्या व्रतांमध्ये मी अनेक लोकांना स्वतःची काळजी घेताना बघितलेले आहे.

ज्या दिवशी पारणा असतो, म्हणजे एक उपवास, म्हणजे आदल्या दिवशी संध्याकाळी तोंड बंद केले, की तिसऱ्या दिवशी म्हणजे जवळपास ३६ ते ४० तासांनी सकाळीच खाण्यासाठी तोंड उघडायचे. अशा वेळी आपल्याला फक्त आजच खायचे आहे, उद्या परत उपवास आहे म्हणून आजच पोटभर खाऊन स्वतःची काळजी घेत मंडळी खानपान करत असतात; परंतु आमची बाई ती बाईच, कधीही तिने अशा प्रकारे स्वतःची काळजी घेतली नाही.

पारण्याच्या दिवशी खायला मिळाले तरी ठीक, नाही मिळाले तर अजून जास्त ठीक, या प्रकारची धारणा बाईची आजही असते. आपण सर्व आयुष्यामध्ये खाण्याच्या कुठल्या ना कुठल्या गोष्टीची शपथ घेत असतो, म्हणजे ते खाणे सोडून देत असतो. अशा वस्तू फार तर दोन-तीन असतात. बाईचे मात्र उलटेच आहे. बाई ज्या गोष्टी खाते ती यादी फार छोटी आहे.

ती सांगणे सहज सोपे आहे. कारण बाईने शपथ घेतलेल्या वस्तूंची यादी प्रचंड मोठी आहे. बाईची धार्मिकता म्हणजे नुसत्या खाण्यापिण्याच्या गोष्टी नाहीत. बाई आपल्या आचाराविचारांमधून सर्वार्थाने प्रचंड धार्मिक असल्याचे पदोपदी जाणवते. ती स्थितप्रज्ञ स्थिती म्हणजे काय हे जर समजून घ्यायचे असेल तर बाईचे रोजचे जीवनमान बघायचे. सगळ्यांसाठी दयाभाव, मदतीचा हात, कुणी कसेही वागले तरी त्यासाठी सदैव चांगल्या भावना, इतरांसाठी नेहमी कार्यरत राहणे, कुठलाही अहंभाव न ठेवणे, सदैव लो प्रोफाइल राहणे, जो जो काही म्हणून वेळ मिळेल तो धार्मिक विधींमध्ये वापरणे.

आपणास आश्चर्य वाटेल, बाईचे आजही वाचन खूप चांगले आहे. अनेक प्रकारचे धार्मिक ग्रंथ तिचे वाचून झालेले आहेत. सोबत वर्तमानपत्रदेखील ती रोजच्या रोज

वाचत असते. गुरू-महाराजांच्या सेवेमध्ये राहणे, त्यांची सर्व प्रकारची काळजी घेणे, त्यांच्या विहारांमध्ये हमखास सामील होणे हा सर्व तिचा नित्यक्रम आहे.

कुठल्याही संघाबरोबर धार्मिक पदयात्रेत ती हमखास सहभागी असते. मग ते अगदी १००, २००, ३०० किलोमीटरचा प्रवास का असेना. कित्येक वेळा काही अपवादात्मक साधू-संत दीक्षा घेऊनदेखील संसारातच असतात; परंतु बाई संसारात राहूनदेखील साधू-संतांसारखेच जीवन व्यतीत करते आहे. हे सर्व झाले बाईच्या स्वतःच्या धार्मिकतेबद्दल.

आता बघू या बाईने इतर सर्वांसाठी धर्म या विषयात काय काय योगदान दिले. बाईने माझ्यासहित घरच्या सर्व बालगोपाळांना या प्रवाहात तर आणलेच; परंतु जे जे म्हणून ओळखीचे, जवळचे नातेवाईक, त्या सर्वांनादेखील प्रोत्साहित करून धर्माच्या प्रवाहात आणण्याचे मनापासून शंभर टक्के प्रयत्न केले. कित्येक वेळा त्यासाठी पदरचे पैसेदेखील खर्च केले आहेत. धर्मस्थानकात बाईची नेहमी ॲक्टिव्ह भूमिका राहिली आहे.

भाऊसा स्वर्गवासी झाल्यानंतर आम्ही नाशिकला शिफ्ट होऊन स्थिरस्थावर झाल्यानंतर बाईने स्वतःला पूर्णपणे धार्मिक कार्यात झोकून दिले. बाईने स्वतःला सर्वार्थाने झोकून दिल्यानंतर बाई स्वतः जिथे जिथे गुरू-महाराज आहेत तेथे जायची. त्या वेळी बाईच्या मनामध्ये असा विचार आला, की मी मोकळी आहे, मला पैशांचीही अडचण नाही, मी पाहिजे तेव्हा, पाहिजे त्या गुरू-महाराजांच्या दर्शनासाठी जाऊ शकते; परंतु आपल्या समाजबांधवांना, भगिनींना हे सर्व शक्य होईलच असे नव्हे आणि एक वेळ सर्व मोठी मंडळी गुरू महाराजांच्या दर्शनाला जाऊ शकतील; परंतु समाजाच्या नवीन येणाऱ्या भावी पिढीचे काय, हे सर्व बालगोपाळ कुठे जाऊ शकतील, त्यांच्या शाळेच्या व्यस्त वेळापत्रकामुळे अगोदरच वेळ कमी असतो आणि म्हणून आपण असे काहीतरी केले पाहिजे, की जेणेकरून आपल्या त्रिमूर्ती चौक परिसरातील सर्व समाज बांधव-भगिनींना आणि येणाऱ्या भावी पिढीलाही धर्म आराधना करता येईल.

जर त्रिमूर्ती चौकातच आपण धर्मस्थानक केले तर सर्वांना त्याचा धर्मासाठी उपयोग करता येईल, या विचाराने बाईच्या मनामध्ये ठाण मांडले. सर्वांत पहिले तिने परिसरातील महिलांना एकत्र केले, त्यांना सर्वांना प्रोत्साहित केले. सगळ्यात पहिली धर्मस्थानकासाठीची पावती बाईने स्वतःची फाडली. त्यामुळे आपोआपच परिसरातील महिलांनीदेखील आपल्या परीने देणगी दिली आणि अशा रीतीने बाईचे 'मिशन धर्मस्थानक, त्रिमूर्ती चौक, नाशिक' सुरू झाले. जैन समाजाच्या इतिहासामध्ये आजतागायत कुठल्याही महिलांनी अशा धर्मस्थानकाचे निर्माण तर सोडा परंतु प्रयत्नदेखील केल्याचे कुठेही ऐकिवात नाही. रेकॉर्डवर नाही.

या पुरुषप्रधान संस्कृतीमध्ये बाई आणि कधी या तर कधी त्या अशा दोन-तीन इतर

महिला एकत्र आल्या आणि आधी तर त्रिमूर्ती चौक आणि परिसरातील जैन समाजाचे एकूणएक घर पालथे घातले आणि जेवढी म्हणून शक्य आहे तेवढी वर्गणी गोळा केली. हा परिसर संपल्यानंतर नाशिक शहरामध्ये त्यांनी प्रयत्न सुरू केले.

त्या बरोबरीने जिल्ह्यातील ग्रामीण भागदेखील पिंजायला सुरुवात केली. ग्रामीण भागातीलच वर्गणी गोळा करतानाचा एक किस्सा मी बाईच्या लेखांमध्ये वरती लिहिला आहे. अशा अनेक बऱ्यावाईट गोष्टींचा अनुभव घेत बाई आणि टीमने बऱ्यापैकी पैसा जमविला आणि भारतातील जैनांच्या इतिहासामध्ये प्रथमतःच महिलांनी एकत्र येऊन धर्मस्थानकाची निर्मिती केली.

त्या धर्मस्थानकाचे नाव नेहमीपेक्षा आश्चर्यकारकरीत्या अत्यंत वेगळे होते, ते म्हणजे, 'श्री वर्धमान स्थानकवासी श्राविका संघ, त्रिमूर्ती चौक, नाशिक'. हे असे अत्यंत आगळावेगळा ऐतिहासिक विक्रम घडविणारे काम बाईने केले होते. इसवीसन २००० मध्ये या धर्मस्थानकाचे उद्‌घाटन आचार्य परमपूज्य शिवमुनींच्या उपस्थितीत झाले.

हे धर्मस्थानक सुरू झाले तोपर्यंत त्रिमूर्ती चौक व परिसरातील पुरुषांचा यामध्ये फारसा सहभाग नव्हता. हळूहळू तो सहभाग वाढायला लागला आणि मग काही दिवसांनी हे नाव थोडे बदलले. ते असे झाले, 'श्री वर्धमान स्थानकवासी, जैन श्रावक-श्राविका संघ, त्रिमूर्ती चौक, नाशिक.' सांगायला आनंद वाटतो, की संघस्थापनेच्या आधीपासून ते आजतागायत म्हणजे तब्बल २४-२५ वर्षे बाई या श्री संघाची अध्यक्षा म्हणून कामकाज करते आहे.

हा जैन समाजातील आगळावेगळा विक्रम आहे. स्त्रियांनी येऊन धर्मस्थानकाची निर्मिती करावी आणि एक स्त्रीच अध्यक्ष असावी, यातून आपल्या लक्षात आले असेलच, की बाईने स्वतःच्या आयुष्यात धर्मध्यान केलेच; परंतु समाजातील इतर सर्व घटकांनादेखील धर्मध्यान करता यावे म्हणून न भूतो न भविष्यती असे ऐतिहासिक कामदेखील केले.

बाईबद्दल जेवढे लिहावे तेवढे कमीच आहे. जागेचीही मर्यादा आहे, अन्यथा बाईच्या आयुष्यावर खरे म्हटले तर एक पुस्तकदेखील लिहिता येईल. हे सर्व लिहिण्याचा उद्देश म्हणजे आपण प्रत्येकाने आपल्या आयुष्यात सकारात्मकता अंगी बाणून आपले आयुष्य सुखकर, आरोग्यदायी करावे. याचसाठी या सकारात्मकतेच्या धगधगत्या अग्निकुंडाचा आपल्याला परिचय करून देण्याचा अट्टाहास.

◆◆◆

सीसीटीव्हीने केली अंधश्रद्धेची पोलखोल

ही घटना साधारणतः २०१२ मधील आहे. नाशिक जिल्ह्यातील एका तालुक्याच्या गावी माझ्या एका मित्राचे, अजयचे छोटेखानी आठ खाटांचे हॉस्पिटल आहे. तसा तो मला खूपच ज्युनिअर आहे. खरंतर त्याचे वडील डॉ. शहाजी माझे सीनिअर आणि माझे जवळचे मित्र. म्हणता म्हणता अजयशी पण खूप चांगली मैत्री झाली.

डॉ. शहाजी यांची प्रॅक्टिस व्यवस्थित सुरू असल्याने माझ्या या ज्युनिअर मित्राची म्हणजे डॉक्टर अजयची प्रॅक्टिसदेखील लवकर सेटल झाली. वडिलांपेक्षाही त्याने खूप चांगला जम बसविला. मुंबईला शिकून आलेला असल्याने व्यावसायिकपणा, हुशारी यांचा छान संगम डॉ. अजयमध्ये झालेला होता. खानदानी वारशाने माणुसकीची जोड त्याला मिळालेली होती.

पेशंट मॅनेजमेंट करताना कुठल्या प्रकारचे पेशंट्स आपल्या येथे ठेवायचे, कुठल्या प्रकारच्या पेशंट्सना हायर सेंटरना पाठवायचे याचा योग्य निर्णय तो नेहमीच घेत असे आणि अर्थातच बाकीचे सर्व आजार तिथेच बरे होऊन जात असत. डॉक्टर अजयला या हुशारीमुळे कधीही कुठल्याही गोष्टीची अडचण आली नाही.

दिवसेंदिवस त्याच्या प्रगतीचा आलेख हा चढताच होता. या प्रगतीत पत्नी डॉ. सौ. रुपाली हिचा वाटाही होता. तसे रुपाली आणि अजय हे दोन्ही वर्गमित्रच होते आणि मैत्रीचे रूपांतर प्रेमात कधी झाले हे दोघांनाही कळले नाही. थोड्याफार विरोधानंतर डॉ. शहाजी आणि रुपालीच्या वडिलांनी दोघांचेही लग्न थाटामाटात करून दिले होते. एकंदरीत डॉ. अजयचे व्यवस्थित चालले होते.

एके दिवशी सायंकाळी उशिरा म्हणजे जवळपास नऊ-सव्वानऊला मला अजयचा

अर्जंट फोन आला, की आहे तसे या. 'माझ्या इथे प्रॉब्लेम झालेला आहे. खूप सारे लोक इथे जमलेले आहेत. कुठल्याही मिनिटाला काहीही घडू शकते. त्यामुळे ताबडतोब या.' मी जेवतच होतो. जेवण तसेच अर्धवट सोडून मी लगेच अजयच्या गावी निघालो.

इतर वेळी लागणारा ४०-५० मिनिटांचा प्रवास मी ३० मिनिटांतच केला. पाहतो तर काय, तीन-चारशे लोकांचा गराडा अजयच्या हॉस्पिटलला पडलेला होता. आतमध्ये गेलो. बघितले तर एका आठ वर्षे वयाच्या मुलाचा मृत्यू झालेला होता आणि त्याचे नातेवाईक अजयशी भांडत होते. जमाव वाढतच होता. कुठल्याही क्षणी काहीही होऊ शकत होते.

मी परिस्थितीचे गांभीर्य ओळखले. सुदैवाने त्या वेळचे त्या पोलीस ठाण्याचे वरिष्ठ पोलीस निरीक्षक माझे जवळचे मित्र होते. त्यांना सर्वांत आधी फोन लावला. फोनवरून त्यांना परिस्थितीची कल्पना दिली. परिस्थितीचे गांभीर्य ओळखून मोजून दहा मिनिटांच्या आत ते त्यांची टीम घेऊन स्वतःही हॉस्पिटलला पोहोचले.

दादागिरी करणारे काही लोकही त्या जमावात होते. त्यामुळे तेथील वातावरण अजूनच चिघळलेले होते. पीआय साहेबांचा अनुभव कामी आला. त्यांनी त्या गर्दीतील जरा शहाणी अशी चार-पाच महत्त्वाची माणसे पकडली आणि त्यांना समजावून सांगितले, ''आपण डॉक्टरांना पोलीस ठाण्यात घेऊन जाऊ. तिथे तुम्ही डॉक्टरांविरुद्ध तक्रार दाखल करा, म्हणजे आपणाला डॉक्टरांविरुद्ध व्यवस्थित कारवाई करता येईल.''

लगोलग डॉक्टरांना त्यांच्या पोलिसांच्याच गाडीत घेतले व पोलीस ठाण्याकडे कूच केले. अशा रीतीने सर्वांत प्रथम त्यांनी डॉक्टरांची म्हणजे अजयची लोकांच्या जमावापासून सुटका केली. येणारा वाईट प्रसंग टाळला. कदाचित अजय-रुपालीवर, त्यांच्या हॉस्पिटलवर हल्ला झाला असता, तोदेखील त्यांच्या समयसूचकतेने टळला.

आता सर्व गर्दी पोलीस ठाण्याच्या बाहेर जमा झाली होती. कोण काय बोलत होते, कशाचाच काहीही धरबंध राहिला नव्हता. शाब्दिक बाचाबाची सुरू होती. मग हळूच त्यातल्या काही मंडळींनी झालेल्या प्रकाराबद्दल रोख रकमेची भरपाई मागायला सुरुवात केली. नाहीतर हॉस्पिटल तोडून टाकू, जाळून टाकू, अशी भाषा सुरू झाली.

प्रश्न मोठा अवघड होता. मग मी पोलीस ठाण्यातच अजयला एका बाजूला घेतले आणि नेमके काय झाले ते समजून घेण्याचा प्रयत्न केला. अजयच्या बोलण्यावरून तर मृत्यूची संगती लावता येत नव्हती. या प्रकरणामध्ये अजून काहीतरी वेगळीच गोम आहे, असे पदोपदी जाणवत होते. अजयने सांगितले, की दवाखान्यात दाखल केले तेव्हा त्या मुलाला फारसे काही झालेले नव्हते.

अगदी दोन दिवसांचा साधा वायरल फिवर होता. त्याच्या रक्ताच्या तपासण्यादेखील

झालेल्या होत्या. छातीचा एक्स-रे झालेला होता. पहिल्या दोन-तीन दिवसांच्या तापासाठी जेवढ्या गरजेच्या असतात तेवढ्या तपासण्या अगदी व्यवस्थित झालेल्या होत्या आणि रिपोर्टही बऱ्यापैकी नॉर्मल होते. बरेचसे पेशंट्स स्वतःच्या प्रतिकारशक्तीवरच बरेच बरे होतात आणि एवढ्या किरकोळ आजारावर हा रुग्ण दगावेल, असे मलाही वाटत नव्हते; परंतु समोरची वस्तुस्थिती वेगळीच होती.

पोलीस ठाण्याच्या बाहेरची गर्दी खूपच वाढत चाललेली होती. तेथील वातावरण अत्यंत स्फोटक होत चाललेले होते. कुठल्याही मिनिटाला पेशंटचे नातेवाईक अजयवर हल्ला चढवतील असेच वाटत होते. मग मी जरा खोलात जायचे ठरविले. पीआय साहेबांच्या केबिनला लागूनच त्यांचे अँटीचेंबर होते. मी अजयला घेऊन अँटीचेंबरला बसलो आणि त्याच्याकडून सर्व डिटेल्स घेतल्या. त्याच्या सकाळच्या आणि दुपारी चारच्या राउंडलादेखील पेशंट व्यवस्थित होता.

त्याचे सर्व पॅरामीटर्स नॉर्मल लिमिटमध्ये होते. अजयशी सविस्तर बोलल्यानंतर कळले की हे प्रकरण दिसते तेवढे सरळ सरळ नव्हते. कुठली तरी कडी यातली मिसिंग आहे. कारण पेशंटचे रिपोर्ट्स आणि हिस्टरी बघता मृत्यू शक्य वाटत नव्हता. एकतर अजयचे काहीतरी चुकत होते. काहीतरी डायग्नोसिस मिस होते किंवा दुसरी काहीतरी गडबड झालेली होती; परंतु नेमके काय ते सापडत काहीही नव्हते.

अचानक मला आठवले, की आपणच सहा महिन्यांआधी अजयच्या हॉस्पिटलला संपूर्ण सीसीटीव्हीची यंत्रणा कार्यान्वित केलेली आहे. मी अजयला विचारले, ''अजय, सीसीटीव्ही व्यवस्थित सुरू आहेत का रे?'' सुदैवाने सीसीटीव्ही व्यवस्थित सुरू होते. मी ताबडतोब आमच्या सीसीटीव्ही सिस्टिम बघणाऱ्या माणसाला नाशिकहून बोलावले आणि मी स्वतः अजयच्या हॉस्पिटलला जाऊन तो डीव्हीआर घेऊन आलो.

सुदैवाने त्या गर्दीमधील फारसे कोणी मला ओळखत नसल्याने काम सोपे झाले. कोणीही मला अडवले नाही, अन्यथा अवघड झाले असते. कारण एकदा जर गर्दी जमली तर त्या गर्दीची सायकॉलॉजी वेगळीच होऊन जाते. विचार करण्याची मानसिकताच गर्दी हरवून बसते. दरम्यान माझा माणूसही नाशिकहून पोहोचला आणि आम्ही ते सीसीटीव्हीचे फुटेज सर्व चेक करायला सुरुवात केली आणि आम्हाला आश्चर्याचा जबरदस्त धक्का बसला.

सायंकाळी पाच वाजून बारा मिनिटांनी त्या पेशंटचे नातेवाईक-दोन माणसे- त्याला घेऊन (त्या वेळी पेशंट चांगला व्यवस्थित त्याच्या पायावर चालत चालत गेला होता.) हॉस्पिटलमधून बाहेर गेलेले दिसत होते आणि वाईट आणि धक्कादायक गोष्ट म्हणजे सायंकाळी ७.५५ वाजता परत त्याला घेऊन म्हणजे या आठ वर्षांच्या पेशंटला हातांवरती

घेऊन आलेले होते. खरंतर तिथेच सर्व गोष्टींचा खुलासा होत होता. कारण त्यांच्या हातामध्ये पेशंट नव्हे तर पेशंटची डेड बॉडी होती.

मग ते हॉस्पिटलमध्ये आले आणि बेडवर जणू काही पेशंट झोपलाच आहे, या पद्धतीने डेड बॉडी ठेवून दिली आणि त्याच्या पाचच मिनिटांनंतर त्यांनी आरडाओरडा, बोंबाबोंब सुरू केली. ''पेशंटची तब्येत बिघडली आहे, पेशंट बोलत नाही. पेशंट हातपाय हलवत नाही.'' मग एका मिनिटाच्या आत अजय आणि त्याचा स्टाफ त्या पेशंटपर्यंत पोहोचलेले दिसत होते आणि पेशंटचा मृत्यू त्याच्या आधीच झालेला होता.

आम्ही सगळ्यांनी सुटकेचा निःश्वास टाकला. झालेली घटना अत्यंत दुःखद आणि वाईट होती; परंतु ''सीसीटीव्हीचे फुटेज नसते तर, पुढची घटना त्याहूनही अत्यंत वाईट घडली असती. कदाचित डॉ. अजय आणि डॉ. रुपालीचे वैद्यकीय करिअर उद्ध्वस्त झाले असते.

सुदैवाने डॉ. अजयने समयसूचकतेने मला फोन लावला. त्याने स्वतः मी येईपर्यंतची परिस्थिती व्यवस्थित हाताळली आणि सीसीटीव्हीचे फुटेज बघितल्यानंतर तर प्रकरण फारच सोपे झाले. आता प्रकरण पीआय साहेबांनी आपल्या स्वतःच्या हातात घेतले. त्यातली मुख्य दोन-तीन माणसे, जी गडबड करीत होती, दमदाटी करीत होती, त्यांना आतमध्ये घेतले आणि थोडासा पोलिसी हिसका दाखवला.

त्यांना सीसीटीव्ही फुटेज दाखविले आणि त्यांची बोलतीच बंद झाली. ती तीच माणसे होती जी त्या पेशंटला घेऊन बाहेर गेलेली होती. दम दिल्यानंतर ती पोपटासारखी घडाघडा बोलायला लागली. सर्व ऐकल्यानंतर आम्ही सुन्न झालो.

अंधश्रद्धा आपल्या देशात अजूनही किती बोकाळलेली आहे हे वास्तव त्या दिवशी आमच्यासमोर आले. झाले असे होते, की जवळच्या एका गावी एक बाबा होते. 'विड्यावाले बाबा' या नावाने ते प्रसिद्ध होते. कोणीतरी या पेशंटला पांढरी कावीळ झाली आहे, असे या पेशंटच्या वडिलांना, नातेवाइकांना सांगितले आणि हे बाबा खूप छान प्रभावी असा विडा पांढऱ्या काविळीवर देतात, असे सांगितले.

त्यांनी डॉ. अजयला न सांगता, न विचारता पेशंटला गुपचूप पांढऱ्या काविळीवर ट्रीटमेंट म्हणून विडा खायला नेलेले होते. बाबांनी त्या पेशंटला विडा खाऊ घातला होता आणि त्याच्या पुढच्या तीन ते पाच मिनिटांतच पेशंट कोलॅप्स झालेला होता. त्यांनी तो पेशंट तसाच बेडवर आणून परत ठेवून दिला होता. मृत्यूच्या खऱ्या कारणाचा अजूनही खुलासा होत नव्हता. आता पोस्टमॉर्टम करण्याशिवाय काहीही पर्याय नव्हता.

पीआय साहेबांचा अजूनच संताप झाला. त्यांनी मग अजून थोडा पोलिसी प्रसाद दिला आणि बॉडी पोस्टमॉर्टमला नेली, आणि कायदा व सुव्यवस्था बिघडू नये म्हणून

विनंती करून ते पोस्टमॉर्टम रात्रीच्या रात्री ताबडतोब करून घेतले आणि पोस्टमॉर्टममध्ये जे मृत्यूचे कारण मिळाले ते बघितल्यानंतर आम्हा सर्वांना अत्यंत वाईट वाटले. काय कारण सापडले असावे बरे पोस्टमार्टममध्ये!

जो विडा त्या बाबांनी त्या आठ वर्षांच्या छोट्या मुलाला खाऊ घातला होता, तो मोठा विडा तसाच्या तसा घशामध्ये अडकलेला होता. पेशंटचा श्वास बंद पडला होता, आणि पेशंटचा मृत्यू ओढवला होता.

किती दुर्दैवी घटना होती! एका निष्पाप कोवळ्या जीवाचा अतिशय अघोरी पद्धतीने मृत्यू झाला होता.

एका बाजूला अजय, रुपाली दोघेही वाचल्याचा आनंद होता, तर दुसऱ्या बाजूला त्याहूनही जास्त वाईट वाटत होते ते एका अंधश्रद्धेने बळी घेतलेल्या कोवळ्या निष्पाप जीवाचे. या सर्वांमध्ये कहर होता, तो म्हणजे, पेशंटच्या नातेवाइकांचा. जी मंडळी डॉ. अजय, डॉ. रुपालीमुळे आमचा पेशंट मृत्युमुखी पडला, असा टाहो फोडत होती, पोलीस ठाण्यात एफआयआर दाखल करण्याची तयारी करीत होती, मारहाण करायच्या तयारीत होती, हॉस्पिटल फोडायची भाषा करीत होती, ती सर्व मंडळी मृत्यूचे खरे कारण समजल्या समजल्या पूर्णतः बॅकफूटवर गेली. ना कोणी बाबाकडे गेले, ना कोणी बाबाचा आश्रम फोडायची भाषा केली, ना कोणी पोलीस ठाण्याला एफआयआर दाखल करण्याची भाषा केली. ते ताबडतोब डेड बॉडी घेऊन रवाना झाले आणि अंत्यविधीही करून टाकला. काय म्हणावे या मानसिकतेला?

अजयने आणि आम्ही सर्वांनी आलेला मोठा नकारात्मक क्षण सकारात्मकतेने स्वीकारल्याने या प्रसंगावर मात केली होती; परंतु खेदाने म्हणावेसे वाटते, आलेला अगदी किरकोळ आजार नकारात्मकतेने स्वीकारल्याने अंधश्रद्धांवर विश्वास ठेवल्याने एक कोवळा जीव आयुष्यातून कायमस्वरूपी उठला होता. ही चूक त्या काळी फक्त याच परिवाराने केली होती का? नाही.

त्या वेळी तर सोडा, दुर्दैवाने खेदाने असे म्हणावेसे वाटते, की आजदेखील आपल्या समाजातील काही लोक अशा प्रकारच्या चुका नकारात्मकतेने करीतच असतात. आपणा सर्वांना कळकळीची विनंती आहे, की कृपया असल्या अंधश्रद्धा-भूलथापांना बळी पडू नका. असले अघोरी उपाय करू नका. आपला स्वतःचा आणि आपल्या सर्व जवळच्या लोकांचा जीव धोक्यात टाकू नका.

◆◆◆

जैसा भाव मनी, तैसा रोग तनी

आपण रोज सकाळी देवाचे नामस्मरण करून दिवसाची सुरुवात करतो. विशिष्ट दिवसांमध्ये अजून जास्त वेळ नामस्मरण करीत असतो. ध्यानधारणा व वेगवेगळ्या मार्गांनी आपण भक्ती करीत असतो. कुठलेही महत्त्वाचे काम असेल, तर आपण हमखास देवाचे नामस्मरण करूनच निघतो. कित्येकदा आपल्याला चांगला अनुभवही येत असतो.

आपण स्वतः सकारात्मक ऊर्जेने जणू काही भारलेले असतो. ते काम पूर्ण करण्यासाठी आपली संपूर्ण ताकद, इच्छाशक्ती वापरत असतो, ते काम मग कितीही कठीण असो. देवाचे नामस्मरण केल्याने खरेच आपले कार्य सिद्धीस जात असते का? कोणी हो म्हणेल, कोणी नाही म्हणेल. हा वादाचा विषय आहे. पण शांतचित्ताने विचार केला तर आपणा सर्वांच्या लक्षात येईल, की नामस्मरण केल्याने आपली एकाग्रता आणि सकारात्मक ऊर्जा वाढते. आपले काम कितीही कठीण असले, तरीही हीच ऊर्जा त्या कठीण प्रसंगावर मात करते आणि आपले ते कार्य सिद्धीस जाते.

आपल्या दैनंदिन जीवनात जी सकारात्मकता असते, ती अशीच काम करते. मग आपण कुठेही असा, कुठल्याही क्षेत्रात असा. मग ते अगदी युवा वयामधील शिक्षण असो, तरुण वयामध्ये नोकरी मिळविणे व कुठल्याही व्यवसायात स्थिरावणे असो, मुला-मुलींची शिक्षणं, लग्नकार्य असो, आपल्या मुला-मुलींना प्रगतीच्या मार्गावर नेणे असो आणि त्यांचा सर्वांगीण विचार केला, तर आयुष्यालाच प्रगतिपथावर नेणे असो.

हा विषय आपण आता थोडा सविस्तर बघू या. या विषयातील सकारात्मकता म्हणजे काय? आपण आपल्या संपूर्ण आयुष्याचा विचार केला असता रोजच आपल्या

आयुष्यात नानाविध घटना घडत असतात. त्यातील काही घटना अत्यंत छान, सकारात्मक असतात, तर कितीतरी घटना ना खूप सकारात्मक असतात, ना नकारात्मक. म्हणजे फार मोठ्या घटना नव्हे, तर ज्या घटनांनी आपण फार आनंदीही होत नाही वा फार दुःखी-कष्टी, निराशही होत नाही.

काही घटना ज्या अत्यंत नकारात्मक असतात, ज्यांचा आपल्या आयुष्यावर कदाचित कायमस्वरूपीदेखील वाईट परिणाम होऊ शकतो. परंतु अशाच घटनांना कधी आपण पूर्ण ताकदीने, सकारात्मकतेने सामोरे गेलो, तर अशा गोष्टींनाही आपण फारसा धक्का न बसता स्वीकारू शकतो.

सर्वप्रथम येथे आपण सकारात्मकता आणि कुठलेही आजार यांचा काय परिणाम होऊ शकतो, याबद्दल बघू या. आपण येथे उदाहरणादाखल दोन रुग्णांचा अनुभव बघू या. एकाचे नाव आहे गौतम, तर दुसऱ्याचे नाव सुयश.

दोघांचेही वय वर्षे ४५. दोघांनाही हार्टॲटॅक येतो. आपण जाणून घेऊ या सुयशबद्दल. सुयशला ॲटॅक येतो. त्याला हॉस्पिटलमध्ये आणण्यात येते, ईसीजी, कार्डिॲक एंजाइम्स इत्यादी तपासणीअंती सुयशच्या आजाराचे निदान होते. त्याला तीव्र हार्टॲटॅक आलेला असतो. त्याच्या जिवाला धोका असतो.

आम्ही सर्व काही सुयशला समजावून सांगतो, असा असा तुला ॲटॅक आलेला आहे. आम्ही आता थ्रोंबोलाइज करणार. तुझ्या हृदयाच्या रक्तवाहिनीतील गाठ विरघळवणार. मग जसजसा तू स्टेबल होशील, त्या वेळी ॲंजिओग्राफी करू. मग त्यामध्ये जसे निदान होईल त्या पद्धतीने पुढची उपचाराची दिशा ठरवू या म्हणजे ॲंजिओप्लास्टी करण्यासारखी असेल तर ती करू या. बायपाससारख्या शस्त्रक्रियेची गरज असेल, तर तेही करू या.

असे सर्व सुयशला व्यवस्थितपणे समजावून सांगितले आणि हे सर्व ऐकल्यानंतर आमचा शेवटचा शब्द पूर्णही झाला नव्हता, तोपर्यंतच सुयशच्या प्रतिक्षिप्त क्रियेने प्रतिक्रिया आली. आम्ही अवाक् झालो. 'Let me say thanks to GOD' "देवाचा मी मनापासून आभारी आहे. देवाने मला आजतागायत निरोगी ठेवले. मला कॅन्सर झाला नाही, माझा अपघात होऊन जागच्या जागी मृत्यू झाला नाही. माझा कोविड, स्वाइन फ्लू किंवा इतर कुठल्याही आजाराने मृत्यू झालेला नाही.

"आता हार्टअटॅक आला असला, तरी मला योग्य डॉक्टरांच्या हातात चांगल्या हॉस्पिटलमध्ये भगवंताने पोहोचविले. आता मला रक्तातील गुठळी विरघळणारे इंजेक्शन देतील. माझी हृदयविकारातून सुटका होईल. मग माझी पुढची तपासणी-ॲंजिओग्राफी करतील आणि गरजेनुसार ॲंजिओप्लास्टी किंवा बायपास सर्जरी

करतील. अर्थातच या आजारातून मी नक्कीच व्यवस्थित बरा होईन. त्यानंतर मी माझी लाइफस्टाइल पूर्ण बदलून माझे आयुष्य निरोगी, निरामय, आनंदी करेन.''

अशीच घटना गौतमबरोबरही घडली. आम्ही गौतमलाही सर्व काही सुयशसारखेच समजावून सांगितले. दोघांच्या आजारामध्ये काहीही फरक नव्हता; परंतु फरक होता तो मानसिकतेत, आणि तोही साधा नव्हता, तर अगदी दोन ध्रुवांएवढा होता. अगदी दोन टोकांच्या प्रतिक्रिया मिळाल्या. गौतमची ही प्रतिक्रिया आली. ''त्या देवाला मीच दिसलो का? त्याला तो प्रकाश नाही दिसला, त्याला तो हेमंत नाही दिसला, त्याला तो भास्कर नाही दिसला, त्याला तो भरत नाही दिसला. तो तर एवढी दारू पितो, तो तर एवढ्या सिगारेटी फुंकतो, तो तर एवढी तंबाखू खातो. हा तर दिवसातून दहा-दहा गुटख्याच्या पुड्या संपवतो? हा तर एवढा जाडा आहे. हा तर एवढा मोट्या आहे, हा तर असा आहे, हा तर तसा आहे, मग देवाला काय मीच दिसलो का?

"अरे बापरे! आता मला ही डॉक्टर मंडळी एवढी महागडी रक्त पातळ करणारी इंजेक्शन देतील आणि मग काय अँजिओग्राफी आणि पुढे अँजिओप्लास्टी किंवा बायपास. मेलो रे मेलो! आता काही खरं नाही. या डॉक्टर मंडळीला आता माझ्याकडून कायमची पेन्शन." गौतमची ही प्रतिक्षिप्त क्रिया डॉक्टरांचे कौन्सिलिंग संपल्या संपल्या लगेच आली होती.

आता आपल्याला दोघांचीही प्रतिक्रिया म्हणजे नेमके काय, त्याचा अर्थ काय घ्यायचा, त्याचे परिणाम कसे कसे होतात, हे समजावून घ्यायचे आहे. पहिली प्रतिक्रिया आपण सुयशची बघितली. सुयशच्या आयुष्यामधील हा सगळ्यात मोठा नकारात्मक, जीवघेणा क्षण होता, परंतु तो क्षण अत्यंत सकारात्मकतेने घेत सुयश त्याला सामोरे गेला. सुयशने नेमके काय केले बरे? ज्या मिनिटाला सुयशला कळले, की त्याला हृदयविकाराचा तीव्र झटका आला आहे, त्याच वेळी त्याने त्याच्याकडे कसे बघितले?

अनेकांच्या आयुष्यात अनेक प्रकारचे आजार येतच असतात, काही लोकांचा जीवदेखील जात असतो किंवा काही लोकांचे अशा आजारांमध्ये कायमस्वरूपी नुकसान होते, अपंगत्व येते. उदा. अपघातामध्ये, अनियंत्रित मधुमेहाच्या रुग्णांमध्ये भरून न येणाऱ्या जखमांमध्ये, कॅन्सरसारख्या आजारामध्ये कित्येक वेळा जीव जात असतोच की. ज्या आजाराने संपूर्ण जगाला कसे जगावे, याचा धडा दिला त्या कोविडमध्ये लाखो लोकांचे जीव गेलेच ना! आणि मग मला तर हार्टअटॅकच आला ना! मी तर ऑलरेडी चांगल्या हॉस्पिटलमध्ये पोहोचलेलो आहे.

चांगल्या डॉक्टरांच्या हातामध्ये मी सुरक्षित आहे. आता यांना हे सर्व काही म्हणजे रक्त पातळ करणे, अँजिओग्राफीनंतर गरज पडल्यास प्लास्टिक सर्जरी किंवा बायपास

सर्जरी. डॉक्टरांना त्यांचे काम करून घेऊ दे. मग माझ्याकडून माझ्या गतायुष्यामध्ये, ज्या काही चुका घडल्या आहेत, ज्या काही त्रुटी राहून गेल्या आहेत त्या सर्व मी दूर करून बाजूला सारून माझे आयुष्य अगदी तणावमुक्त आनंदाने जगेन. सुयशने दोन-चार दिवस विचार करून हे सर्व ठरविलेले नव्हते, तर अक्षरशः फ्रॅक्शन ऑफ सेकंदामध्ये झरझर त्याच्या मनाने अगदी ॲडव्हान्स कॉम्प्युटरच्या वेगापेक्षाही जास्त वेगाने विचार करून दिलेली प्रतिक्रिया होती आणि अगदी गौतमचीही प्रतिक्रिया अशीच फ्रॅक्शन ऑफ सेकंदामध्ये कॉम्प्युटरपेक्षाही जास्त वेगाने विचार करूनच आलेली होती; परंतु गौतम मात्र आपल्या आयुष्यात आपण कसे वागलो आहोत, कुठे कुठे चुकलो आहोत, आपण काय काय करायला पाहिजे होते, या सर्वांचा विचार करावयाचा सोडून तो देवाला दूषणे देत बसला होता.

जणू काही देवाची आणि याची दुश्मनीच आहे. देवाला फक्त याला आणि यालाच संपूर्ण जगामध्ये त्रास द्यायचा होता, अशा पद्धतीची संपूर्णपणे नकारात्मक प्रतिक्रिया गौतमने दिली होती. एक जण देवाचे मनापासून आभार मानत होता, तर दुसरा देवाची आणि त्याची दुश्मनी आहे, असे दाखवत होता. त्या प्रतिक्रियांतूनच दोघांचेही व्यक्तिमत्त्व सकारात्मक आहे की नकारात्मक, हे ताबडतोब कळत होते. आपण विश्वास ठेवा अगर नका ठेवू , सुयशच्या तब्येतीत अत्यंत झपाट्याने सुधारणा झाली.

अँजिओप्लास्टी झाली. अगदी लवकरच सुयशने आपल्या दैनंदिन कामकाजास सुरुवातही केली. ताणतणावाचे अगदी व्यवस्थित व्यवस्थापन केले. ज्या काही वाईट सवयी होत्या, त्या पूर्णपणे बंद केल्या. योग्य तो आहार घ्यायला सुरुवात केली. छानपैकी व्यायाम सुरू केला. थोडक्यात काय केले, तर सुयशने एक आदर्श जीवनशैली अंगीकारली आणि झालेल्या अँजिओप्लास्टीला, हृदयात टाकलेल्या स्टेंटला हृदयातच ठेवले. त्या स्टेंटचा शिरकाव आपल्या मेंदूत होणार नाही याची काळजी मात्र त्याने शंभर टक्के घेतली.

अँजिओप्लास्टी केलेल्या रुग्णांना रक्त पातळ ठेवण्याच्या गोळ्या आयुष्यभर घ्यायला लागतात. त्या गोळ्या वेळच्या वेळी घेणे, कार्डिओलॉजिस्टकडे वेळच्या वेळी तपासणीला जाणे, त्याने दिलेल्या सूचना तंतोतंत पाळणे हे सर्व शंभर टक्के करतानाच इतर वेळी मात्र ते स्टेंट तो फक्त शारीरिक हृदयातच तो ठेवत होता आणि जणू काही आपल्याला कुठलाही आजार नाही, या पद्धतीनेच त्याचे तणावरहित जीवन स्वीकारले होते. अर्थातच याउलट गौतमरावांचे आयुष्य होते.

हार्टअॅटॅक आल्यानंतरची त्याची प्रतिक्रिया हे त्याच्या व्यक्तिमत्त्वाचे निदर्शक होते. नकारात्मकता त्याचा स्थायीभाव होता. जशी त्याने पहिली प्रतिक्रिया दिली होती

तशा अनेक प्रतिक्रिया तो वेळोवेळी देतच होता आणि शेवटपर्यंत देतच होता. त्याने प्रत्येक गोष्टीचा बाऊ करून घेतला होता. प्रत्येक वेळी तो कोणाला न कोणाला दूषणे देतच होता. औषध-गोळ्या घेणे म्हणजे जणू काही धर्मसंकटच, आणि डॉक्टरकडे जाणे म्हणजे गौतमसाठी किती अवघड असेल आपण विचार करा.

या सर्व नकारात्मक गोष्टींचा गौतमवर जो काही परिणाम व्हायचा होता तो झालाच. त्याच्या तब्येतीत सुधारणा होणे तर सोडाच, पुढच्या चार महिन्यांमध्येच मधुमेहाचे निदान झाले आणि नंतर त्याचा रक्तदाब वाढत असल्याचेही निदान झाले. या सर्व गोष्टींचा प्रचंड बाऊ केल्यामुळे गौतम खूपच जास्त ताणतणावाखाली राहू लागला. दिवसेंदिवस त्याची तब्येत खालावतच गेली आणि अँजिओप्लास्टी झाल्याच्या तिसऱ्या वर्षी गौतमला पुन्हा एकदा हृदयविकाराचा तीव्र झटका आला आणि त्यातच त्याची प्राणज्योत मालवली.

हा फरक आहे सकारात्मकता आणि नकारात्मकता यांचा. सकारात्मकता आणि नकारात्मकता फक्त आजारांच्या बाबतीतच असते का? नाही. आपल्या रोजच्या दैनंदिन व्यवहारामध्ये मग ते खासगी आयुष्य असो की ऑफिसमधील असो की आपले व्यावसायिक आयुष्य, या प्रत्येक ठिकाणी नानाविध घटना या घडतच असतात. त्यातल्या काही सकारात्मक असतात, तर काही नकारात्मक. सकारात्मक गोष्टी आपण अतिशय आनंदाने स्वीकारत असतोच. प्रश्न येतो तो आयुष्यातील या नकारात्मक क्षणांना सामोरे कसे जातो त्याचा!

जगण्याचा आनंदोत्सव!

अनेक लोकांना वेगवेगळ्या प्रकारचे आजार होत असतात. त्यातील काही प्रासंगिक असतात. उदा. अपघात, जळीत, व्हायरल असे, काही वयोमानाप्रमाणे होत असतात, काही संसर्गजन्य रोग्यांच्या संपर्कात आल्याने, तर काहींना कॅन्सरसारखे आजारदेखील होत असतात; परंतु या आजारांमधून जेव्हा रिकव्हरी होते ती सर्वांचीच सारखी असते का? नाही! मग असे का? Why?? हा जो 'का' आहे किंवा why आहे याच्या मुळाशी आपण गेलो तर मला खात्री आहे, की आपल्याला जणू काही सुखी, आनंदी, निरामय आरोग्याचे रहस्यच उलगडेल!

हा सर्व विषय समजून घेण्याकरिता आपण काही उदाहरणे घेऊ या. त्यात पहिले उदाहरण ५६ वय वर्षे असलेल्या मंजिरीचे आहे. हे सर्व प्रकरण समजून घेण्याकरिता आपल्याला मंजिरीचा पूर्वेतिहासदेखील जाणून घ्यायला लागेल. मंजिरीचे लग्न झाल्यापासून आजतागायत तिला सारखे काही ना काही आजार होतच आले; परंतु त्यातल्या त्यात गेल्या तीन वर्षांत आजारांचा विक्रम जो मंजिरीने केला आहे, तो समजून घ्यायला लागेल.

गेल्या तीन वर्षांपासून असा क्वचितच कोविडसह एखादा आजार असेल की जो मंजिरीला झाला नाही. गेल्या तीन वर्षांत प्रत्येक महिन्यामध्ये जेमतेम दोन-चार दिवस मंजिरीची प्रकृती चांगली असते, अन्यथा रोजच तिचे काही ना काही दुखत असते. मंजिरी येथून लांब म्हणजे जवळपास २०० किलोमीटरवर राहते; परंतु तिचे माहेर नाशिकला असल्याकारणाने आणि माहेरी घरचे डॉक्टर असल्याकारणाने बहुसंख्य वेळा तिचे संपूर्ण उपचार नाशिकमध्येच होत असतात. मग बऱ्याच वेळेला हे उपचार

टेलिफोनिक ट्रीटमेंट देऊनदेखील होत असतात.

मंजिरी गेल्या तीन वर्षांत हायपरटेन्सिव झाली आहे. साखरेने तर मंजिरीच्या शरीरात कधीच पदार्पण केले आहे. ज्या ज्या वेळी रक्ततपासणी केली असेल त्या वेळी साखरेची मजबूत हजेरी आहे. विषय फक्त ब्लडप्रेशर किंवा साखर इतकाच मर्यादित नव्हता. साथीचे येणारे कुठलेही आजार व्हायरल फीव्हर त्यामध्ये स्वाइन फ्लू, कोविड-१९ असे सर्व आजार तिला झालेच होते आणि आजही होत असतात.

कित्येक वेळा मंजिरीला दरदरून घाम फुटणे, छातीमध्ये दुखणे, हातांमध्ये दुखणे, जी लक्षणे हृदयविकाराचीदेखील असू शकतात अशी लक्षणेदेखील कित्येक वेळा दिसतात. मोठा हार्टअॅटॅक सुदैवाने आतापावेतो तरी आलेला नाही. गेल्या तीन ते पाच वर्षांत तपासण्यांचादेखील अखंड मारा सुरूच आहे. कित्येक वेळा काहीही आजार सापडत नाही. मग हे सर्व प्रकरण मंजिरीच्या भावाकडून म्हणजे भालचंद्रकडून माझ्याकडे आले.

बराच वेळ ही सर्व माहिती मी मंजिरीशी बोलून घेतली. मग बोलता बोलता मी 'असे का- why' च्या खोलात जाण्याचा प्रयत्न केला. पहिल्या प्रयत्नात फारसे यश आले नाही. मग मी माझा नेहमीचा वेगळा फॉर्म्युला वापरला. मंजिरीला घेऊन मी लाँग ड्राइव्हला गेलो. पावसाळा या वेळेला भरभरून चाललेला होता. निसर्गाने चहूबाजूला मुक्तहस्ते अप्रतिम उधळण केलेली होती. त्यामुळे मूड आपोआपच प्रसन्न झालेला होता आणि तेथेच सर्व उलगडा झाला.

वर वर बघता मंजिरी एकदमच सुखी-समाधानी होती. मंजिरीला एक मुलगा, एक मुलगी आहे. दोघांचीही लग्ने झालेली आहेत. मंजिरी कधीच आजीदेखील झालेली आहे. एकूण छान चार नातवंडे मंजिरी खेळवत होती. तिचे पतिदेव एकनाथराव एक यशस्वी व्यापारी होते. शून्यातून जम बसवून ते चांगला नावलौकिक कमवून होते; परंतु जसे ते व्यापारउदिमात नाव कमवून होते, तसेच आपल्या स्वभावाच्या तिरसटपणाबद्दल, जिद्दीपणाबद्दल, विक्षिप्तपणाबद्दलही चांगलेच नाव कमावून होते.

कोणीही एखाददोन वेळेला भेटले किंवा थोड्या वेळाकरिता भेटले तर त्यांना मात्र एकनाथराव अगदी देवमाणूसच वाटायचे; परंतु त्यांचा खरा स्वभाव त्यांच्याबरोबर राहणाऱ्यांनाच कळायचा. त्या स्वभावाशी मंजिरी लग्न झालेल्या दिवसापासूनच तडजोड करीत इथपर्यंत पोहोचली होती. एकनाथरावांचा स्वभाव जर पहिल्या दिवसापासूनच असाच होता. तर मग असे काय वेगळे झाले, की ज्यामुळे मंजिरी वारंवार आजारी पडायला लागली? मला हा मोठा प्रश्न पडला.

मग मी तिला अजूनच विश्वासात घेऊन बोलते केले आणि एक भलतेच वेगळे परंतु

अप्रिय असे सत्य बाहेर पडले. झाले असे होते की जोपर्यंत तिचा मुलगा वेदांत लहान होता तोपर्यंत फारशी काही अडचण येत नव्हती. आता मात्र झाले होते असे, की वेदांतही मोठा झाला होता आणि एकनाथरावांबरोबरच व्यापार करू लागला होता. जनरेशन गॅप आपण नेहमीच सगळीकडे अनुभवतो. ती तर येथे होतीच; परंतु त्याही पलीकडे वेदांतने सबकॉन्शस माइंडमधून जिद्दीपणा, विचित्रपणा, विक्षिप्तपणा यांचे बाळकडू घेतले होते.

आधीच उल्हास त्यात फाल्गुन मास ही आपल्या वाडवडिलांची जुनी म्हणदेखील येथे फिकी पडली होती. एक वेळ एकनाथराव ऐकून घेतील; परंतु वेदांत मात्र काही केल्या कोणाचेही ऐकत नव्हता. दिवसेंदिवस त्याचा स्वभाव प्रचंड हट्टी, जिद्दी होत चालला होता. त्यामुळेच एकनाथराव आणि वेदांत यांची जोरदार भांडणे व्हायला लागली. या सर्व गोष्टींचा कळत नकळत मंजिरीवर स्ट्रेस यायला लागला होता. इकडे वेदांत त्याच्या वडिलांबद्दल रागाने, संतापाने धुमसत सर्व काही मंजिरीला सांगायचा आणि तिकडे एकनाथरावदेखील अगदी तसेच करायचे.

सर्व मंजिरीला सांगायचे; परंतु दोघांनाही मंजिरीने काही समजावून सांगण्याचा प्रयत्न केला तर दोघेही मंजिरीवरच प्रचंड संताप करायचे. तिच्याशी भांडायचे. म्हणजे मंजिरीने फक्त त्यांचे ऐकायचे. जणूकाही त्यांचा संताप व्यक्त करण्याची ती एक हक्काची जागा झाली होती. पण तिला शब्दही बोलण्याचा अधिकार नव्हता. या कोंडमाऱ्यामुळे याचा मंजिरीच्या अंतर्मनावर खोलवर परिणाम व्हायला लागला. मंजिरी जणू काही प्रत्येकासाठी ॲबसॉरबर झालेली होती. सुरुवातीला हे प्रमाण नगण्य होते. हळूहळू यामध्ये वाढ होत गेली आणि तीव्रताही वाढत गेली.

गेल्या तीन वर्षांपासून प्रमाण फारच वाढले होते. तोंड दाबून बुक्क्यांचा मार होता हा. मंजिरी खूप त्रस्त झालेली होती; परंतु आपलेच दात अन् आपलेच ओठ. सांगायचं तरी कुणाला आणि कसं? सांगितलं तर घराची इज्जत जाते. मंजिरी तर याबाबतीत फारच सेन्सिटिव्ह असल्याने तिने अगदी माहेरी भावालासुद्धा काहीही सांगितले नव्हते; परंतु मंजिरीच्या माहेरी हे लक्षात आले होते. त्यांनाही मंजिरीचा स्वभाव किती स्वाभिमानी, सेन्सिटिव्ह आहे याची पुरेपूर कल्पना होती. ती सांगणार नाही हे त्यांना माहिती होते.

म्हणूनच त्यांनी त्यांच्या घरातील एका फॅमिली मेंबरलाच म्हणजेच मला यामध्ये डॉक्टर अधिक काउन्सिलर म्हणून समाविष्ट करून कामाला लावले होते. आता माझ्यातला डॉक्टर तर जागा झालाच होता त्या बरोबरीनेच जो माझा आवडता विषय आहे मानसशास्त्र, त्याचा आणि आजारपणाचा संबंध असे मानसशास्त्रदेखील जागे झाले. आता सर्व काही सूर्यप्रकाशाइतके स्वच्छ झाले होते की मंजिरीला कुठलाही आजार खऱ्या अर्थाने नव्हता.

जो काही आजार होता अगदी त्यामध्ये आयुष्यभराकरिता जडलेला मधुमेह असो की रक्तदाब असो, या रोजच्याच सर्व नकारात्मक गोष्टींनीच मंजिरीला हतबल करून टाकले होते. असहाय करून टाकले होते. तिला काय करावे हेच सुचत नव्हते. कुणाकडेही मन मोकळे करता येत नव्हते आणि त्यामुळे शेवटी व्हायचा तोच परिणाम मंजिरीच्या शरीरावर दिसत होता. सकारात्मक आणि नकारात्मक या दोन्ही गोष्टींचा परिणाम आपल्या मनावर फार मोठ्या प्रमाणात होत असतो याचे हे फार मोठे उदाहरण आहे.

याच विषयावर डॉ. बर्नी सीगल यांचा खूप सुंदर वाचनीय शोधनिबंध प्रसिद्ध आहे 'LOVE MEDICINE AND MIRACLE' या नावाने हा शोधग्रंथ प्रसिद्ध आहे. हजारो कॅन्सर रुग्णांवर डॉ. सीगल यांनी हा शोध घेतला आहे. डॉक्टर सीगल कॅन्सरवरील जगप्रसिद्ध डॉक्टर आहेत. त्यांनी हजारो कॅन्सर पेशंटमध्ये एक गोष्ट शोधायचा प्रयत्न केला. या सर्वांना ज्या वेळेला कॅन्सरसारख्या दुर्धर आजाराचे निदान झाले त्या वेळेला सर्वांत जास्त सारखी आढळणारी कुठली गोष्ट सापडते याचा शोध घेतला आणि आपणास आश्चर्य वाटेल अशी गोष्ट या सर्व रुग्णांमध्ये सापडली, ती म्हणजे, ताणतणाव.

ज्याला आपण इंग्रजीमध्ये डिप्रेशन म्हणतो, मराठीत नैराश्य म्हणतो. डॉक्टर सीगल येथेच थांबले नाही. असे का घडले याचा शोध त्यांनी घेतला. त्यांचा शोधनिबंध असे सांगतो आहे, की आपण आपले जीवन जगत असताना श्वासोच्छ्वासातून अनेक प्रकारचे व्हायरस रोजच घेत असतो. आपण जे काही खातपीत असतो, या खानपानातून अनेक प्रकारचे बॅक्टेरिया आपण पोटात घेतच असतो.

तरीही आपण रोजच आजारी पडतो का? नाही. कारण जसे आपण सकारात्मक असतो तशीच आपली रोगप्रतिकार करणारी पेशीदेखील तेवढीच सकारात्मक असते. आपल्या शरीरामध्ये अशा व्हायरस म्हणजे विषाणू आणि बॅक्टेरियांबरोबर अखंड म्हणजे २४×३६५ लढाई सुरूच असते आणि आपली प्रतिकारशक्ती मजबूत असल्याने, सकारात्मक असल्याने आपण प्रत्येक वेळा आजारी पडत नाही; परंतु ज्या वेळी हवेतून विषाणूंचा, व्हायरसचा लोड जास्त होतो त्या वेळी आपण व्हायरल फीव्हरने आजारी पडत असतो किंवा पाण्यातून पसरणाऱ्या बॅक्टेरियाचा लोड जर जास्त झाला तर आपण पाण्याने पसरणाऱ्या आजारांनी ग्रस्त होतो.

त्यातही आपण डॉक्टरांची थोडी मदत घेतली, अँटिबायोटिक्स घेतले की पटकन बरेही होतो; परंतु ज्या वेळी आपण मनाने निराश असतो, खिन्न असतो, ताणतणावात असतो, त्या वेळी मात्र जी आपली मानसिकता असते तीच मानसिकता या आपल्या प्रतिकार करणाऱ्या पेशींचीदेखील असते. मग डॉक्टर सीगल यांनी कॅन्सरच्या रुग्णांवर

जो शोध घेतला तो सर्वच आजारांना लागू पडत असतो. जी आपली मानसिकता असते तशीच आपल्या रोगप्रतिकार करणाऱ्या पेशींची असते. जसे की ताणतणावामध्ये आपली मानसिकता असते की आता आपले काही खरे नाही. आपल्याने आता काही होत नाही. आपण काय करणार? माझे तर हेच होतेय, माझे तर तेच होतेय. माझ्यात ताकद नाही. माझ्यात हिंमत नाही वगैरे वगैरे. या प्रकारची आपली मानसिकता असते आणि बरोबर तीच मानसिकता आपल्या प्रतिकार करणाऱ्या पेशींची होते. मग त्याही म्हणायला लागतात येतो स्वाइन फ्लू येऊ दे, येतो कॅन्सर येऊ दे, येतो कोविड-१९ येऊ दे, येतो ट्युबरक्युलोसिस येऊ दे, येतो मलेरिया येऊ दे, येतो टायफॉइड येऊ दे, येते कावीळ येऊ दे. डॉ. सीगल यांचा शोधप्रबंध हा कॅन्सरवरचा आहे; परंतु ही बाब, सकारात्मकता आणि नकारात्मकताही सर्वच आजारांना लागू होत असते यात तीळमात्र शंका नाही.

असेच एक अजून उदाहरण आपण बघू या. आता आपण आजारांच्या बाबतीतील सकारात्मकता, नकारात्मकता बघितली; परंतु ही सकारात्मकता, नकारात्मकता फक्त आजारांच्याच बाबतीत असते का? नाही. परंतु त्याचा परिणाम तसा सर्व गोष्टींमध्ये कमी-अधिक प्रमाणात होत असतो; परंतु आजारांच्या बाबतीत मात्र शंभर टक्के होतो आणि होतच असतो. अशीच एक माझी पेशंट - गेल्या ३०-३५ वर्षांपासून जिला मी बघतोय तिच्यावर उपचार करतोय - अशा एका रुग्णाची ही गोष्ट. तिचे नाव शुभांगी. शुभांगी माझ्या संपर्कात नव्वदीच्या दशकात आली.

माझा एक जवळचा मित्र अरुण. ही अरुणची सौभाग्यवती. अरुण आणि त्याचा परिवार माझे अगदी पहिल्या दिवसापासूनचे पेशंट आणि अत्यंत पारिवारिक घरोब्याचे संबंध. त्यामुळे लग्न झाले त्या दिवसापासूनच शुभांगी माझ्या संपर्कात होती, आहे. तरुण वयाच्या मानाने शुभांगीला बारीक सारीक जास्त आजार सतावत असत. कधीही, कुठलाही मोठा आजार आजतागायत नाही. तिचा स्वभाव सर्वच गोष्टींमध्ये कायम नकारात्मक.

घरामध्ये सर्वांत जास्त सिन्सिअर, पंक्चुअल, सत्यवादी, सगळ्यांसाठी झटून करणारी शुभांगीच; परंतु तोंडाने मात्र काहीतरी नको तो बोलून केलेल्या सर्व कामांचे श्रेय घालवून बसणारीदेखील शुभांगी. इतरांनी केलेल्या प्रत्येक कामामध्ये चुका काढण्यामध्येदेखील शुभांगी कुशल. अशा पद्धतीने शुभांगी आयुष्यात पहिल्यापासूनच फटकळ तोंडाने वावरते आहे. शुभांगीच्या व्यक्तिमत्त्वाचा मला पहिल्या सहा-आठ महिन्यांमध्येच अंदाज आला होता. मी या विषयावर अनेक वेळेला शुभांगीचे समुपदेशन केले, पण ते अयशस्वी ठरले.

ध्यानधारणा, योगा, प्राणायाम यांचे कोर्सेसदेखील दोन-तीन वेळेला करून घेतले आहेत. कदाचित सबकॉन्शस माइंड लर्निंगमध्येच शुभांगीची नकारात्मकता असावी आणि म्हणून एवढे असंख्य प्रयत्न करूनही आजही शुभांगी तशीच वागते आहे. आज मात्र अशी परिस्थिती आहे की कुठलाही खरा गंभीर आजार नसताना रोज काही ना काही दुखतेच आहे. अनेक वेळा अनेक प्रकारच्या तपासण्या, अनेक वेळा वेगवेगळे स्पेशालिस्ट, सुपर स्पेशालिस्ट डॉक्टर हे सर्व वारंवार लागतच असतात. अगदी यामध्ये मुंबईचे सुपर स्पेशालिस्ट डॉक्टरदेखील झाले.

एवढे करून कुठल्याही गंभीर आजाराचे निदान आजतागायत तरी झालेले नाही. दुखणे मात्र रोजचेच आहे. याचा अर्थ शुभांगी नाटक करते आहे असा आहे का? नक्कीच नाही. तिला खरोखर काही ना काही दुखतच आहे; परंतु तिच्या लक्षात मात्र आजही हे येत नाही आणि ती आजही सर्वच गोष्टी नकारात्मकतेने घेते आहे. या सर्व दुखण्यांनादेखील ती नकारात्मकतेनेच सामोरे जात आहे. त्यामुळेच कितीही उपचार केले, कितीही तज्ज्ञ आणले, कितीही महागडी औषधे दिली तरीही शुभांगीचा आजार मात्र बरा होण्याचे नाव घेत नाही आणि बरा होईल कसा? शुभांगीच्या आजाराचे कारण जशी शुभांगीची मानसिकता नकारात्मकता आहे तीच मानसिकता तिच्या शरीरातील रोगजंतूंना प्रतिकार करणाऱ्या सर्व पेशींची आहे.

नकारात्मकतेमुळे रोग लवकर बरे होत नाहीत असे नाही, तर त्यामुळे अनेक प्रत्यक्षात नसलेले परंतु त्यांचा त्रास मात्र होतोच असे अनेक रोगदेखील जडू शकतात. नव्हे जडतातच. या नकारात्मकतेमुळे या स्वभावाची माणसे आनंदी नसतात, समाधानी नसतात, संतापात, दुःखात, रागात असतात आणि म्हणूनच अशा व्यक्तींना अनेक प्रकारचे आजार होतच असतात. ते लवकर बरेही होत नाहीत.

नकारात्मक क्षणाला कोणीही स्वतःहून आमंत्रित करीत नाही. कोणालाही ते आवडत नाहीत; परंतु हे नकारात्मक क्षणदेखील आपल्या आयुष्याचा भागच आहेत. हे स्वीकारणे गरजेचे आहे. यालाच तर आपण सुख-दुःख म्हणतो. प्रारब्ध म्हणतो, ज्याला इंग्रजीमध्ये डेस्टिनी म्हणतो. आपण कितीही टाळू म्हटले तरी ते टाळता येत नाही. मग याही क्षणांना आनंदाने, सकारात्मकतेने स्वीकारायला हवे. जीवनातला प्रत्येक क्षण असा जगला पाहिजे, की जणू तो शेवटचा क्षण ठरला तरी चालेल पण मी तो क्षण अगदी आनंदात जगेन, या सकारात्मकतेने आयुष्य जगायला शिकलो तर आपण मुळात आजारीच पडणार नाही किंवा पडलो तरी लवकर बरे होऊ. म्हणून साजरा करू आजपासूनच नव्हे या क्षणापासून जीवनाचा 'आनंदोत्सव'!

◆◆◆

...अन् डॉक्टरांची शक्ती परत आली!

सकारात्मकतेमुळे आपल्या आयुष्यातले अनेक मोठमोठे प्रश्न, अनेक समस्या सुटत असतात, मग आपण कुठल्याही क्षेत्रामध्ये काम करत असलो तरी. मी स्वतः वैद्यकीय पेशात असल्याने वैद्यकीय क्षेत्रातील अनेक अवघड, विचित्र अशा गोष्टी मी सकारात्मकतेने यशस्वीरीत्या सोडविल्या आहेत. आज अशीच एक आगळीवेगळी अनोखी कथा.

गोष्ट आहे, साधारणतः १९९५ मधील. एके दिवशी मी सकाळी नऊच्या सुमारास माझ्या ओपीडीमध्ये पोहोचलो आणि तेथे माझ्या पेशंट्सबरोबरच मला सीनिअर असलेले माझे एक डॉक्टर मित्र डॉ. रवींद्र म्हणजे आम्ही त्यांना प्रेमाने रवी म्हणत असू, वय वर्षे ३८ तेदेखील माझी वाट बघत थांबलेले होते. माझ्या स्टाफने मला सांगितले, की आज डॉक्टर सर स्वतःच सर्वांच्या आधीच येऊन थांबलेले होते. मला आश्चर्य वाटले, की या डॉक्टर मित्राचे माझ्याकडे काय काम असावे? आमची मैत्री होती, पण ती मैत्री म्हणजे दोन व्यावसायिकांमध्ये असते तशीच.

माझी आणि त्यांची भेट कुठल्यातरी डॉक्टर्स मीट किंवा कॉन्फरन्समध्येच व्हायची किंवा एखाद्या कार्यक्रमात व्हायची; अन्यथा आमची सहा-सहा महिनेदेखील गाठ पडायची नाही. मग ओपीडीमध्ये येणे तर फारच दूर. त्यामुळे मला खूपच आश्चर्य वाटले. डॉ. रवी एकतर कुठल्याही अँगलने आजारी वाटत नव्हते; परंतु त्यांच्या चेहऱ्यावर मात्र तणाव दिसत होता. त्यांचा चेहरा पूर्णपणे उतरला होता. मला जाणवत होते, की आजारपणाव्यतिरिक्त काहीतरी गडबड दिसत आहे.

अर्थातच डॉक्टरांना मी सगळ्यात आधी केबिनमध्ये घेतले. बघू या, म्हटले काय

आहे ते. नमस्कार करत काय चालले, कसे चालले वगैरे वगैरे अशा थोड्याफार अवांतर गप्पा झाल्या. पण ज्या कामासाठी डॉक्टर रवी आले होते, ते मात्र काहीही कळत नव्हते आणि मला डायरेक्ट तसे विचारताही येत नव्हते; परंतु अवांतर बोलून बोलूनही किती बोलणार? आमचे बाकी फारसे संबंध नसल्याने पाच-सात मिनिटांनंतर अवांतर बोलणे जवळपास थांबले. डॉ. रवी खूपच अस्वस्थ दिसत होते आणि बघता बघता त्यांचे डोळे भरून आले. त्यांनी रडायला सुरुवात केली.

माझी परिस्थिती फारच अवघड झाली. मला काय करावे, काय बोलावे, काहीच कळेनासे झाले. एक तर मुळात डॉक्टर का रडायला लागले, हेच माहीत नसल्याने अजूनच जास्त गोची झाली. मी त्यांचे सांत्वन करू लागलो आणि सोबत का रडताय, याचे कारणदेखील विचारायला लागलो. डॉ. रवी बराच वेळ रडतच राहिले.

आठ-दहा मिनिटांनंतर ते थोडे शांत झाले. बोलण्याच्या स्थितीत आले; परंतु काय बोलावे, कसे बोलावे हे मात्र त्यांना काहीही सुचत नव्हते. मग मीच पुन्हा एकदा सांत्वन करायला लागलो, की काहीही चिंता करू नका, कुठलीही आणि काहीही अडचण असली तरी आपण सोडवू या, अडचणींवर काहीना काही मार्ग असतोच, आपण मोकळेपणे बोला. मनामध्ये काहीही ठेवू नका. कुठलाही प्रॉब्लेम असू दे, चिंता करू नका. हळूहळू डॉक्टर आश्वस्त होत गेले. शेवटी त्यांनी पूर्ण हिंमत एकवटून सुरुवात केली. अर्थात, बोलत असताना डोळ्यांतून अश्रुपात होत होता.

आणि त्यांचे बोलणे ऐकल्यानंतर मीदेखील आधी हतप्रभ झालो. त्यांचा प्रॉब्लेमच असा काही होता, की काय बोलावे आणि त्यातून मार्ग कसा काढावा, हा मोठाच अवघड प्रश्न होता. माझ्याकडे मात्र ते फारच विश्वासाने, खात्रीने आले होते. त्यांचा विश्वास असा होता, की त्यांचा प्रॉब्लेम मी १०० टक्के सोडवू शकणार होतो आणि सोबतच त्यांची हीही खात्री होती, की सर्व काही अत्यंत गुप्त ठेवेन. त्यांनी सुरुवातच अशी केली होती, ''हेमंत, मी आयुष्यातून उठलो रे! मला जगायचीच इच्छा राहिली नाही.

''मला आणि माझ्या पत्नीला आत्महत्या करावीशी वाटते.'' एवढे बोलून त्यांनी परत रडायला सुरुवात केली. अशी वाक्ये, तीही एका ३८ वर्षीय डॉक्टरच्या तोंडून ऐकली, तर काय परिस्थिती होईल? ती परिस्थिती त्या वेळी माझी झाली होती. पुनश्च एकदा त्यांना धीर दिला. माझ्यावर आपला शंभर टक्के विश्वास आहे ना, मग का चिंता करता? मनमोकळेपणे मला सर्व सांगा आणि शेवटी एकदाचा धीर एकवटत त्यांनी बोलायला सुरुवात केली. खरोखरच विषय अतिशय गंभीर तेवढाच व्यक्तिगतही होता आणि अर्थातच अत्यंत अवघडही होता.

डॉ. रवींनी बोलायला सुरुवात केली. गेल्या जवळपास सहा ते आठ महिन्यांपासून

माझे आणि पत्नीचे व्यक्तिगत आयुष्य अत्यंत खराब झाले आहे. आमच्या जीवनातील रसच निघून गेला आहे.

डॉक्टरांची पत्नी सौ. छाया सर्वार्थाने अगदी व्यवस्थित, सुसंस्कृत, प्रगल्भ, दिसायलाही अत्यंत सुंदर, ३४ वर्षांची होती. डॉ. रवींच्या संसारवेलीवर तीन मुली आणि त्यांच्या पाठीवर एक मुलगा होता म्हणजे आहेत. डॉ. रवी बोलत होते, ''तुला तर कल्पना आहेच, माझं आयुष्य कसं व्यवस्थित चाललेलं आहे. माझी प्रॅक्टिसही व्यवस्थित आहे आणि माझा संसारदेखील सर्वार्थाने आत्ताआत्तापर्यंत अगदी कसा व्यवस्थित चाललेला होता. पण काय सांगू? कुणाची नजर लागली, कुणाची दृष्ट लागली की कोणी काही केले माहीत नाही; परंतु सहा-आठ महिन्यांपासून माझ्यामधली शारीरिक संबंधांची ताकदच नष्ट झाली आहे.

"मी खूप वेळा प्रयत्न करून बघितला; परंतु काही केल्या मला ते शक्य होत नाही.'' हे सर्व बोलताना त्यांची मान झुकली होती. डोळ्यांतून अश्रूंच्या धारा सुरूच होत्या; परंतु थोडे रिलॅक्स झाल्यासारखे वाटत होते. रवी स्वतः डॉक्टर असल्याने मला खात्री होती, त्यांनी स्वतःच्या प्राथमिक तपासण्या नक्कीच केल्या असणार आणि त्यांचा प्रॉब्लेम सुटलेला नसणार म्हणून ते माझ्यापर्यंत आले असावेत. त्यांनी एक नव्हे, तर दोन आणि तेही नाशिकच्या नव्हे, तर मुंबईच्या तज्ज्ञांना दाखवून बऱ्याच सखोल तपासण्या करून घेतल्या होत्या. सहा महिन्यांपासून ते मोठ्या अपेक्षेने मुंबईच्या वाऱ्या करीत उपचार करीत होते; परंतु त्यांच्या आजाराचे काहीही निदान न होता आजार तसाच होता.

आता माझ्यापुढे धर्मसंकट उभे राहिले होते, की या विषयातील मुंबईतील दोन प्रसिद्ध तज्ज्ञांकडून त्यांच्या अगोदरच संपूर्ण तपासण्या होऊन उपचारदेखील सुरूच होते आणि त्याचाच फायदा न झाल्याने आमचे डॉ. रवी आता अगदी आत्महत्येच्या टोकाच्या पावलापर्यंत आल्यानंतर माझ्याकडे आले होते, तेही मोठ्या आशेने, विश्वासाने, उमेदीने. मला आता चांगलीच परीक्षा द्यायला लागणार होती.

आता माझ्यातला डॉक्टर जागा झाला होता. डॉ. रवींना मी समजावून सांगितले, की आपण माझ्यापेक्षा सीनिअर डॉक्टर आहात; परंतु आपणास जर माझ्याकडून आपल्या आजाराचे निदान हवे असेल, तर मला अर्थातच आपला ज्येष्ठ डॉक्टरकीचा योग्य तो मानसन्मान ठेवून एका रुग्णाला तपासतो आहे, या पद्धतीने मला आपल्याला तपासायला लागेल. आता आपले नाते एक डॉक्टर आणि एक रुग्ण असे असेल. मला आता माझ्या पद्धतीने काम करू द्या म्हणजे मला तुमच्या आजाराच्या निदानापर्यंत जायला मदत होईल.

मी माझ्या पद्धतीने संपूर्ण केस हिस्ट्री घेतली. तास निघून गेला होता. माझे रोजचे बाहेर पेशंट खूपच तणतण करायला लागले होते; परंतु डॉ. रवींची केस मात्र संपूर्णतः

वेगळी आणि आयुष्यातील एक आव्हानात्मक अशी केस होती. सर्व माझ्या पद्धतीने तपासून झाल्यानंतर मग मी डॉ. रवींना मुंबईच्या दोन्ही तज्ज्ञांच्या फायली दाखवायला सांगितल्या. त्यांनी काय काय वर्कअप केले होते, त्यांनी ट्रीटमेंट कुठल्या पद्धतीने दिली होती ते बघितले. त्यांनी त्यांच्या परीने चांगले प्रयत्न केल्याचे दिसत होते. ॲलोपॅथिक औषधांसोबतच त्यांनी आयुर्वेदिक औषधांचादेखील वापर केल्याचे दिसून येत होते.

त्यांनी जवळपास संपूर्ण तपासण्या केल्याचे दिसत होते; परंतु त्यांच्या कागदपत्रांमधून कुठलेही निदान झाल्याचे दिसून येत नव्हते आणि म्हणूनच डॉक्टर रवींचा प्रॉब्लेम तसाच्या तसा होता. बाहेर बसलेल्या पेशंट्सचे खूपच दडपण माझ्यावर आले होते. कारण आता जवळपास सव्वा ते दीड तास होत आला होता. मग मी डॉ. रवींना जाण्यास सांगून परत दुपारी माझी सायंकाळची ओपीडी सुरू होण्याच्या आत म्हणजे तीनला येण्यास सांगितले आणि हा विषय बाजूला ठेवून मी माझ्या इतर पेशंट्सना तपासायला सुरुवात केली.

त्या दिवशी नेमकी रुग्णांची खूपच गर्दी असल्याने मला सकाळची ओपीडी आटोपता आटोपताच सव्वादोन-अडीच वाजून गेले आणि या धावपळीमध्ये मी विसरूनही गेलो, की आपण डॉक्टर रवींना बोलवले आहे. घरी जाऊन अजून जेवणही पूर्ण होत नव्हते, तोपर्यंतच लँडलाइनवर डॉ. रवी होते आणि माझी ट्यूबलाइट पेटली. त्यांना सांगितले, 'आलोच मी पाच-दहा मिनिटांत. आपण ओपीडीमध्ये पोचा.' आता मात्र मला थोडी शांतता मिळाली होती. त्यामुळे मी व्यवस्थित डॉ. रवींच्या केसमध्ये लक्ष घालू शकलो. मुंबईचे सर्व रिपोर्ट्स, दोन्ही तज्ज्ञांनी केलेले उपचार सर्व काही डोळ्याखालून घातले.

सकाळच्या घेतलेल्या हिस्ट्रीमध्ये अजून काही प्रश्न विचारले आणि माझ्या मनात डॉ. रवींच्या आजाराचे निदान होऊ लागले होते, पण जोपर्यंत ते मी सिद्ध करत नाही तोपर्यंत तसे सांगू शकत नव्हतो. त्यातही खासकरून या केसमध्ये मुंबईतील या विषयातील दोन दोन तज्ज्ञांचा सल्ला घेऊन झाला होता. मग डॉ. रवींना सांगितले, की उद्या सकाळी उपाशीपोटी आपण रक्ताच्या काही तपासण्या करून घेऊया. त्या रिपोर्ट्सनंतर आपण पुढची दिशा ठरवू या. तर अगदी प्रतिक्षिप्त क्रियेने मला डॉ. रवींचे उत्तर आले, ''अरे, सर्व तपासण्या तर झाल्या आहेत ना! काहीच तर बाकी नाही ना!'' डॉ. रवींना मी सांगितले, ''आता तुम्ही तुमची माहिती, तुमचे ज्ञान, केलेल्या तपासण्या हे सर्व विसरून जा.

"मी उद्या काय तपासण्या करणार आहे हेदेखील आपणास सांगणार नाही. मी फक्त लॅबमध्ये फोन करून सांगणार आहे, काय काय तपासण्या करायच्या. कृपया आपण आता कुठलाही विचार न करता, काय तपासण्या करत आहे याचा शोध न घेता आपण

आपण उद्या सॅम्पल द्या.'' डॉ. रवी एका क्षणात तयार झाले. अगदी मला 'सॉरी सॉरी' म्हणायला लागले. ''नाही, मी आता नाही घालणार डोकं, तू तुझ्या पद्धतीने चालू दे.'' परंतु परत एकदा त्यांची मागचीच टेप सुरू झाली. मी त्यांना जास्त काही न बोलता एवढेच सांगितले, की आधी आपल्याला नेमके निदान काय आहे ते बघायचे आहे आणि मग इतर गोष्टींकडे आपण वळणार आहोत. आपण निश्चिंत राहा. मी ज्या काही तपासण्या करणार होतो त्या काळी त्या तपासण्या नाशिक शहरामध्ये होत नव्हत्या. नाशिकहून त्या तपासण्यांकरिता रक्ताचा नमुना मुंबईला पाठवायला लागत असे.

अर्थातच ते रोजचे काम होते. त्यात अवघड असे काहीही नव्हते आणि मी डॉ. रवी गेल्यानंतर पॅथॉलॉजी लॅबमध्ये फोन करून डॉक्टरांना कुठल्या कुठल्या तपासण्या करायच्यात याच्या व्यवस्थित सूचना दिल्या आणि रिपोर्ट्स मुंबईहून लवकरात लवकर कसे मिळतील, याची व्यवस्थाही करायला सांगितली. डॉ. रवींनी माझ्यावर पूर्ण विश्वास ठेवून सकाळी उपाशीपोटी तपासणीकरिता रक्त दिले. आता तीन दिवस वाट बघण्याव्यतिरिक्त आमच्या हातात काहीही नव्हते आणि अर्थातच पॅथॉलॉजी लॅबमधील डॉक्टरांना सक्त सूचना देऊन ठेवली होती, की रिपोर्ट आल्यानंतर कुठल्याही परिस्थितीत डॉ. रवींना रिपोर्ट द्यायचे तर नाहीतच; परंतु सांगायचेदेखील नाही. तर रिपोर्ट फक्त माझ्याकडे पाठवायचे आहेत.

आणि रिपोर्ट मिळाल्यादिवशी मला मनापासून खूप आनंद झाला होता. मी सर्वात अगोदर स्वतः माझी स्वतःची पाठ थोपटली. मी ताबडतोब त्या आजारावरची गोळ्यांची बाटली मेडिकलमधून मागविली आणि त्या गोळीचा डोस रोज सकाळी उपाशीपोटी एक एवढाच होता. १५ गोळ्या १५ पाकिटांमध्ये तयार करून ठेवल्या होत्या. यादरम्यान डॉ. रवींचे दुपारपासूनच चार वेळा फोन येऊन गेले होते, पण त्यांना नुसते मेडिसिन देऊन भागणार नव्हते, तर त्यांना समुपदेशनाचीही सक्त गरज होती. कारण शारीरिक संबंध आणि मानसिक ताणतणाव यांचा अतिशय जवळचा घनिष्ठ संबंध आहे.

९० टक्क्यांहून अधिक शारीरिक संबंधातील रुग्णांमध्ये आजाराच्या मुळाशी प्रत्यक्ष किंवा अप्रत्यक्षरीत्या मानसिक ताणतणाव कारणीभूत असतो. त्यामुळे जरी मला डॉ. रवींच्या आजाराचे निदान झाले असले, तरीही त्यांचे समुपदेशनदेखील तेवढेच अत्यावश्यक होते. त्यांच्या मानसिक ताणतणावावर इलाज न करता जर नुसतीच औषधी दिली असती, तर फार फरक पडला नसता. त्यांना शांतपणे जेवण आटोपून रात्री दहानंतर निवांत यायला सांगितले. तसे डॉ. रवी तर लगेचच यायला तयार होते; परंतु माझ्या ओपीडीमध्ये खूपच गर्दी असल्याकारणाने मी त्यांना वेळ देऊच शकत नव्हतो. त्यांना समजावून सांगितले, की आपल्याला निवांत गप्पा मारायच्या आहेत. त्यामुळे

रात्री दहानंतरचीच वेळ योग्य राहील, तर आपण दहानंतरच कृपया यावे.

डॉ. रवींचे समुपदेशन हेदेखील अत्यंत अवघड कार्य होते. याचे कारण आम्हा डॉक्टर लोकांच्या मानसिकतेत असते. मेडिकल प्रॅक्टिसमधील आम्हाला सर्व काही कळते, असा आमच्यापैकी कित्येकांचा गोड गैरसमज असतो आणि जसजसे वय वाढत जाते, जसजसा माणूस अनुभवाने समृद्ध होत जातो, त्या वेळी कळायला लागते, की अरे, आपल्याला वाटत होतं ते तसं नव्हतं बरं का किंवा आपली समजूत कशी चुकीची होती. त्यामुळेच एका डॉक्टरांना तेही माझ्यापेक्षा सीनिअर असलेल्यांना समजावून सांगावयाचे होते अशी अवघड जबाबदारी माझ्यावर येऊन पडली होती.

असे असले तरीही माझ्या हातामध्ये त्यांच्या आजाराचे एकदम पक्के म्हणजे ज्याला इंग्रजीमध्ये आपण 'काँक्रिट' असे म्हणतो, असे डायग्नोसिस होते आणि म्हणून मला त्यांचे समुपदेशन करणे एवढे अवघड नक्कीच नव्हते. रात्री दहानंतर बोलावलेले डॉ. रवी अगदी साडेनऊलाच हजर. माझा नाइलाज होता. त्यांना शांतपणे एका बाजूला बसवून ठेवले. म्हटले, ''सर, आपल्याला थोडा निवांत वेळ लागणार आहे, म्हणून आजचे सर्व पेशंट संपले, की आपण निवांत बसू या.'' अर्थातच डॉ. रवींनी अपेक्षेप्रमाणे होकार दर्शविला. त्या दिवशी अंदाजे जवळपास साडेदहाला आम्ही बोलायला सुरुवात केली.

डॉक्टरांना मी विश्वास दिला, की आपण अगदीच पूर्वीसारखे फिट अॅन्ड फाइन होणार आहात. आपल्यात कुठल्याही प्रकारची कमतरता राहणार नाही याची खात्री बाळगा. त्यांनी मला परत परत खोदून विचारायचा प्रयत्न केला, की डायग्नोसिस काय आहे. मी त्यांना समजावून सांगितले, ''मला फक्त पंधरा दिवस द्या. मला आधी औषधोपचार करू द्या. तुम्हाला फरक पडू द्या. एकदा प्रॉब्लेम सुटला, की मी तुम्हाला सर्व रिपोर्ट्स, डायग्नोसिस सर्व काही सांगणारच आहे; परंतु आज जर मी तुम्हाला सांगत बसलो, तर तुम्ही त्या आजाराबद्दल परत एकदा सगळे वाचून काढाल. नको त्या शंका-कुशंका मनामध्ये घ्याल आणि मग खरोखर बरे होईल का? होणार की नाही? आपल्याला अजून दुसरा तर आजार नाही ना? असे नानाविध विषय, शंका आपल्या डोक्यात येतील आणि मग आपल्याला औषधांचा अपेक्षित असा जो परिणाम मिळाला पाहिजे तो मिळणार नाही. मग तो प्रॉब्लेम सुटण्याच्या ऐवजी अजून वाढतच जाईल. त्याऐवजी सर्वप्रथम या आजाराकरिता, औषधोपचाराकरिता आपण पूर्णपणे शरण म्हणजे ज्याला इंग्रजीत 'सरेंडर' असे आपण म्हणतो असे होऊन जा.

''इतके महिने निघून गेले, आता फक्त मी आपल्याकडून पंधरा दिवस मागत आहे. तेवढे मला द्या.'' डॉ. रवींचा असाही माझ्यावर पहिल्यापासून विश्वास होताच आणि आता तर मी खात्रीशीरपणे त्यांच्या आजाराचे निदान करत असल्याने गाडी अगदी

खुशीत होती आणि मी तोच मुद्दा घेऊन त्यांचे पुढचा दीड तास छानपैकी समुपदेशन केले. हे समुपदेशन खरोखरच खूपच उपयुक्त ठरले. कारण वरवर जरी सर्व काही व्यवस्थित 'ऑल वेल' वाटत असले तरी प्रत्येकाच्या आयुष्यात कुठेना कुठे काहीतरी अडीअडचणी असतातच. ज्यांच्यामुळे माणूस कळत-नकळत नैराश्यात जात असतो. डॉ. रवींच्या आयुष्यामध्येही बाकीचे इतर प्रॉब्लेम होतेच. समुपदेशनाने असे प्रॉब्लेम सुटत नसतातच; परंतु अशा प्रॉब्लेम्सना धीराने, हिमतीने सामोरे जायची ताकद, ऊर्जा मिळत असते. हीच सकारात्मक ऊर्जा डॉ. रवी यांना खूपच चांगल्या पद्धतीने, भरपूर प्रमाणात मिळाली. बाकीच्या अत्यावश्यक सर्व सूचना त्यांना देऊन आनंदाने रवाना केले.

त्यांना जेवढी बरी होण्याची घाई होती, त्याहीपेक्षा जास्त घाई मला माझे निदान अचूक झाले की नाही, हे समजण्याची होती; परंतु निदान दहा ते पंधरा दिवस वाट बघणे यापलीकडे माझ्या हातात काहीही नव्हते आणि मी माझ्या दैनंदिन कामांमध्ये, ओपीडीमध्ये व्यस्त होऊन गेलो.

आणि नवव्याच दिवशी सकाळी सकाळी मिठाईचा भला मोठा बॉक्स घेऊन डॉ. रवी माझ्या ओपीडीमध्ये माझी वाट बघत थांबले होते. त्यांचा चेहराच सर्व काही सांगून जात होता.

सकारात्मक ऊर्जा आणि अगदी अचूक औषध यांचा परिणाम झाला नसता तरच नवल होते. ओपीडीमध्ये येताक्षणीच डॉ. रवींनी मला करकचून मिठी मारली. आनंदाने जणू काही त्यांना हर्षवायू झाला होता. 'मला मरता मरता वाचविले! माझे आयुष्य तू सांभाळून घेतले! मी उद्ध्वस्त झालो असतो! आम्ही नवरा-बायकोंनी आत्महत्या केली असती!' असंच काही म्हणताना त्यांच्या डोळ्यांतून आनंदाश्रूंच्या धारा लागलेल्या होत्या. डॉक्टरांचा प्रॉब्लेम आठव्या दिवशी रात्रीच सुटलेला होता.

आनंदाचा पहिला भर ओसरल्यानंतर आता डॉक्टर रवींची उत्सुकता प्रचंड ताणली गेलेली होती. त्यांच्या आजाराच्या निदानाच्या बाबतीत अपेक्षेनुसार त्यांचा पहिला प्रश्न आला तो म्हणजे, "हेमंत, आता तरी सांग रे मला काय झाले आहे, ते जे मुंबईच्या दोन ज्येष्ठ तज्ज्ञांनाही सापडले नाही असे तू काय शोधून काढलेस?

"काही विशेष नाही, सर, तुमच्या शरीरामध्ये हार्मोन्समध्ये गडबड झाली आहे जे की फारसे काही विशेष नाही; परंतु त्याचे निदान झाले नसते तर मात्र प्रश्न वाढतच गेला असता यात काही शंका नाही. रवी सर, आपल्याला 'हायपो-थायरोडीझम'चा आजार झाला आहे आणि मी त्याचाच उपचार आपल्या वर आठ-नऊ दिवसांपासून करत आहे येथून पुढे बारकाईने लक्ष ठेवायला लागेल आणि पुढे काय हे असेही आता आपणास माहीत आहेच. त्यामुळे माझा रोल आता येथे संपला असे मला वाटते." रवींनी माझ्या

पाठीवर शाब्बासकीची थाप मारली आणि म्हणाले, 'नाही रे हेमंता, तुझा रोल माझ्या आयुष्यातून कधीच संपू शकत नाही. मी आयुष्यभर तुझा ऋणी राहील. मला तुझ्यासाठी काही करता आले, तर ते माझे सौभाग्य असे मी समजतो.' आणि अचानक डॉक्टर रवींनी चक्क माझे पाय पकडले. मला अत्यंत लाजिरवाणे झाले. "सर, आपण काय करत आहात? आपण ज्येष्ठ आहात, कृपया असं करू नका," अशी विनंती मी त्यांना केली. "हेमंता मित्रा, हा नमस्कार तुला नव्हता, तर तुझ्यातील ज्ञानाला माझा सलाम आहे. हा नमस्कार त्यासाठी होता." अत्यंत भाविक होत डॉक्टर रवी उद्गारले.

या केसमध्ये जरी अगोदर या विषयातील दोन तज्ज्ञांनी बघितले होते तरीही मी पूर्वग्रहदूषित न होता अत्यंत सकारात्मकतेने संपूर्ण केस हाताळली आणि एक तरुण डॉक्टर दांपत्य आत्महत्येपासून वाचले. नुसतेच वाचले नाही, तर आयुष्यभर सुखीदेखील झाले.

◆◆◆

अमावस्येची थरारक पावसाळी रात्र

ही गोष्ट आहे २००२ मधील जुलै महिन्यातील, म्हणजेच भर पावसाळ्यातील. ३ फेब्रुवारी २००१ ला आम्ही नाशिकला सुयश हॉस्पिटल सुरू केले होते; त्याची सुरुवात खरेतर सप्टेंबर १९९९ मध्येच झाली होती, तेथून अखंडपणे २४×७×३६५ असे काम आणि काम चालूच होते. ही गोष्ट त्या वेळचीच आहे. माझे एक जवळचे पोलीस इन्स्पेक्टर मित्र, जे २००१ पर्यंत नाशिक ग्रामीण पोलीस दलात होते. जानेवारी २००२ पासून त्यांची बदली रायगड जिल्ह्यामध्ये झाली होती. मार्च २००२ मध्ये त्यांना नेरळचे पोलीस निरीक्षक म्हणून कार्यभार मिळाला.

मैत्रीमुळे त्यांनी आम्हाला आमंत्रित केले. जवळचे माथेरान पोलीस ठाण्याचे पोलीस निरीक्षकही आमच्या या मित्राचे अगदी जवळचे होते. एप्रिल, मे, जूनमध्ये दोन-तीनदा त्यांचा निरोप आला, 'आपण सहकुटुंब या.' आम्हाला काही जायला जमत नव्हते. पण १९९९ ते २००२ जुलैपर्यंत आम्ही कामात गढून गेलो होतो आणि म्हणून आम्हालाही ब्रेकची खूपच गरज होती. मी आणि माझे जवळचे मित्र पार्टनर डॉ. भास्कर शेलार, आम्ही दोघांनी माथेरानला शनिवार, रविवार दोन दिवस मुक्कामी जाण्याचे ठरविले.

शनिवारी सकाळी आम्ही नाशिकहून माथेरानकरिता रवाना झालो. जाण्याचा मार्ग म्हणजे नाशिकहून कल्याण-अंबरनाथमार्गे नेरळ आणि मग दस्तुरी पॉइंटला गाडी पार्क करून पुढे झुक झुक ट्रेनने किंवा घोड्यावरून किंवा हाताने ओढण्याच्या सायकल रिक्षा आणि शेवटचा आणि सर्वात चांगला पर्याय म्हणजे पायी पायी अशा पद्धतीने माथेरानला पोहोचायचे. जातानाच डॉ. भास्करांशी मी चर्चा करीत होतो, की नकाशावर बघितले तर भौगोलिकदृष्ट्या शहापूरपासून डाव्या हाताने रस्ता असता तर तो शॉर्टकट असता.

दुसरे म्हणजे कल्याण-अंबरनाथमधून जाणे म्हणजे पूर्ण ट्रॅफिकमधूनच जायचे होते. तेही वाचणार होते म्हणजे शहापूरकडून एखादा शॉर्टकट मिळाला असता तर नक्कीच ३०-४० टक्के अंतर वाचून वेळही वाचला असता. मला तरी यात काहीही शंका नव्हती; परंतु ज्यांना ज्यांना आम्ही विचारले त्यांनी कोणीही त्याबाबत काहीही माहिती दिली नाही. मग आम्हीही तो नाद सोडला आणि कल्याण-अंबरनाथमार्गे साडेपाच-सहा तासांत नेरळ येथे आमच्या पोलीस निरीक्षक मित्राला भेटून माथेरानला मार्गस्थ झालो. दुपारी साधारणतः जेवणाच्या वेळी म्हणजे दीडला आम्ही माथेरानला हॉटेलमध्ये पोहोचलो होतो.

नाशिकहून निघालो होतो तसा पाऊस सुरूच होता. दिवसच पावसाळ्याचे होते. जसे वाडीवऱ्हे गाव सोडले तसा तसा पावसाचा जोर वाढायला लागला होता. बऱ्यापैकी जोरदार पावसातच आम्ही चाललो होतो. आपला नाशिकचा पाऊस हा सुंदर, रोमँटिक, प्रेमळ, हवाहवासा असा असतो. फार क्वचितप्रसंगी तो रौद्र रूप धारण करतो. अर्थातच कोकणातल्या पावसाची आणि नाशिकच्या पावसाची तुलना होऊच शकत नाही. आपले रौद्र रूप दाखविणारा, अक्षरशः भीती वाटायला लावणारा दमदार असा कोकणातला पाऊस माथेरानला सुरू होता. कोकणातला तो पाऊस म्हणजे जणू दादाच. त्याची अशी काही दादागिरी सुरू होती, की त्याच्यासमोर ना कोणी उभे राहू शकत होते ना कोणी काही करू शकत होते. आणि अशा पावसातच आम्ही भिजत दस्तुरी पॉइंटहून पायी पायी माथेरानला पोहोचलो होतो. पाऊस सुरू असल्यामुळे कुठल्याही पॉइंटवरदेखील जाण्याची सोय नव्हती. दुपारी हॉटेलमध्येच आराम केला. पाऊस काही थांबायचे नाव घेत नव्हता. मग सायंकाळी तशाच पावसामध्ये बाजारपेठेतून फेरफटका मारला. रेल्वे स्टेशनवर माथेरानमध्ये जवळपास कोणीही पर्यटक नसल्याने शुकशुकाट होता. आम्हाला रेल्वे स्टेशनवर खूपच मजा आली.

तेथे खूपच सुंदर वातावरण होते. सगळीकडे बऱ्यापैकी ढग होते. चाळीस-पन्नास फुटांच्या पलीकडचे काही दिसायला तयार नव्हते. दुसऱ्या दिवशी सकाळी मॉर्निंग वॉकच्या निमित्ताने बाहेर पडलो. पाऊस जरी थांबलेला असला तरी संपूर्ण माथेरान हे ढगांमध्येच लपलेले होते. जिथे थोडेफार ढग विरळ होत होते, तेथे थोडेफार निसर्गाचे दर्शन होत होते. सगळ्या डोंगरांवर धबधबे भरभरून वाहत होते. अतिशय विलोभनीय अशी ती दृश्ये होती. आम्ही हॉटेलवर परत येऊन नाश्ता करून आराम केला.

आणि तोपर्यंत धो धो पावसाला पुन्हा एकदा सुरुवात झाली होती. त्या दिवशी भारत-पाकिस्तानचा क्रिकेट सामना होता. बरोबर सामन्याच्या लंच ब्रेकमध्ये आम्हीदेखील जेवण घेतले. लंचपर्यंत पाकिस्तानची बॅटिंग झाली होती आणि आता भारताची बॅटिंग

होती. मला स्वतःला क्रिकेटची आवड असल्याने मी पटपट जेवण संपवून त्या हॉटेलमध्ये असलेल्या एक मिनी थिएटरमध्ये पोहोचलो. डॉ. भास्कर यांना मात्र क्रिकेटची अजिबात आवड नव्हती असे म्हणण्यापेक्षा तिटकाराच होता, असे म्हणावे लागेल.

त्यामुळे मी त्यांना ते जेवत असताना तेथेच सोडून त्या हॉलमध्ये पोहोचलो. डॉ. भास्कर यांनी सावकाश जेवण संपविले. त्यांना मी कुठे चाललोय हे काहीही सांगितले नसल्याने डॉक्टर मला शोधायला लागले. बाहेर धो-धो पाऊस कोसळत असल्याने सगळीकडे जमीन ओली होती आणि येथेच मोठी गडबड झाली. डॉक्टरांच्या पायात स्लिपर होती आणि रिसेप्शन हॉलमध्ये फरशी ओली असल्याने डॉक्टरांचा पाय घसरला आणि डॉक्टर उलटे पाठीवर जोरात पडले आणि तिथे एकच धावपळ सुरू झाली. हॉटेलचे कर्मचारी मला शोधत शोधत थिएटरमध्ये आले. मी पळतच आलो. बघितले तर डॉ. भास्कर वेदनांनी विव्हळत होते. त्यांच्या डोळ्यांत अक्षरशः पाणी होते.

कारण त्यांना पाठीत खूपच वेदना होत होत्या. हॉटेलच्या कर्मचाऱ्यांच्या मदतीने मी त्यांना जेमतेम रूममध्ये आणले. त्यांच्या वेदना फारच तीव्र होत्या. स्पाइनला फ्रॅक्चर असण्याची भीती वाटत होती. सुदैवाने माझे औषधांचे किट अगदी इंजेक्शनसह बरोबरच होते. त्यामुळे डॉक्टरांची त्वरित ट्रीटमेंट मला सुरू करता आली. त्यांना इंजेक्शनही दिले. गोळ्याही दिल्या आणि थोडा वेळ वाट बघायची ठरविले. दीड वाजला होता. वेदना कमी व्हायच्या नाव घेत नव्हत्या, किंबहुना वाढतच होत्या.

मुळातच माथेरानमध्ये आणि अगदी खाली नेरळमध्येही त्या वेळी फारशा वैद्यकीय सुविधा उपलब्ध नव्हत्या आणि त्यात तो दिवसही होता रविवारचा. आता मोठा प्रश्न पडला होता, काय करावयाचे? शेवटी मी डॉक्टरांना नाशिकला आमच्याच सुयश हॉस्पिटलमध्ये शिफ्ट करायचे ठरविले. आता अजून एक मोठी अडचण पुढे येऊन ठाकली, ती म्हणजे, हॉटेलपासून दस्तुरीपर्यंत जायचे कसे? माथेरानमध्ये कोणत्याही प्रकारच्या वाहनांना परवानगी नव्हती. सर्व वाहने दस्तुरी पॉइंटलाच ठेवायला लागायची. शेवटी मी माणसांनी खेचण्याच्या ढकलगाडीने दस्तुरी पॉइंटपर्यंत डॉक्टरांना नेण्याचे ठरविले.

हॉटेलच्या कर्मचाऱ्यांच्या मदतीने डॉक्टरांना ढकलगाडीमध्ये बसविले. हॉटेलमधून सात-आठ उश्या घेतल्या. चारी बाजूने त्या आधाराकरिता लावल्या आणि आम्ही दस्तुरी पॉइंटकडे निघालो. दहा पावले आम्ही जात नाही तोपर्यंतच डॉक्टर जोरजोरात ओरडायला लागले. कारण त्यांना फारच जास्त वेदना व्हायला लागल्या होत्या. माथेरानमध्ये रस्त्यांचीही एक मोठीच अडचण आहे. तेथे सर्व रस्ता खडीचा आहे. ज्याच्यावर डांबरीकरण केलेले नसते असा. इतर वेळी आपल्याला जाणवत नाही. कारण

तेथे वाहनेच नाहीत; परंतु स्पाइनला मार लागलेला असताना ते खडीचे रस्ते खूपच त्रासदायक वाटायला लागले आणि हे सर्व सुरू असताना वरुणराजाची मेहेरबानी होती.

आता काय करायचे, हा मोठा प्रश्न पडला. आहे तेथेच भरपावसात मी डॉक्टरांची ढकलगाडी उभी केली आणि मी तेथील दुकानदारांकडे चौकशी करू लागलो, की माथेरानमध्ये रुग्णवाहिका आहे का? सुदैवाने त्याचे उत्तर मिळाले 'हो'. जिवात जीव आला. मी ताबडतोब नेरळच्या आमच्या पोलीस इन्स्पेक्टर मित्राला फोन लावला आणि तिथून सर्व चक्रे फिरविली. त्यांनी माथेरानच्या पोलीस स्टेशनला फोन लावला. तेथून त्यांनी माथेरान नगर परिषदेमध्ये फोन लावला. रविवार असूनही सुदैवाने माथेरानमध्ये उपलब्ध असलेली एकमेव रुग्णवाहिका मिळाली. हे सर्व काही अर्ध्या तासाच्या आत पार पडले. तोपर्यंत अर्थातच डॉ. भास्कर आणि मी दोघेही ओलेचिंब झालो होतो, तशाच ओल्या अवस्थेत मी हॉटेलमधील कर्मचाऱ्यांच्या मदतीने डॉक्टरांना रुग्णवाहिकेत शिफ्ट केले आणि अतिशय हळूहळू आम्ही दस्तुरी पॉइंटकडे निघालो.

ढकलगाडीपेक्षा नक्कीच वेदना कमी होत्या पण अजूनही वेदना होतच होत्या. शेवटी एकदाच आम्ही दस्तुरी पॉइंटला पोहोचलो. सुदैवाने आमच्या फोर्ड कारला बकेट सीट होते, जे दूर प्रवासाकरिता अत्यंत उपयुक्त असते आणि माथेरानहून निघताना हॉटेलमधून आम्ही सोबत सात-आठ उश्या घेतल्या होत्या. डॉ. भास्कर यांना बकेट सीटवर कमीत कमी वेदना व्हाव्यात, अशा तऱ्हेने बसविले. सोबत सर्व बाजूंनी उश्यांचा आधार दिला, की जेणेकरून त्यांच्या वेदना अजून कमी व्हाव्यात आणि पुढील रस्त्यात या सर्व कष्टाचा, मेहनतीचा फायदा झाला. दस्तुरी पॉइंटहून निघता निघतानाच जवळपास पाच वाजत आलेले होते.

निघालो तर खरे, परंतु आमची गाडी आम्ही अगदी ४०-५० च्या वेगानेदेखील चालवू शकत नव्हतो. कारण गाडी छोट्याशा खड्ड्यातून जरी गेली तरी डॉक्टरांना प्रचंड वेदना व्हायच्या. त्यामुळे आमचा सरासरी स्पीड २० ते ३० चा जास्तीत जास्त होता. त्यामुळे नेरळपर्यंतच्या घाटरस्त्याच्या दहा ते पंधरा मिनिटांच्या प्रवासाला जवळपास एक तास लागून गेला होता. ज्या रस्त्याने आलो त्या रस्त्यानेच परतीचा प्रवास केला तर फारच जास्त वेळ लागणार, हे नक्की होते, म्हणून आम्ही नेरळ बस स्टँडवर गेलो आणि तेथील दोन-तीन ड्रायव्हर्सकडून संपूर्ण माहिती घेतली. नेरळ गावातून एक रस्ता मुरबाडला जात होता आणि पुढे मुरबाडहून फक्त ३०-३२ किलोमीटरवर शहापूर होते.

अंतरामध्ये फारसा फरक नसला तरी परंतु वेळेमध्ये मात्र नक्कीच दीड ते दोन तासांचा तरी फरक पडणार होता. कारण अंबरनाथ-कल्याण हा पूर्ण भाग आम्हाला सायंकाळच्या फुल ट्रॅफिकमधून जायचे होते. ज्या रस्त्याने मी आयुष्यात कधीही गेलेले नव्हतो, ज्या

भागाची मला काहीही माहिती नव्हती अशा भागातून रस्त्यातले त्रासदायक स्पीडब्रेकर सांभाळत मला भरपावसात सायंकाळच्या वेळी गाडी चालवायची होती. आणि तेही डॉक्टरांना कमीत कमी वेदना होतील अशा पद्धतीने. ज्या वेळी पाऊस सुरू असतो त्या वेळी रस्त्यांवरील खड्ड्यांमध्ये पाणी भरल्याने खड्ड्यांचा अंदाजच येत नाही. पाऊस असताना रस्ते ओले असतात. रात्रीच्या वेळी कारच्या दिव्यांचा प्रकाश फार क्षीण येतो.

रस्त्यांवरून जो प्रकाश परिवर्तित होऊन वाढत असतो ते आता अजिबात होत नाही म्हणून प्रकाशही कमी पडत असतो. अशा अडचणीच अडचणी माझ्यासमोर उभ्या होत्या. या सर्व परिस्थितीतही मी प्रत्येक क्षणाला नवीन अडचणींवर मात करीत चाललेले होतो, ते फक्त आणि फक्त माझ्या आतील सकारात्मकतेच्या जोरावर. हळूहळू आम्ही मार्गक्रमण सुरू केले. वाटले होते तेवढा प्रवास सोपा नक्कीच नव्हता. आठ वाजेपर्यंत जेमतेम मुरबाडला पोहोचलो. आता भूकही लागली होती. अर्थातच कारमध्ये बसूनच मुरबाडला जेवलो व पुढे निघालो.

असे मजल दरमजल करीत रात्री साधारणतः अकरा-सव्वाअकराच्या दरम्यान कसारा गावच्या बायपासवर मध्यभागी असलेल्या चौफुलीवर पोहोचलो. पाऊस कुठेही उसंत घ्यायचे नाव घेत नव्हता आणि ज्याची मला सुरुवातीपासून भीती वाटत होती अशी नको असलेली घटना घडली. अमावास्येच्या रात्री सव्वाअकराच्या आसपास भरपावसात आमच्या गाडीचे ड्रायव्हर साइडचे पुढच्या बाजूचे चाक पंक्चर झाले. अमावस्येची काळीकुट्ट रात्र, त्यातही धो धो पाऊस आणि त्या वेळी मुंबई-आग्रा महामार्ग हा एकेरी, दुपदरी रस्ता होता. आत्ताच्यासारखा चारपदरी नव्हता आणि दुष्काळात तेरावा महिना म्हणजे हे पंक्चर.

डॉक्टरांनी त्यांच्या कॉलेज जीवनापासून ट्रकसारखी मोठी वाहनेदेखील चालविलेली असल्याने त्यांचा अनुभव खासकरून वाहनांच्या ब्रेकडाउनमध्ये - त्यामध्ये अर्थातच पंक्चरसारखे छोटे विषयदेखील होतेच - अनुभव खूप जास्त होता आणि मी मात्र ड्रायव्हिंगमध्ये मास्टर होतो आणि अर्थातच आजही आहेच. त्यामुळे गाडी चालविण्याची ड्यूटी जास्त माझी आणि रात्री तर शंभर टक्के माझीच असायची. आजही असते. गाडीच्या कामांमध्ये डॉ. भास्करांची ड्यूटी असायची. त्यामुळे त्या वेळेपावेतो आम्ही जवळपास चार ते पाच लाख किलोमीटर गाडी फिरविलेली असेल, त्या वेळी ज्या वेळेला म्हणून गाडीचे चाक पंक्चर झाले असेल त्या वेळी ते डॉक्टरांनीच बदललेले होते. मी त्या वेळेला साहाय्यकाच्या भूमिकेत असायचो. गाडीतून टायर काढून ते बदललेले टायर परत गाडीत ठेवणे, बाहेर असलेले नटबोल्ट, हत्यारे देणे असा साहाय्यकाचा माझा रोल असायचा आणि आज मात्र डॉक्टर सीटवरून उठूच शकत

नव्हते मग टायर बदलण्याचा तर प्रश्नच नव्हता.

अमावस्येच्या रात्री आयुष्यात पहिल्यांदा भरपावसात महामार्गावर वाहनांची वर्दळ. अत्यंत पाऊस चालू असल्यामुळे वाहनांच्या हेडलाइटचा प्रकाश अत्यंत क्षीण होता. नेमके हायवेच्या साइडच्याच बाजूचे टायर मला आता बदलायचे होते. पंक्चर झालेले टायर बदलणे हे शिकण्यासाठी याच्याहून चांगला मुहूर्त कुठला असावा बरे! अर्थातच टायर बदलताना मी अनेक वेळेला बघितलेले असल्यामुळे थेअरी मला संपूर्ण माहीत होती. कृती मात्र मी आयुष्यात कधी केलेली नव्हती आणि आता ती मी एवढ्या सुंदर समयी ती करणार होतो. हळूहळू मी पहिले पंक्चर चाक उतरविले आणि स्टेपनी चाक चढविले.

डॉक्टरांचा बसल्या जागेवरून सूचनांचा भडिमार सुरूच होता पण या सगळ्यांमध्ये सगळ्यात जास्त काय अवघड होते माहिती आहे? ते म्हणजे, येणाऱ्या-जाणाऱ्या गाड्यांपासून स्वतःला वाचविणे हेच एक मोठे अवघड दिव्य होते. त्यासाठी अगदी ट्रक ड्रायव्हर्स करतात त्या पद्धतीने मी मोठे मोठे दगड रिफ्लेक्टर बाजूला लावलेले होते. गाडीचे चारी इंडिकेटर सुरू होते आणि तरीही चाक बदलत असताना दोन्ही बाजूला सारखे लक्ष ठेवून मी गाडी आली की ताबडतोब उठून बाजूला होत होतो.

साधारणतः साडेअकराला भरपावसात चाक बदलण्याचा सुरू केलेला उपक्रम जवळपास रात्री एकला संपला. माझा नवखेपणा, सोबत अमावस्येची पावसाळी रात्र आणि वाहनांची जबरदस्त वर्दळ अशा अनेक गोष्टींमुळे साधारणतः पंधरा-वीस मिनिटांमध्ये होणारा टायर बदलण्याचा कार्यक्रम उरकायला मला दोन तास लागले होते. तोही पार पडला ओल्याचिंब अवस्थेत.

पहाटे साडेतीन-पावणेचारच्या दरम्यान आम्ही आमच्या सुयश हॉस्पिटलला पोहोचलो आणि डॉक्टरांना सुयश हॉस्पिटलमध्ये भरती केले. आमचे अपघात विभागाचे प्रमुख, ऑर्थोपेडिक सर्जन डॉ. प्रशांत पाटील लगेचच आले आणि एक्स-रे काढला तर स्पाइनला हेअरलाइन फ्रॅक्चर झालेले होते आणि म्हणूनच डॉक्टरांना एवढ्या वेदना होत होत्या. भाग्य एवढेच होते, की फ्रॅक्चर फार मोठे नव्हते. त्यामुळे पुढच्या दीड महिन्यामध्ये बेड रेस्टने डॉक्टर पूर्णपणे बरे झाले.

आजही त्या संपूर्ण प्रसंगाची आठवण झाली तर अंगावर शहारे येतात. एवढ्या संकटाच्या मालिकेतून आपण कसे काय सुटलो, असा विचार आला तर जाणवते की येथे फक्त आपल्या कामी आली ती म्हणजे सकारात्मकता, सकारात्मकता आणि सकारात्मकता!

❖ ❖ ❖

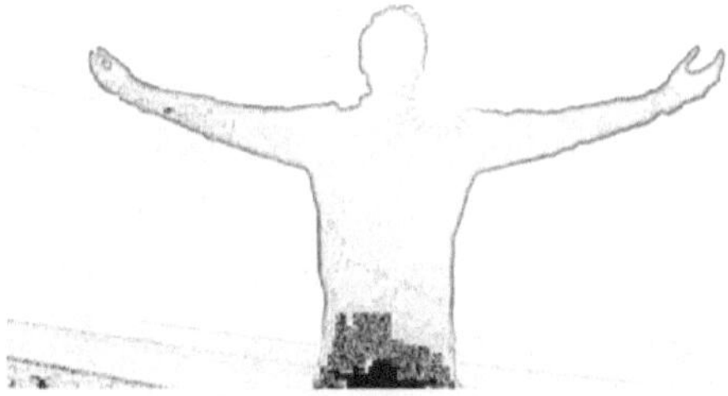

पवनसरांच्या सकारात्मकतेपुढे गरिबी चारीमुंड्या चीत

मला भाऊसांचा सहवास उण्यापुऱ्या फक्त २३ वर्षांचाच मिळाला. त्यांचा वयाच्या ४६ व्या वर्षी झालेला अकाली मृत्यू; परंतु खरे सांगायचे तर दोघांकडूनही शंभर टक्क्यांपेक्षा कितीतरी अधिक मला अगदी बाळकडूच्या रूपातच मिळालेले आहे.

पवन सर अर्थातच आमचे भाऊसा यांनी काबाडकष्टातून गरिबीवर मात केली होती. त्यांनी शिक्षणातही नाव कमावले. त्यांच्या नोकरीतील कमाईवर त्यांनी अनेकांना आपल्या पायावर उभे केले. त्यांच्या निधनानंतर गावातील आदिवासी वस्तीतील लोकांनी जो शोक व्यक्त केला, तेव्हा आम्हाला भाऊसांची खरी कमाई कळाली.

तीन बहिणी आणि दोन भाऊ यांच्या पाठीवर आई-वडिलांच्या म्हातारपणी झालेले अपत्य म्हणजे आमचे भाऊसा. भाऊसांच्या जन्माच्या वेळी अत्यंत चांगली आर्थिक, सामाजिक परिस्थिती होती आणि वयाच्या बाराव्या-तेराव्या वर्षी अचानक वडिलांचे छत्र हरवते काय, घरातल्या मोठ्या बंधूंच्या चुकीच्या निर्णयांनी होती नव्हती ती सर्व संपत्ती, स्थावर, जंगम मालमत्ता अगदी काही महिन्यांमध्ये संपून जाते काय, अगदी काही महिन्यांमध्ये राजेशाही थाटात भोजन करणाऱ्यापासून ते तर एकवेळच्या जेवणाची भ्रांत यावी अशी परिस्थिती येते काय, मोठ्या बहिणीच्या आसऱ्याने सोबत जैन समाजाचीच संस्था श्री नेमिनाथ जैन ब्रह्मचर्याश्रम या संस्थेने नादारीने ठेवल्याने सातवीपासून पुढचे शिक्षण एसएससीच्या परीक्षेपर्यंत पूर्ण झाले काय, ऐन एसएससीचा फॉर्म भरण्याच्या शेवटच्या दिवशी अकरा रुपये तेरा पैशापैकी एक रुपया तेरा पैसे कमी पडावेत काय, तेही मुख्याध्यापक या पदी स्वतःचे चुलते असताना आणि मग त्यासाठी बस स्टँडवर जाऊन करावी लागलेली हमाली काय, एवढ्या प्रतिकूल परिस्थितीतून

शिकून त्याच संस्थेमध्ये शिक्षक म्हणून नोकरी मिळावी काय, नोकरी मिळाल्याने स्वतःसारख्याच स्वकर्तृत्वाने आयुष्य आणि आई-वडिलांसहित सर्व घरादाराला, घेऊन चालणारी अत्यंत प्रतिकूल परिस्थितीशी झगडणाऱ्या आयुष्यातील संकटांवर प्रतिकूल परिस्थितीवर अत्यंत सकारात्मकतेने मात करणाऱ्या अशा एका मुलीशी दोन नंबरच्या बहिणीच्या सहकार्याने का होईना, लोकांच्या कपड्यावरती का होईना, नाशिकच्या गोदातीरी लागलेले ते लग्न का असेना, त्यानंतरही अत्यंत खडतर परिस्थितीमध्ये स्वतःचे शिक्षण सुरू ठेवणे का असेना, आपली स्वतःची आर्थिक कुवत फारशी चांगली नसतानादेखील अनेक गरजूंना सर्वार्थाने मदत का असेना, नातेवाइकांच्या कित्येक मुला-मुलींना स्वतःच्या घरी ठेवून त्यांच्या आयुष्याला सर्वार्थाने वळण देणे का असेना...

श्री नेमिनाथ जैन ब्रह्मचर्याश्रम या संस्थेत संपूर्ण संस्थेची जबाबदारी व्यवस्थापक या पदावर राहून सांभाळत तसेच संस्थेच्याच श्री नेमिनाथ जैन विद्यालय या संस्थेत शिक्षकाचे कार्य करीत असताना, अनेक विद्यार्थि-विद्यार्थिनींच्या आयुष्याला सकारात्मकतेने वळण लावताना का असेना, संस्थेत काम करीत असताना अनेक निराधार विद्यार्थ्यांना आश्रय देणे का असेना, कोणाच्याही घरात संध्याकाळची चूल पेटली नसल्यास त्याच्या घरात मदत करणे का असेना, अनेक निराधारांच्या लग्नासाठी धडपड करून त्यांच्या आई-वडिलांचा रोल निभावून त्यांचे लग्न लावून देणे का असेना, संस्थेने आपल्यावर केलेल्या उपकारांची जाण ठेवून संस्थेच्या प्रगतीकरिता २४×७×३६५×२३ वर्षे झोकून देणे का असेना, समाजातील छोट्या-मोठ्या सर्व प्रकारच्या कार्यक्रमांसाठी जैन भवन, चांदवड तयार करण्यासाठी स्वतःला झोकून देणे का असेना...

असे भाऊसांचे सकारात्मकतेचे पैलू सांगावे तरी किती! भाऊसांच्या सकारात्मकतेबद्दल सांगायचे म्हटले, तर एक पुस्तक सहज होऊन जाईल आणि येथे तर आपल्याला जागेची मर्यादा आहे म्हणून आपण भाऊसांनी अत्यंत प्रतिकूल, नकारात्मक अशा परिस्थितीवर कमालीच्या सकारात्मकतेने कशी मात केली, हे आपण अत्यंत थोडक्यात काही प्रसंगांवरून समजून घेऊन आपल्याही आयुष्याला सकारात्मकतेने वळण लावू या.

आमचे गाव तसे म्हटले तर मूळ राजस्थानमध्ये. आमच्या पूर्वजांनी आजच्या साधारणतः अडीचशे वर्षे आधी राजस्थान सोडलेले. राजस्थानहून ते पिंपळगाव वाखारी (ता. देवळा, जि. नाशिक) येथे येऊन स्थायिक झालेले. आमच्या भाऊसांची पिढी म्हणजे बारावी पिढी. आमचे ओस्तवाल घराणे पूर्ण पिंपळगाव पंचक्रोशीत अतिशय प्रसिद्ध, नावाजलेले असे होते. आमचे आजोबा म्हणजे चंदुलालजी ओस्तवाल अतिशय सज्जन.

पंचक्रोशीत नावाजलेले होते. आजोबा आणि आजींना पहिल्या तिन्ही मुली झाल्या.

त्या काळी मुलांना अतिशय महत्त्व असल्याने अनेक देवांना नवस, उपवास केल्यानंतर उतारवयामध्ये आमच्या आजी-आजोबांना तीन मुले झाली. त्यातले सर्वात छोटे म्हणजे आमचे भाऊसा म्हणजेच पवन. आमचे भाऊसा सातवीला असतानाच वडिलांचे छत्र हरपले. त्या वेळी मोठ्या तिन्ही आत्यांचे लग्न झालेले असल्याने घराचा सगळा कारभार मोठ्या चुलत्यांच्या हाती गेला. मोठ्या चुलत्यांची मित्रसंगत तितकीशी चांगली नसल्याने अशा वेळी जसे होते तसेच झाले.

जवळपास ५० एकर बागायत शेती कूळ कायद्यात गेली. पक्की घरे एखाददुसरे पोते धान्याच्या बदल्यात गेली. म्हणता म्हणता सोने-चांदीही संपली. थोडक्यात काय, तर सर्वार्थाने घर बसले. दोन वेळच्या जेवणाची भ्रांत झाली. मग शिक्षणासारख्या इतर गोष्टींची काय कथा; परंतु तिन्ही भावांमध्ये छोट्या पवनला शिक्षणाची खूपच गोडी. परिस्थिती तर पूर्ण प्रतिकूल झालेली. छोटा पवन खूपच अस्वस्थ झाला; परंतु सकारात्मकतेने, इच्छाशक्तीने त्यातूनही त्यांनी मार्ग शोधला. चांदवडला जैन समाजाच्याच शिक्षणासाठी नावाजलेल्या एका संस्थेची माहिती त्यांना मिळाली, ती संस्था म्हणजेच १९२८ मध्ये कर्मवीर केशवलालजी आबड यांनी सुरू केलेली, ज्यांना सर्व समाज आदराने 'काकाजी' म्हणत असे.

त्यांनी तीन विद्यार्थ्यांवर स्थापन केलेली श्री नेमिनाथ जैन ब्रह्मचर्याश्रम जैन गुरुकुल ही होय. या संस्थेत छोट्या पवनने प्रवेश घेतला. तोही नादारीमध्ये काकाजींना भेटून मिळविला. राहण्याचा-खाण्याचा खर्च जरी नसला तरीही इतर खर्च हा होताच. कपडेलत्ते, शैक्षणिक साहित्य, शाळेची फी वगैरे. येथे मदतीला आली भाऊसांची दोन नंबरची बहीण सामोडे (ता. साक्री, जि. धुळे) येथील गेंदाबाई युवराजजी चोरडिया. या आत्याचा किराणा मालाचा चांगला व्यवसाय होता. या बहिणीकडे सुटीमध्ये ते राहायचे. भल्या पहाटेपासून तर रात्रीपर्यंत काम करायचे. कामाला, काबाडकष्टाला अजिबात हयगय नसायची. कदाचित एखादा गडीदेखील एवढे काम करणार नाही तेवढे काम भाऊसा करायचे. आमची ही आत्या वडिलांना वर्षाकाठी ६० रुपये द्यायची.

त्या काळी शाईचेच पेन असायचे; परंतु त्यांच्याकडे शाईकरितादेखील पैसे नसायचे. 'कमवा आणि शिका' या पद्धतीने त्यांनी मोठ्या मुश्किलीने स्वतःचे शिक्षण यशस्वीरीत्या सुरू ठेवले होते. असे करता करता हा छोटा पवन त्या काळातील जुनी मॅट्रिक म्हणजे अकरावीला आला. त्या काळी बोर्डाची परीक्षा अकरावीला होत असे. तीन एक कठीण परीक्षांपैकी एक होती. पवनने मोठ्या मेहनतीने वर्षभर तयारी केली होती. सोबतच एकेक पै जोडत दहा रुपयांपर्यंत परीक्षेच्या फॉर्म फीसाठी गोळा केले होते.

फॉर्म भरण्याचा शेवटचा दिवस जवळ येऊ लागला; परंतु पवनची फॉर्म भरण्यासाठीची गंगाजळी दहा रुपयांच्या वरती काही केल्या जात नव्हती. फॉर्म फी अकरा रुपये आणि १३ पैसे अशी काहीतरी होती. आता शेवटचा दिवस उजाडला होता आणि पवनकडे तर दहा रुपयेच होते. सर्व प्रयत्न करून झालेले होते. त्या वेळी भाऊसांचे चुलतेच मुख्याध्यापक होते. भाऊसांनी विचार केला, आपण आपल्या चुलत्याकडून एक रुपया १३ पैसे उसनवार घेऊ या आणि आपल्याकडे जसजसे येतील तसे परत करून टाकू या.

या विचारांनी फॉर्म भरण्याच्या शेवटच्या दिवशी सकाळी दहाला ते मुख्याध्यापकाच्या म्हणजेच चुलत्याच्या ऑफिसमध्ये गेले. फॉर्म भरलेला होताच. त्यांनी तो फॉर्म पुढे करत सांगितले, ''काका, मला एक रुपया तेरा पैसे फॉर्म भरायला कमी पडत आहेत. माझ्याकडे दहा रुपये आहेत. कृपया आपण एक रुपया तेरा पैसे मला उसनवार द्या. मी काहीही, कसेही करून ते आपणास परत करीन.'' चुलत्यांचा संताप झाला. त्यांनी तो फॉर्म अक्षरशः फाडून फेकत सांगितले, की पैसे नसतील तर घरी जा आणि त्यांना ऑफिसमधून जायला सांगितले.

अर्थातच छोट्या पवनला खूपच वाईट वाटले. डोळ्यांतून अश्रूंच्या धारा वाहत होत्या. मोठ्या मुश्किलीने मॅट्रिकपर्यंतचे शिक्षण पवनने पूर्ण करीत आणले होते. अभ्यास पण व्यवस्थित झालेला होता आणि आता फक्त परीक्षा द्यायची बाकी होती. फक्त एक रुपया आणि १३ पैशांवरून सगळी गडबड होणार होती. पाच-दहा मिनिटे रडून झाल्यानंतर पवनने मन शांत केले. पुन्हा एकदा तेथील मित्रमंडळींकडून पैसे उधार मिळतात का, यासाठी प्रयत्न केला. त्या काळी म्हणजे १९६०-६१ मध्ये कोणाहीकडे असे जास्तीचे पैसे नसायचे आणि सेमिस्टरच्या शेवटी शेवटी तर जवळपास नसायचेच. जवळपास सकाळचे अकरा वाजत आले होते.

दुपारी तीनपर्यंत फॉर्म भरण्याची मुदत होती. एकदा तीन वाजून गेले की वर्ष वाया जाणार होते आणि नुसतेच वर्ष वाया जाणार नव्हते तर पुढच्या वर्षी शालेय शिक्षण संपले म्हणून जैन बोर्डिंगमध्येदेखील राहता येणार नव्हते. मग अभ्यास करायचा कुठे, खायचे-प्यायचे कुठे, असा मोठाच प्रश्न पवनसमोर निर्माण झालेला होता. शेवटी अकरा वाजता मनाशी काही निर्धार करून पवन उठला आणि तडक चांदवडचे बसस्थानक गाठले. तेथे परवानाप्राप्त हमाल होते. त्यांना सर्व प्राप्त परिस्थिती समजावून सांगितली आणि त्यांना सव्वा रुपयाकरिता हमाली करू देण्याची विनंती केली. चुलत्यांपेक्षा हमालांना दया आली आणि त्यांनी खरोखर मदत केली आणि पुढची आलेली पहिली हमाली पवनलाच दिली.

साधारणतः दोन वाजेपर्यंत पवनकडे दीड रुपया जमला होता. तो घेऊन उपाशीतापाशी पवनने तडक शाळा गाठली. एसएससीचा फॉर्म भरला. अशा रीतीने पवन एसएससी उत्तीर्ण झाला. पुढे काय? कुठल्याही प्रकारचे मोठे शिक्षण घेण्यासाठी पैसे होतेच कुठे? ना कोणी मार्गदर्शन करण्यासाठी, ना कोणी आधार देण्यासाठी; परंतु शिकण्याची जिद्द ही सकारात्मकतेच्या सोबतीने होती. त्या काळी पवनने शारीरिक शिक्षणाचा एक वर्षाचा एक छोटासा कोर्स शोधून काढला जो की डीएडच्या बरोबरीचा होता. तो केला.

त्या वेळी श्री नेमिनाथ जैन ब्रह्मचर्याश्रम या संस्थेचे अध्यक्ष (स्व.) जीतमलजी छाजेड (नाशिक) हे होते. त्यांनी संस्थेमध्ये सुरुवातीपासूनच भाऊसांना मदत केलेली होती. त्यांचा पवनवर खूपच विश्वास होता. शारीरिक शिक्षणाचा कोर्स पूर्ण झाल्यानंतर भाऊसांनी जीतमलजी छाजेड यांची भेट घेतली आणि जीतमलजींनी मनापासून मदत करीत त्वरित श्री नेमिनाथ जैन विद्यालयात शिक्षक म्हणून रुजू करून घेतले.

आपण सर्व विचार करू शकता, जर भाऊसांमध्ये परकोटीची सकारात्मकता नसती तर एवढ्या प्रतिकूल परिस्थितीमध्ये भाऊसांचे शिक्षण झाले असते का? भाऊसांना शिक्षक म्हणून नोकरी लागली असती का? भाऊसांनी आपल्या सकारात्मकतेने, चांगल्या मेहनतीने येथेही आपली छाप सोडायला सुरुवात केली.

भाऊसांच्या आयुष्याला आता थोडे वळण लागू लागले होते. आयुष्याला आता स्थिरता येत होती. अर्थातच आता वेळ होती लग्नाची; परंतु एक शिक्षण आणि शिक्षकाची नोकरी ही जमेची बाजू वगळता भाऊसांकडे काहीही नव्हते. त्यांचे आधीपासूनचे स्वप्न होते, की लग्न करीन तर माझ्यासारख्याच सकारात्मक, तडफदार, थोड्याफार शिकलेल्या आणि (म्हणजेच दुजवर/ घटस्फोटित विधवा आदींशी नाही) प्रथम वधूशीच. कारण भाऊसांची परिस्थिती बघून अशीही स्थळे सांगून येत होती, जी की अर्थातच चांगल्या चांगल्या मोठ्या घरची असायची.

सुदैवाने चांदवड गावातील काही सामाजिक कार्यकर्त्यांच्या नजरेतदेखील भाऊसांची सकारात्मकता, त्यांची पुढे जाण्याची धडपड हे सर्व आलेले होते आणि त्यांनी बरोबर त्यांना पाहिजे होती अशी, त्यांच्या तोडीस तोड म्हणण्यापेक्षाही काकणभर का होईना सरस अशा सुस्वरूप, सुसंस्कृत, अत्यंत सकारात्मक जी तिच्या माहेरचे सर्व घर एका कर्त्या मुलाच्या पद्धतीने सांभाळत होती. कारण यांचे नानाजी म्हणजेच बाईचे वडील हे साधारणतः १९५९-१९६० पासून अंथरुणाला खिळूनच होते. आमची बाईच सर्व घर बघत होती. असे मनाजोगते प्रपोजल आल्यामुळे भाऊसांनीदेखील त्वरित होकार दिला.

होकार तर दिला पण अगदी नवीन नवीन नोकरी, पगार फक्त ११३ रुपये, नोकरी लागून एखाददुसराच महिना झालेला. ना भाऊसांकडे पैसे ना मुलीच्या माहेरी. येथेही

परत एकदा सामोड्याची बहीण धावून आली आणि तिने ५० रुपयांची मदत केली आणि नाशिकच्या गोदातीरी भाऊसा-बाईचे लग्न लागले. अर्थात त्या काळीदेखील पन्नास रुपये म्हणजे काही फार मोठी रक्कम नव्हती. त्यामुळे लग्न कसे लागले असेल याचा आपण विचार करू शकता. लग्नाच्या वेळी बाई-भाऊसांच्या अंगावर स्वतःचे कपडेदेखील नव्हते. त्या वेळी त्या लग्नाच्या काही दिवस अगोदर भाऊसांच्या भाचीच्या लागलेल्या लग्नाचे कपडे बाईने घातले आणि त्या मेहुण्यांच्या कपड्याने भाऊसांचे लग्न लागले. याहून काय बिकट परिस्थिती असावी! आमची बाई लग्न होऊन ज्या दिवशी आमच्या घरी आली त्या दिवशी ना तर घरी झोपायला सतरंजी होती ना पाणी प्यायला फुलपात्र. एवढ्या कठीण, बिकट परिस्थितीमध्ये भाऊसा-बाईंचा संसार सुरू झाला. या वेळी त्यांची सर्वात मोठी मालमत्ता काय होती तर, ती म्हणजे, त्या दोघांमध्ये पुरेपूर असलेली सकारात्मकता.

जीतमलजींची अशीही त्यांच्यावर नजर होतीच. त्यांनाही संस्थेच्या बोर्डिंगकरिता मेहनती, तरुण, तडफदार, विश्वासू आणि अर्थातच मुलांच्या जडणघडणीकरिता सकारात्मक माणसाची गरज होती आणि एक वर्षाच्या आतच जीतमलजींनी भाऊसांची संस्थेच्या बोर्डिंगच्या म्हणजे एका अर्थाने संस्थेच्या व्यवस्थापकपदी नियुक्ती केली. आता भाऊसांचे आयुष्य बऱ्यापैकी स्थिर होत होते.

भाऊसा आणि बाईचा संसार म्हणायला स्थिरावत होता खरा; परंतु आर्थिकदृष्ट्या भेडसावणारी चणचण फारशी कमी होत नव्हती. कारण भाऊसांना जरी दोन पगार येत असले तरी ते किती होते बरे! शिक्षकाचा पगार ११३ रुपये अधिक संस्थेच्या व्यवस्थापकाचा पगार १०० रुपये, असे दोन्ही मिळून फक्त २१३ रुपये असले तरीही भाऊसांचे आणि अर्थातच बाईचेही लक्ष नेहमीच शिक्षणावर राहत होते. आता शिक्षण म्हणजे सर्वात आधी भाऊसांचे स्वतःचे शिक्षण... भाऊसा नोकरीला लागलेले होते, तरीही भाऊसांची शिकण्याची इच्छा काही कमी होत नव्हती. त्या काळी आजच्यासारखे करस्पाँडन्स कोर्स नव्हते किंवा मुक्त विद्यापीठही नव्हते.

वडिलांची नोकरी तर अशी होती, की सकाळी साधारणतः पावणेसातच्या सुमारास वडील घरातून बाहेर पडायचे. मध्ये दुपारच्या जेवणाच्या अर्ध्या तासाचा अपवाद वगळता रात्री साधारणतः साडेआठ ते नऊच्या दरम्यान घरी परत पोहोचायचे. हे सर्व अव्याहतपणे चाललेले असायचे. म्हणजे भाऊसांना ना कधी रविवारची सुटी माहिती ना कधी दिवाळी-दसरा, ना कधी संक्रांत-गुढीपाडवा. अगदी कित्येक जवळच्या नातेवाइकांच्या लग्नांना शक्यतो मी आणि बाईच जात असू. अगदीच जिथे गरज असेल तिथे भाऊसा आले तरी दोन-चार तास. एक- दोन दिवस काढून भाऊसा फारच क्वचित

कोणाकडे लग्नकार्याला किंवा इतर कुठल्याही कार्यक्रमाला आलेले असतील. ते ही फार फार तर एक-दीड दिवस. मी भाऊसांना यापेक्षा जास्त कुठे गेलेले बघितले नाही. संस्थेच्या कामाशिवाय त्यांनी आम्हालादेखील कधी बाहेरगावी फिरायला नेल्याचे आठवत नाही. संस्था, शाळा आणि ते अगदी घट्ट असे ते नाते होते. दिवाळीच्या दिवशी ९९ टक्के नव्हे, तर शंभर टक्के संस्थेचे कर्मचारी सुटीवर असायचे. फक्त आणि फक्त भाऊसा एकटे तेथे ड्यूटीवर असायचे. एवढी मोठी ती संस्था आणि त्या संपूर्ण परिसरात भाऊसा अक्षरशः एकटे असायचे आणि भरीस भर म्हणून रात्री मला एकट्याला एवढ्या मोठ्या संस्थेत झोपण्यासाठी, ऑफिस सांभाळण्यासाठी पाठवून देत असत. मुळात त्या काळी एकदा सायंकाळ झाली, की संस्थेच्या रस्त्यालाच कोणी जात नसे.

कारण संस्थेच्या रस्त्यावर आदिवासी वस्ती सोडली की चिंचबन लागत असे. तेथे भरपूर मोठमोठी चिंचेची झाडे होती. त्या काळी चिंचबनामध्ये चिंचेच्या झाडांवर भूत-पिशाच्च राहतात, असा समज होता. त्यामुळे एकदा सायंकाळ झाली, अंधार पडला, की त्या रस्त्यावरून कोणी जायचा प्रश्नच येत नव्हता. याला आमचे भाऊसा अपवाद होते आणि अर्थातच त्यांच्यापाठोपाठ मीही अपवाद होतो.

चिंचबनामध्ये पथदीप वगैरे असा काही प्रकार त्या काळी नव्हता. काळाकुट्ट अंधार असे. अगदी आपला हातदेखील डोळ्यासमोर आणला तरी तो दिसत नसे इतका असा अंधार असे. एका बाजूला मुस्लिम समाजाची दफनभूमी होती. म्हणजे भीतीमध्ये अजूनच भर पडत असे. अशा ठिकाणाहून जाताना ना कधी भाऊसा घाबरले ना मला कधी घाबरू दिले. कशालाही, कुठेही, कधीही न घाबरण्याची शिकवण मला माझ्या भाऊसांनी त्यांच्या रोजच्या दैनंदिन जीवनक्रमामधून दिली. अशा सकारात्मकतेचे अनेक धडे, वस्तुपाठ त्यांनी आपल्या जीवनक्रमामधून दिला.

आजही मला सुटी घ्यायला आवडत नाही. मीदेखील रविवार असो की दिवाळी-दसरा, संक्रांत असो की गुढीपाडवा... मी रोज अगदी सकाळी आठ-साडेआठपासूनच आमच्या सुयश हॉस्पिटलला जातो. परंतु ही हजेरी नुसती शारीरिकच लावायची का? नाही. वडील दिवसाचे १४-१४ तास संस्थेमध्ये कामावर जात होते, त्या वेळेचा खूपच चांगला सदुपयोग करून घेत होते. त्या काळी त्यांनी श्री नेमिनाथ जैन ब्रह्मचर्याश्रम जैन गुरुकुल या संस्थेचे नाव रोशन करण्यामध्ये त्यांनी सिंहाचा वाटा उचलला होता.

असो, त्यांची एवढी व्यस्त दिनचर्या असूनही त्यांची शिक्षणाची आवड जरादेखील कमी झालेली नव्हती. त्या काळी बाहेरून हिंदीच्या परीक्षा देता यायच्या. बालप्रबोधिनीपासून पंडित वगैरे त्याच्याही पुढच्या परीक्षा हिंदीत असायच्या. अशा जवळपास सर्व परीक्षा भाऊसांनी दिल्या. सर्व परीक्षांमध्ये भाऊसांना खूपच छान

घवघवीत यश मिळत गेले. भाऊसांची मेहनत सफल होत गेली आणि त्यांना केंद्रीय हिंदी संस्थान, आग्रा येथे हिंदी पारंगत या एक वर्षाच्या अभ्यासक्रमासाठी १९७१ च्या तुकडीमध्ये प्रवेश मिळाला. ही परीक्षा पदवीधर + बी.एड. म्हणजे जसे बीएस्सी बी.एड., बी.ए. बी. एड. समकक्ष होती. कोर्स फक्त एक वर्षाचा होता.

हा कोर्स झाल्यानंतर भाऊसांच्या पगारातदेखील चांगला फरक पडणार होता. सर्वांना खूप आनंद झाला; परंतु भाऊसांना नाइलाजास्तव हा अभ्यासक्रम सोडावा लागला होता. कारण अर्थातच आर्थिक होते. भाऊसांची नोकरी राहणार होती; परंतु बारा महिने पगार बंद राहणार होता आणि हाच सर्वात मोठा अवघड प्रश्न भाऊसा आणि बाईसमोर उभा ठाकला होता. त्यात आम्ही चार बहीण-भावंडे, सोबत आमच्या बाईचे आई-वडील म्हणजे आमचे नानाजी-नानीजीदेखील आमच्याबरोबर राहत होते. एवढ्या जणांचे पोट आमच्या भाऊसांच्या नोकरीवर म्हणजेच पगारावर अवलंबून होते.

तो पगार एक, दोन महिने नव्हे, तर तब्बल बारा महिने बंद राहणार होता. भाऊसांनी आपल्या आयुष्यातील एवढी मोठी सुवर्णसंधी सोडायची ठरविली. शिक्षणाला तिलांजली द्यायचे ठरविले आणि त्यांनी आग्रा येथील हिंदी पारंगतला जायचे रद्द केले. हा त्यांचा निर्णय तत्कालीन संस्थेचे अध्यक्ष (स्व.) जीतमलजी छाजेड यांना समजला. त्यांनी भाऊसांना तत्क्षणी संस्थेचा निर्णय दिला. ''पवन, तू बिनधास्त जा. तुझ्या कुटुंबाची कोणतीही काळजी करू नकोस. आम्ही ती काळजी घेऊ. तुझा संपूर्ण पगार बिनदिक्कतपणे सुरू राहील याची तू खात्री बाळग.''

भाऊसा आणि बाईचा आनंद गगनात मावेनासा झाला. भाऊसांचे शिक्षणही सुरू राहणार होते आणि सोबत पगारदेखील. 'आंधळा मागतो एक डोळा आणि देव देतो दोन' या उक्तीचा अनुभव त्या वेळी बाई-भाऊसांना नक्कीच आला. अशा रीतीने भाऊसा आपल्या पुढील शिक्षणासाठी आग्रा येथे एक वर्षाकरिता रवाना झाले.

भाऊसांनी त्यांच्या आयुष्यामध्ये जी काही कष्टांची पराकाष्ठा केली, दैवानेदेखील त्याचे फळ पूर्ण त्यांच्या पदरात टाकले होते आणि आतापर्यंत त्यांनी स्वतःच्या हिमतीने, कष्टाने सुरू ठेवलेला शिक्षणाचा गाडादेखील दैवाने सुरू ठेवायचा ठरविला होता. यावरून आपणा सर्वांना अंदाज आलाच असेल, की भाऊसा स्वतःच्या शिक्षणासाठी एवढ्या गरिबीमध्ये, एवढ्या प्रतिकूल परिस्थितीमध्ये, किती सजग होते, आणि म्हणूनच निव्वळ त्यांच्या सकारात्मकतेच्या जोडीला अत्यंत काबाडकष्टामुळेच त्यांचे शिक्षण पदवीपर्यंत व्यवस्थित पार पडले.

भाऊसा जसे स्वतःच्या शिक्षणाबाबत सजग होते, त्याहूनही जास्त ते इतरांच्या खासकरून समाजातील, तळागाळातील विद्यार्थि-विद्यार्थिनींच्या शिक्षणाबद्दल सजग

होते. याविषयी जर मी लिहायला सुरुवात केली तर मला जागाच पुरणार नाही, यात काहीही शंका नाही. कारण याविषयीच्या अनेक घटनांचा मी साक्षीदार आहे. मग तो विद्यार्थी श्री नेमिनाथ जैन बोर्डिंगचा असू दे, की श्री नेमिनाथ जैन विद्यालयाचा की संस्थेच्याच आर्ट्स अ‍ॅन्ड कॉमर्स कॉलेजचा की इतर कोठे उच्चशिक्षण घेत असलेला किंवा इतर कोणत्याही शाळेचा असू दे; भाऊसांनी प्रत्येकाला मनापासून सर्वार्थाने आधार दिला.

कित्येकांचे शिक्षण निव्वळ आणि निव्वळ भाऊसांच्या सकारात्मक प्रयत्नांनी शक्य झालेले आहे. याचे शेकडो साक्षीदार आज संपूर्ण महाराष्ट्रात, भारतात नक्कीच सापडतील. गरज असायची ती त्या विद्यार्थ्यांमधील शिक्षणाच्या आवडीची. ज्यांनी म्हणून आपल्या हुशारीची चुणूक दाखविली, हुशारी दाखविली, त्याला भाऊसांनी शंभर टक्के मदतीचा हात दिला. भाऊसांची पक्की खात्री होती, की घरामध्ये एक जण जरी शिक्षित झाला, तर त्या संपूर्ण कुटुंबाची घडी व्यवस्थित बसू शकते. त्याच्यापाठोपाठ पुढच्या पिढीचे शिक्षण नक्कीच व्यवस्थित होते. मग ते कुटुंब मागे वळून बघत नाही.

याचा प्रत्यय मला स्वतःला अनेकदा आला आहे. शेकडो विद्यार्थ्यांची घरे सेटल होताना मी बघितली आहेत आणि येथे मला सार्थ अभिमानाने नमूद करावेसे वाटते, की भाऊसांनंतर त्यांचा हाच वारसा आम्हा बहीण-भावंडांच्या पिढीने आणि आता आमच्या आलेल्या नवीन पिढीनेदेखील चालवला आहे. शिक्षणासाठी अनेक गरजवंतांना मदत करीत सुरू ठेवला आहे. भाऊसांच्या शिक्षण या विषयातील योगदानाबद्दल आणखी खूप काही लिहिण्यासारखे आहे.

आपण भाऊसांच्या पुढच्या पैलूकडे वळू या. भाऊसांनी संस्थेचे नाव तर मोठे केलेच, त्याचबरोबर अनेक गरजू, होतकरू अशा कितीतरी लोकांना भाऊसांनी नोकरीला लावले. अनेक घरे स्थिर करण्यामध्ये त्यांचा सिंहाचा वाटा होता. मला अशा अनेक घटना आठवतात, त्यातलीच एक घटना प्रातिनिधिक स्वरूपात सांगतो.

मला आठवतो तो एक रविवार होता. (आठवण्याचे कारण असे की फक्त त्याच दिवशी आमच्या भाऊसांबरोबर आम्ही बहीण-भावंड जेऊ शकत असू. कारण इतर दिवशी आम्ही शाळेत गेलेलो असू आणि मग भाऊसा घरी येऊन मोजून अर्धा तासात जेऊन परत संस्थेत जात असत.) चांदवडजवळच्या एका गावातून सहावीत शिकणारा मुलगा भाऊसांना शोधत शोधत घरी आला. आणि भाऊसांना विनंती करू लागला, "सर, कृपया मला नादारीमध्ये - फ्रीशिपमध्ये संस्थेमध्ये प्रवेश देऊन शिकण्याची संधी द्या. माझ्या घरी माझे शिक्षण पैशाअभावी बंद करण्यात आले आहे. मी आज अक्षरशः घरच्यांना न विचारता पळून आलो आहे.

"माझ्याकडे पुढील शाळा शिकण्याकरिता दुसरा काहीही पर्याय नाही; अन्यथा मला गावातील रोजंदारीवरच्या कामाला जाण्यासाठी माझ्या घरचे मला भाग पाडतील आणि म्हणून मी पळून आलो आहे. कृपया मला मदत करा.'' शिक्षण हा मुळातच भाऊसांचा अत्यंत जिव्हाळ्याचा विषय असल्याने त्यांनी त्वरित त्याला मदतीचा हात दिला. संस्थेच्या पदाधिकाऱ्यांना सर्व सत्य परिस्थिती समजावून सांगत त्याची ॲडमिशन त्वरित नादारीमध्ये करून घेतली. कपड्यालत्त्यांपासून वह्या-पुस्तकांपर्यंत सर्व काही त्याला घेऊन दिले, आणि त्याचे आयुष्य मार्गी लावले.

अशा रीतीने एक मुलगा जो शिक्षणापासून वंचित राहत होता, ज्याचे आयुष्य अन्यथा दुसऱ्यांच्या शेतांवर मोलमजुरी करण्यात गेले असते, तो मुलगा तर मागे राहिलाच असता, सोबत ते संपूर्ण घरदेखील नक्कीच मागे राहिले असते. मला सांगायला आनंद होतो, हा मुलगा खूपच चांगला शिकला. मी इथे मुद्दामहून संपूर्ण तपशील लिहीत नाही. कुणाचेही नाव अशा पद्धतीने उघड करणे म्हणजे भाऊसांनी जे आयुष्यभर जपले ते म्हणजे एका हाताने कोणालाही मदत केली असेल, तर ते मदतकार्य दुसऱ्या हातालादेखील ते कळू देत नव्हते. त्यांच्या आयुष्यात त्यांनी शेकडो, हजारो लोकांना वेगवेगळ्या प्रकारे मदत केली.

मी येथे जर त्यांची नावे घेतली तर एक प्रकारे भाऊसांनी आयुष्यभर पाळलेल्या व्रताचा भंग होईल, असे मला वाटते. म्हणून हा मुलगा पुढे जाऊन काय शिकला, काय झाला हेसुद्धा सांगायचे मी कटाक्षाने टाळले आहे. एवढेच मला आनंदाने सांगावेसे वाटते. हा मुलगा म्हणजे हे कुटुंब आजही आमच्या संपर्कात आहे. वेळोवेळी सणावाराला बाईचा आशीर्वाद घेण्यासाठी, बाईला भेटण्यासाठी ते आवर्जून येत असतात. आता त्यांचा मुलगा अमेरिकेला शिकण्यासाठी गेला आहे. असो. ही एक वेगळी गोष्ट झाली. भाऊसांना जेथे म्हणून ज्या प्रकारची अडचण दिसली मग भलेही ती शिक्षणासाठी पैशांची असू दे, पैशांअभावी वह्या-पुस्तकांची असू दे, राहण्याची गैरसोय असू दे, सर्व प्रकारच्या अडीअडचणींमधून भाऊसांनी प्रत्येक अडलेल्या मुलाला मदतीचा हात देऊन त्याचे शिक्षण पूर्ण करण्यास मोलाची मदत केली आहे. सिंहाचा वाटा उचलला आहे.

भाऊसांच्या सहकार्याने, मार्गदर्शनाने, भरीव प्रयत्नांनी जसे बाहेरच्या अगदी कित्येक अनोळखी लोकांचेदेखील शिक्षण पूर्ण झाले तसेच आमच्या जवळपास प्रत्येक नातेवाइकाचा मुलगा अथवा मुलगी आमच्याकडे शिकून आज आपापल्या आयुष्यामध्ये खूपच चांगल्या पद्धतीने स्थिर होऊन सुखाने जीवनक्रम जगत आहेत. अगदी लग्नानंतर जवळपास सव्वा ते दीड वर्षानंतर जसे घर मांडले तसे पहिल्या दिवसापासून अगदी

१९८६ मध्ये भाऊसा स्वर्गवासी झाल्यानंतरदेखील आमच्या बाईने तो वारसा चांदवडला समर्थपणे म्हणजे १९८८ पर्यंत चालवला. आमचे घर चांदवडला असेपर्यंत आमच्याकडे हमखास एकाच वेळी तीन ते चार मुले-मुली शिक्षणासाठी सहज असत.आमच्या बाई, भाऊसांचे वैशिष्ट्य असे होते, की आमच्याकडे जी जी मुले-मुली राहत होती त्यांची काळजी पोटाच्या मुलांपेक्षाही अधिक घेत होते. अगदी त्यांचे खाणे-पिणे, शिक्षण, धार्मिकता शिकविण्यापासून त्यांच्या आरोग्याची काळजी, वेळच्या वेळी त्यांच्या सर्व गोष्टी करून देणे या सर्व गोष्टी बाई-भाऊसा प्राधान्यक्रमाने करीत असत. अगदी आमच्याकडे त्यामध्ये दुर्लक्ष झाले तरीही. अशी यादी करावयाची म्हटली तर ती सहजच साडेतीन-चार डझनाच्या पुढे जाते.

या शिक्षणाच्या प्रवाहामध्ये भाऊसा शिस्तपालनाच्या बाबतीतदेखील खूपच जागरूक होते. संस्थेतील विद्यार्थ्यांना हे चांगल्या पद्धतीने माहीत असल्याने विद्यार्थ्यांना पवनसरांची आदरयुक्त भीती वाटत असे. 'आदरयुक्त' या शब्दावर आपल्याला विशेष लक्ष द्यावे लागेल. कारण मी स्वतः अशा अनेक गोष्टींचा साक्षीदार आहे, की शिस्तपालन करण्याकरिता भाऊसा वेळप्रसंगी अत्यंत कठोर होत. कोणी विचारदेखील करू शकत नाही एवढ्या कठीण शिक्षादेखील भाऊसांनी केलेल्या आहेत. किती कठीण केल्या असाव्यात, तर विद्यार्थ्यांच्या अक्षरशः दहावीच्या परीक्षेचे काही पेपरदेखील या शिक्षांमुळे बुडालेले आहेत.

कित्येकांची त्या काळी हाडे फ्रॅक्चरदेखील झालेली आहेत. कोणाचे शैक्षणिक वर्षदेखील वाया गेलेले आहे; परंतु एवढी कठोर अशी शिक्षा पवनसर केव्हा द्यावयाचे हे त्या वेळी सगळ्यांनाच माहिती होते. कोणीही चुकत असेल तर त्याला भाऊसा एक-दोन-तीनदा अत्यंत चांगल्या पद्धतीने, गोडीगुलाबीने समजावून सांगत. आली वेळ तर चौथ्या वेळीदेखील सांगायचे. तरीही कोणी वारंवार त्याच त्या चुका मुद्दामहून करत असेल तर मात्र त्याची शंभरी भरलीच म्हणून समजा! अशा प्रकारच्या कठोर शिक्षा देण्याचे त्यांचे उद्देश अतिशय स्वच्छ, प्रामाणिक, जे की त्या विद्यार्थ्यांच्या आयुष्याचे कल्याण व्हावे असे असायचे.

विद्यार्थ्यांचे भले करणे, त्याच्या आयुष्याला वळण लावणे आणि अशा शिक्षांमुळे खरोखरच ९५-९९ टक्के नव्हे तर शंभर टक्के त्या मुलांच्या आयुष्यात भलेच झाले आहे. आज जरी मी प्रथितयश डॉक्टर झालेलो असलो, उत्तर महाराष्ट्रातील नामवंत अशा सुयश हॉस्पिटलचा व्यवस्थापकीय संचालक असलो तरीही आजही कित्येक ठिकाणी माझी आयडेंटीटी, ओळख म्हणजे अगदी एका छोट्या वाक्यात असते, ती म्हणजे, पवनसरांचा मुलगा. विश्वास ठेवा, ही एवढी छोटी आयडेंटीटीदेखील माझ्या

आजच्या वाटत असलेल्या मोठ्या आयडेंटीटीपेक्षाही कितीतरी मोठी आयडेंटीटी होती, की जी मला अगदी लहानपणापासून ते आजतागायत पुरते आहे.

भाऊसा जेवढे कठोर शिक्षा द्यायचे, करारी वाटायचे, त्यापेक्षा आतमधून मनाने अतिशय कोमल, दयाभावी, स्वतः अत्यंत प्रतिकूल परिस्थितीतून आल्याने इतरांप्रति खासकरून गरिबांप्रति, प्रतिकूल परिस्थितीत झगडणाऱ्यांसाठी अतिशय संवेदनशील होते. म्हणजे बाहेरून नारळ आणि आतून गोड पाणी, कोवळे खोबरे! या संवेदनशीलतेतूनच अनेकांच्या आयुष्याचे कल्याण झाले, भले झाले. पराकोटीच्या कठोर शिक्षेचे मूळदेखील कोणाचे तरी भले करणे, हेच होते.

भाऊसांच्या अनेक पैलूंपैकी एक फार महत्त्वाचा पैलू मी बघितला आहे, अनुभवला आहे, तो म्हणजे, कुठल्याही आजारी विद्यार्थ्यांची, माणसाची अथवा कुठल्याही रुग्णाची सेवा. आमचे घर म्हणजे चांदवड गावातील गुजराथ गल्लीतील छोटेसे मातीचे घर. एक-दीड खणाचे घर. छोट्या छोट्या तीन खोल्या आणि मागे एक वाडा. या तीन खोल्यांमध्ये आम्हालाच झोपायला जागा पुरायची नाही. तिथे अनेक वेळेला संस्थेतील आजारी मुले आमच्या घरी राहिलेली आहेत.

त्यांची सेवाशुश्रूषा बाई-भाऊसांनी केलेली आहे. तीही अगदी पोटच्या मुला-मुलीप्रमाणे. मला आठवते आमची शाळा म्हणजे नेमिनाथ जैन हायस्कूलमध्ये जाण्यासाठी मुंबई-आग्रा महामार्ग ओलांडूनच जायला लागायचे. त्या वेळी रस्ता ओलांडताना तिसरीच्या मुलाला एका ट्रकचा जोरदार धक्का लागला. तो मुलगा म्हणजे संस्थेतीलच शिक्षक आणि भाऊसांचे अगदी जवळचे बंधुसम मित्र बी. एल. गांधी मुथासर यांचा नरेश होता. त्या काळी आजच्यासारखी दुचाकी, चारचाकी अशी कुठलीही वाहने जवळपास उपलब्ध नव्हती आणि भाऊसांनी रक्तबंबाळ अशा नरेशला कुठलाही विचार न करता त्वरित खांद्यावर घेतले आणि जवळपास अक्षरशः पळत पळत अडीच-तीन किलोमीटरवरील सरकारी दवाखान्यात घेऊन गेले.

आजच्या काळात ज्याला आपण प्लॅटिनम अवर ही कन्सेप्ट म्हणतो म्हणजे कुठलीही मोठी मेडिकल सर्जिकल इमर्जन्सी झाली आणि अशा वेळी जर वीस मिनिटांच्या आत वैद्यकीय मदत मिळाली तर त्याला प्लॅटिनम अवरमध्ये ट्रीटमेंट मिळाली, असे म्हणतात आणि यामुळे जगण्याचा रेशो हा ७० टक्क्यांपर्यंत पोहोचतो, जो की गोल्डन अवर म्हणजेच एक तासाच्या आत वैद्यकीय मदत मिळाली तर जगण्याचा रेशो हा ५० टक्क्यांपर्यंत असतो. अर्थातच अत्यंत खराब क्रिटिकल पेशंटच्या बाबतीत आपण बोलतो आहोत. येथे तर सुदैवाने भाऊसांनी प्लॅटिनम अवर फॉलो केला होता. तरीही अत्यंत दुर्दैवाने वीस मिनिटांच्या आत वैद्यकीय मदत मिळूनही नरेश वाचू

शकला नाही. असे एक ना अनेक प्रसंग सांगता येतील. वळू या तर पुढच्या भाऊसांच्या संवेदनशील अशा कलागुणाकडे, तो म्हणजे, अडल्यानडल्यांची सेवा करायची आणि तीही स्वतःची आर्थिक कुवत नसताना.

आमचे भाऊसा ज्या वेळेला स्वर्गवासी झाले म्हणजे ३० मे १९८६ ला, भाऊसांचा शेवटचा पगार किती असावा बरे. फक्त अडीच हजार रुपये! त्या काळातदेखील अडीच हजार रुपयांत काहीही होत नव्हते आणि असे असूनही भाऊसांनी आयुष्यामध्ये शेकडो, हजारो लोकांना मनापासून मदत केली आहे. मग त्यामध्ये अनेक गरजू विद्यार्थ्यांचा समावेश होतो. त्यामध्ये अनेक खासकरून तिसऱ्या आणि चतुर्थश्रेणी कर्मचाऱ्यांचा समावेश होतो, संस्थेमध्ये जे अकुशल कामगार होते त्यांचा समावेश होतो. हा भाग म्हणजे त्यांच्याशी संस्थेमध्ये डायरेक्ट संबंधित असणाऱ्यांचा झाला. त्याही पलीकडे ज्यांचा भाऊसांचा काडीचाही संबंध नसायचा, अशादेखील अनेक गरजू लोकांचा समावेश होतो.

आमची संस्था ते आमचे घर, यामध्ये संस्थेकडून येताना चिंचबनानंतर आदिवासी वस्ती लागायची आणि मग चांदवड गाव सुरू व्हायचे. आदिवासी वस्तीतील भिल्ल लोकांचे जिणे म्हणजे रोज कमवायचे आणि खायचे. त्यामधील कित्येक लोक जंगलातून लाकडे तोडून, मोळी विकून आपली गुजराण करीत असत, तर कित्येक लोक कुठे गवंड्याच्या हाताखाली, कुठे सुताराच्या हाताखाली, कुठे रोजगार हमीच्या कामावर. थोडक्यात काय, तर मिळेल ते काम ही मंडळी करीत असत. अर्थातच, ही सर्व कामे करताना स्त्री-समानता आदिवासी वस्तीमधील लोकांमध्ये त्या वेळीही होती. म्हणजे काय, जशी पुरुषमंडळी बाहेर कामावर जायची, तशीच त्या वस्तीमधील सर्व महिला मंडळदेखील कामावर जात असे.

असे असले तरी त्यांना रोज काम मिळेलच असे नसायचे. कधी-कधी सलग दोन-चार दिवस किंवा एखादा आठवडादेखील या गरीब बिचाऱ्या लोकांना काम मिळत नसे. मग मात्र यांची खाण्यापिण्याचीदेखील पंचाईत होत असे. अशा वेळी त्यांचा अक्षरशः एकच देवदूत असे, तो म्हणजे, अर्थातच पवनसर. तसेही भाऊसांच्या येण्या-जाण्याच्या वेळा या वस्तीतील लोकांच्या अगदी तोंडपाठ होत्या. ज्या घरामध्ये चूल पेटलेली नसेल त्या घरातील व्यक्तीने या देवदूताची संध्याकाळी रात्री चातक पक्ष्याप्रमाणे वाट बघायची. हे अगदी रोजचेच होते. भाऊसा रात्री साडेआठ-नऊच्या दरम्यान जेव्हा घरी यायचे, त्या वेळी हमखास कोणता न कोणता त्या वस्तीतील माणूस भाऊसांची सायकल पकडायचा.

अर्थातच काही बोलण्याची, कोणत्याही शब्दांची गरजच नसायची. भाऊसांना

माहिती असायचेच, की त्यांची सायकल का पकडली आहे आणि मग त्या काळामध्ये पाच-दहा रुपये जे काही खिशात मिळतील ते त्याला देऊन टाकायचे. अर्थात मी वरती नमूद केले आहे, की मुळात आमच्या घरीच अठराविश्व दारिद्र्य असायचे. मग भाऊसांकडे असे कितीसे पैसे रोज असतील? मग ते असतील, नसतील ते खिशातले पैसे त्याला देऊन मोकळे व्हायचे. अर्थातच, त्या काळी ही पाच-दहा रुपयांची रक्कम म्हणजेदेखील त्या मानाने मोठी होत असे आणि हा प्रश्न एखाद्या दुसऱ्या दिवसाचा असेल तर काही वाटत नाही; परंतु जवळपास रोजच किंवा आठवड्यातून पाच-सहा वेळेला जर चूल पेटत नसेल, तर काय; याचा आपण विचार करू शकता. भाऊसा खिशातून पैसे काढून द्यायचे आणि मग त्या माणसाची चूल पेटायची.

असे पैसे परत घ्यायचा काही विषय नसायचा. हा एक, दोन, चार वेळा करायचा विषय आहे का? नाही. दिवस दिवस, आठवडे आठवडे, महिने महिने आणि अनेक वर्षे तब्बल दोन दशकांहूनही जास्त काळ भाऊसा हे अव्याहतपणे करीत राहिले. आम्हालाही संपूर्णपणे माहीत नव्हते. याची प्रचीती आम्हा ओस्तवाल परिवाराला केव्हा आली, माहिती आहे? ज्या वेळी ३० मे १९८६ ला भाऊसा स्वर्गवासी झाले त्या दिवशी. भाऊसांचा अकस्मात मृत्यू हा त्या वेळी पूर्ण चांदवड गावालाच दुःखाच्या महासागरात लोटणारा होता. आम्ही सर्व प्रचंड शोकात होतोच. त्या वेळी आमच्या दुःखाची कोणीही कल्पनादेखील करू शकत नव्हते आणि आजही करू शकणार नाही.

संपूर्ण आदिवासी वस्ती त्या वेळी अक्षरशः घरी लोटली होती आणि प्रत्येक जण भाऊसांच्या कलेवरावर पडून हंबरडा फोडत शोक व्यक्त करीत होता. या सर्व लोकांना कसे सांभाळायचे, यांचे सांत्वन कसे करायचे, यांना कसे आवरायचे हा मोठाच प्रश्न तेवढ्या दुःखामध्येदेखील आमच्यासमोर उभा ठाकला होता. त्या वेळी आम्हाला भाऊसांनी त्यांच्या आयुष्यात काय केले, काय कमावले, पुण्याई कशाला म्हणतात, खरा धर्म कशाला म्हणतात, माणसाने सेवा कशी करावी, या हाताची त्या हाताला कळू न देता सेवा कशी करावी, हे कळले. साने गुरुजींच्या शब्दांना 'खरा तो एकचि धर्म जगाला प्रेम अर्पावे' भाऊसांनी अक्षरशः खरे करून दाखवून आपल्या जीवनाचे सोने केले.

अशी सेवा भाऊसा फक्त आदिवासी वस्तीतील लोकांचीच करायचे का? नाही. भाऊसा अडल्यानडलेल्यांची मग त्यामध्ये तो कोणीही असो, त्याबाबतीत त्यांचा कधीही भेदभाव हा नव्हताच. मग तो कितीही गरीब असो की श्रीमंत, छोटा असो की मोठा.

भाऊसांच्या अनेक प्रकारच्या वेगवेगळ्या सेवामार्गामधील एक अत्यंत अनोखा, अत्यंत आगळावेगळा, कित्येक प्रसंगी जीव वाचविणारा फार क्वचितच कोणामध्ये

सापडणारा असा वेगळा पैलू मी आता आपणासमोर मांडतो आहे, तो म्हणजे, भाऊसा स्वतः सर्पमित्र होते; परंतु भाऊसा टिपिकल सर्पमित्र नक्कीच नव्हते. म्हणजे हाताने सर्प पकडणे वगैरे असला प्रकार भाऊसांनी कधीच केला नाही; परंतु त्या काळामध्ये सर्पमित्र निदान आमच्या गावात - चांदवडमध्ये तरी कोणीही नव्हता.

त्या काळी गावामध्ये कोणाच्याही घरी साप निघाला तर हमखास भाऊसांना बोलविले जायचे. खासकरून रात्रीच्या वेळी हे जास्त घडायचे. आमच्या लक्षात तरी ते त्या वेळी जास्त यायचे. अगदी साधी गोष्ट असायची. वाड्यामध्ये एखादा मोठा रिकामा डबा, ड्रम असे काहीतरी मोठ्या झाकणाने झाकून ठेवलेले असायचे आणि त्यावर मजबूत असे वजन ठेवलेले असायचे. असे दिसले म्हणजे त्यामध्ये हमखास साप आहे, हे आम्हाला कळायचे. भाऊसांचे अतिशय साधे असे टेक्निक होते. कुठलीही एक लांबसडक मजबूत काठी घ्यायची. त्या सापाच्या बरोबर मानेवरती ती दाबून पकडायची. दाबून पकडतानाही ती काळजीपूर्वक दाबायची.

सापाच्या मणक्यांना कुठलीही इजा पोहोचू नये इतपतच दाबायची आणि बरोबर त्याच्या पुढे रिकामे उभे खोलगट भांडे लावायचे. सापाच्या मानेवरचा दाब हळूहळू कमी करायचा आणि साप पुढे सरकला, की बरोबर उभ्या भांड्यामध्ये जे की आडवे पकडायचे आणि तो साप बरोबर उभ्या भांड्यामध्ये येईल याची काळजी घ्यायची आणि एकदा का तो भांड्यामध्ये आला, की भांडे पटकन उभे करायचे आणि अत्यंत झपाट्याने त्यावर झाकण ठेवायचे.

अर्थातच त्यावर व्यवस्थित वजन ठेवायचे आणि गावातील कुठेही पकडलेल्या सापाचे पार्सल बरोबर आमच्या घरी यायचे. आपणास आश्चर्य वाटेल. या पकडलेल्या सापाला लांब जंगलामध्ये सोडायची जबाबदारी कोणावर असेल, तर ती हमखास माझ्यावर. बहुतांश वेळा ते भांडे सायकलवर मागे ठेवून अर्थातच सायकल पायी पायी लोटत न्यायला लागायची आणि मग मी दूर जंगलामध्ये जाऊन तो साप सोडून देत असे. क्वचित प्रसंगी सापांची जोडीदेखील सोडलेली आहे. अर्थातच मला कुठलीही भीती वाटत नसे.

त्याचे कारण अर्थातच भाऊसांनी अगदी लहानपणापासून सबकॉन्शस माइंड लर्निंगने भीती नावाचा शब्दच जणू माझ्या आयुष्यातून हद्दपार केलेला. माझ्या अनेक मित्रांना त्या काळी या गोष्टीचे जबरदस्त आश्चर्य वाटायचे. भाऊसांनी त्यांच्या अल्प आयुष्यामध्ये निदान दोनशे-अडीचशेहून अधिकच सर्प- त्यामध्ये विषारी, बिनविषारी अगदी पंधरा-वीस, त्यामध्ये सुंदर असे नाग होते- पकडून त्यांना जीवनदान दिले. कारण सर्प दिसला, की मारून टाकायचा एवढाच एकमेव कार्यक्रम त्या काळी

चालायचा. या सबकॉन्शस माइंड लर्निंगमुळे पुढे आमच्या बाईनेदेखील दोन-तीन सर्प पकडले आणि मीदेखील एक सर्प पकडून माझी हौस पूर्ण करून घेतली.

मला आठवते, आयुष्याच्या शेवटी शेवटी स्वर्गवासी काकाजी केशवलालजी आबड बरेचसे आजारी असायचे. शेवटचे काही दिवस ते अंथरुणाला खिळून होते. भाऊसांनी व्यक्तिगतरीत्या त्यांची पुरेपूर काळजी घेतली. स्वतः स्पंजिंग करण्यापासून, वेळोवेळी औषधे देण्यापासून तर लघवीचे भांडे देण्यापर्यंत त्यांच्या आरोग्याची सर्व काळजी त्यांच्या शेवटच्या क्षणापर्यंत घेतली.

संस्थेच्या बाबतीत भाऊसा समर्पित होते. भाऊसा व्यवस्थापक या अशा पोस्टवरती होते, की तेथे भाऊसांना भरपूर प्रलोभने मिळत होती. भाऊसांनी ठरविले असते तर भाऊसा त्या काळातच लक्षाधीश, कोट्यधीश झाले असते आणि आमची परिस्थिती अशी होती, की भाऊसा गेले त्या दिवशी आमच्याकडे कुठल्याही प्रकारची स्थावर, जंगम, सोने-चांदी, बँक बॅलन्स अशी कुठलीही संपत्ती नव्हती. काही असेलच तर ते ६५ हजार रुपयांचे कर्जच. यावरून आपणा सर्वांच्या लक्षात येईलच, की भाऊसांनी किती निःस्वार्थपणे, निःस्पृहपणे संस्थेची सेवा केली असेल आणि त्यामुळेच भाऊसांनी आपल्या अल्पायुष्यातून जाताना कुठल्याही प्रकारची भूलोकीची जी आपण पैशांमध्ये मोजतो अशी संपत्ती ठेवली नाही.

आम्हा चारही बहीण-भावंडांना स्वर्गवासी भाऊसांनी आणि अगदी आजतागायत अव्याहतपणे बाईनेही कधीही संपणार नाही अशी अक्षय अशा संपत्तीची देणे दिले आहे. बाई आजही देते आहेच आणि अर्थातच आम्हाला ती वारसाहक्काने आमच्या पुढील पिढीला हस्तांतरित करावयाची आहे. अशी अनमोल संपत्ती म्हणजे सकारात्मकता, सकारात्मकता आणि सकारात्मकता!

फारच क्वचित कोणाला एवढी अशी जबरदस्त संपत्ती वारसाहक्काने मिळत असेल!

लेखक परिचय

डॉक्टर हेमंत सुशीलाबाई पवनलाल ओस्तवाल
व्यवस्थापकीय संचालक
सुयश हॉस्पिटल
मुंबई नाका, नाशिक

- वैद्यकीय पदवी १९८५ मध्ये संपादन केली.
- नाशिकमध्ये ओपीडीची सुरुवात १९८६ मध्ये केली.
- मोटिवेशनल स्पीकर म्हणून संपूर्ण भारतामध्ये ओळख.
- वेगवेगळ्या विषयांवर सकारात्मकतेने कुठलीही परिस्थिती हाताळण्यामध्ये, बोलण्यामध्ये हातखंडा.
- सकारात्मकता आणि आजार यांचा संबंध उलगडून दाखविणारे, आपण आजारीच पडू नये, पडलो तरी लवकरात लवकर कसे बरे व्हावे, चुकीच्या जीवनपद्धतीमुळे होणाऱ्या आजारांमुळे (लाइफ स्टाईल डिसीज) होणाऱ्या अकाली मृत्यूला कसे थोपवावे. या विषयावर संपूर्ण भारतामध्ये गाजलेली अर्ध्या दिवसाची "निरामय आरोग्य" नावाने कार्यशाळा. आत्तापर्यंत सातशे एक ठिकाणी या कार्यशाळेचे आयोजन.
- राष्ट्रपती भवनात २९ एप्रिल २०१७ रोजी निरामय आरोग्य कार्यशाळा घेतली. या वेळी तत्कालीन राष्ट्रपती प्रणव मुखर्जी यांचीही उपस्थिती होती.
- निरामय आरोग्य या विषयाशिवाय नवीन पिढीसाठी इयत्ता आठवीवरील सर्व प्रकारच्या विद्यार्थ्यांकरिता "Yes I can, Yes I will", या नावाने अर्ध्या दिवसाची कार्यशाळा ते घेतात. अशा दीडशेहून जास्त कार्यशाळा त्यांनी घेतलेल्या आहेत.
- यात विद्यार्थ्यांना कसे घडवावे, विद्यार्थ्यांचे शारीरिक, मानसिक पालनपोषण कसे करावे, नवीन पिढी कशी घडवावी, यासाठी डॉ. ओस्तवाल "सुसंवाद आपल्या पाल्याशी" ही खास पालकांसाठी अर्ध्या दिवसाची कार्यशाळा घेतात.
- संपूर्ण भारतातील २० ते ४० वयोगटातील युवकांसाठी "भारतीय युवा, उज्ज्वल

भविष्याकडे" ही संपूर्ण दिवसाची कार्यशाळा घेतात. ज्यात सकारात्मक पालकत्व, शिक्षण, व्यवसाय, आरोग्य आणि भारतीय संस्कृती यांचा संपूर्ण मिलाप आणि सखोल मार्गदर्शन असते.

- आज संपूर्ण जगात मानव सर्वाधिक मानसिक ताणतणावाने त्रस्त आहे. बहुसंख्य आजारांच्या मुळाशी ताणतणाव असल्याचे सिद्ध झालेले आहे. या ताणतणावाला सकारात्मकतेने सामोरे कसे जायचे, या विषयावरील अर्ध्या दिवसाची कार्यशाळा डॉ. हेमंत ओस्तवाल "A journey towards solace" "चला मनः शांतीकडे" या नावाने घेतात. राज्यभरात या कार्यशाळा १०० हून अधिक झालेल्या आहेत.
- दूरदर्शनवरील आरोग्यविषयक चर्चासत्रांमध्ये सहभाग. - १९८६ ते आजतागायत म्हणजे ऑगस्ट २०२३ अखंडपणे प्रॅक्टिस करत आहेत. म्हणजेच जवळपास चार तप प्रॅक्टिसची पूर्ण झाली आहेत.
- डॉक्टरांचे अर्धे रुग्ण तर सुसंवादाने, सकारात्मक संवादाने बरे होतात. डॉ. ओस्तवाल यांनी त्यांच्या सहकाऱ्यांसह उत्तर महाराष्ट्रात नाशिकला अत्यंत सुसज्ज असे टर्शरी केअर सेंटर असलेले कॉर्पोरेट सुयश हॉस्पिटल ३ फेब्रुवारी २००१ रोजी सुरू केले.
- सुयश हॉस्पिटलमध्ये हजारो रुग्णांचा जीव वाचला आहे. डॉक्टरांनी आणि त्यांच्या सहकाऱ्यांतर्फे सुयश हॉस्पिटलमध्ये संपूर्ण समाज निरामय, निरोगी, सकारात्मक राहण्याकरिता संपूर्णपणे निःशुल्क असे "स्वतःला ओळखा" या नावाने पंधरा दिवसांचा कोर्स चालविला जातो. लाभार्थींवर होणारा नाममात्र खर्च संगू गुरुजी फक्त घेतात.
- या कोर्सचा हजारो लोकांना फायदा झालेला आहे. अनेक आजारांपासून लोकांना कायमची मुक्ती मिळाली आहे. डॉक्टर हेमंत ओस्तवाल हे स्वतः अत्यंत चांगले कौन्सिलर/समुपदेशक आहेत.
- शेकडो-हजारो लोकांना त्यांनी अडीअडचणींच्या अत्यंत कठीण समयी समुपदेशन करून बाहेर काढले आहे. भविष्यात डॉ. हेमंत ओस्तवाल यांना भावी पिढीला सकारात्मकतेने घडविण्यात मोठा वाटा उचलायचा आहे. नवीन पिढी सकारात्मक करून भारताचे भविष्य सर्वार्थाने सुरक्षित करावयाचे आहे.

www.ingramcontent.com/pod-product-compliance
Lightning Source LLC
LaVergne TN
LVHW090335051026
849518LV00005B/1964